സൈലന്റ് സ്പ്രിങ് എന്ന
പുസ്തകത്തിലൂടെ ഒരു യാത്ര

silent spring enna pusthakathiloode oru yathra

•

p p k pothuval

•

first edition
july 2015

•

typesetting
megha

•

published
chintha publishers, thiruvananthapuram

•

•

cover
ambish

•

വിതരണം

ദേശാഭിമാനി ബുക്ക് ഹൗസ്

H O തിരുവനന്തപുരം–695 035
Ph: 0471-2303026, 6063020
www.chinthapublishers.com
chinthapublishers@gmail.com

ബ്രാഞ്ചുകൾ

ഹെഡ്ഡാഫീസ് ബ്രാഞ്ച് കുന്നുകുഴി • സ്റ്റാച്യു തിരുവനന്തപുരം • കെ എസ് ആർ ടി സി ബസ് സ്റ്റേഷൻ ആലപ്പുഴ • കെ എസ് ആർ ടി സി ബസ് സ്റ്റേഷൻ എറണാകുളം • ചിറ്റൂർ റോഡ്, എറണാകുളം • മച്ചിങ്ങൽ ലെയ്ൻ തൃശൂർ • ഐ ജി റോഡ് കോഴിക്കോട് • കെ എസ് ആർ ടി സി ബസ് സ്റ്റേഷൻ കോഴി ക്കോട് • എൻ ജി ഒ യൂണിയൻ ബിൽഡിങ് കണ്ണൂർ • സെൻട്രൽ ബസ് ടെർമി നൽ കോംപ്ലക്സ് താവക്കര കണ്ണൂർ

CO - 2225 / 3699

സൈലന്റ് സ്പ്രിങ് എന്ന പുസ്തകത്തിലൂടെ ഒരു യാത്ര

പി പി കെ പൊതുവാൾ

ചിന്ത പബ്ലിഷേഴ്സ്
തിരുവനന്തപുരം–695 035

പി പി കെ പൊതുവാൾ

1946 ൽ കാസർകോട് ജില്ലയിലെ തൃക്കരിപ്പുരിൽ ജനനം. അധ്യാപകൻ, ശാസ്ത്രസാഹിത്യപരിഷത്ത് പ്രവർത്തകൻ. പരിഭാഷകളടക്കം മുപ്പതിലേറെ കൃതികൾ രചിച്ചിട്ടുണ്ട്. വിജ്ഞാനസാഹിത്യത്തിനുള്ള സംസ്ഥാന-ബാലസാഹിത്യ അവാർഡ്, പി ടി ബി അവാർഡ്, ബെസ്റ്റ് പബ്ലിക് ഒബ്സർ വർ അവാർഡ്, സ്കൂൾ കുട്ടികളിലെ നേത്രവൈകല്യങ്ങ ളെക്കുറിച്ചു തയ്യാറാക്കിയ പ്രോജക്ടിന് കേന്ദ്ര ആരോഗ്യ മന്ത്രാലയത്തിന്റെ പുരസ്കാരം എന്നിവ ലഭിച്ചിട്ടുണ്ട്.

പ്രധാന കൃതികൾ: പരിസ്ഥിതിക്കവിതയ്ക്ക് ഒരാമുഖം, പരി സ്ഥിതിബോധവും സംസ്കാരവും, ഭൂമിക്ക് ഒരവസരം നല്കൂ, ഡാർവിന്റെ ആത്മകഥ, ബയോടെക്നോളജിയുടെ ലോകം, ചാർലി ചാപ്ലിൻ, ജെറാൾഡ് ഡ്യൂറലിന്റെ വനയാത്രകൾ, ഓർമകളിൽ ഡാർവിൻ (പരിഭാഷ), ശാസ്ത്രം, ശാസ്ത്ര ജ്ഞർ (പരിഭാഷ), അവശ്യമരുന്നുകളുടെ രാഷ്ട്രീയം (പരിഭാഷ).

വിലാസം	:	തങ്കയം, തൃക്കരിപ്പൂർ പി ഒ
		കാസർകോട് ജില്ല
		പിൻ – 671 310
ഫോൺ	:	9495343836

ഉള്ളടക്കം

പ്രസാധകക്കുറിപ്പ്

ലോകത്താകമാനമുള്ള മനുഷ്യരുടെ മനസ്സിൽ പരിസ്ഥി തിയെ സംബന്ധിച്ചുള്ള ഹരിതാഭമായ ബോദ്ധ്യങ്ങൾ നാമ്പിട്ടു തുടങ്ങുന്നത് റെയ്ച്ചൽ കാഴ്സണിന്റെ *സൈലന്റ് സ്പ്രിങ്* എന്ന പുസ്തകത്തിലൂടെയാണെന്ന് പറഞ്ഞാൽ ഒട്ടും അതിശയോക്തിയാകില്ല.

മനുഷ്യന്റെ അമിതമായ ലാഭേച്ഛ ഭൂമിയെ ഒരു മരുപ്പറ മ്പാക്കി മാറ്റുമെന്നും മാരകമായ കീടനാശിനി പ്രയോഗ ങ്ങൾ ആത്യന്തികമായി നമ്മെത്തന്നെയാണ് തിരിഞ്ഞു കൊത്തുന്നതെന്നുമുള്ള പാഠങ്ങൾ നാം പഠിക്കുന്നത് ഈ പുസ്തകത്തിൽ നിന്നാണ്.

മണ്ണും ജലവും വായുവും മലിനപ്പെടാതെ കാത്തുസൂക്ഷി ക്കാൻ എല്ലാ മനുഷ്യർക്കും ഉത്തരവാദിത്വമുണ്ട്. അത്തരം ബോദ്ധ്യങ്ങളിലേക്ക് പുതുതലമുറയെ കൂടി നയിക്കുവാനു തകുന്ന വിധത്തിൽ തയ്യാറാക്കിയ ഈ പുസ്തകം ഒരു മഹാഗ്രന്ഥത്തിലേക്കുള്ള വാതിലാണ്. വിദ്യാർത്ഥികളുടെ വരുംകാല വായനകളെ ശക്തിപ്പെടുത്തുവാൻ ഈ ചെറു ഗ്രന്ഥത്തിന് കഴിയുമെന്ന് ഞങ്ങൾ പ്രതീക്ഷിക്കുന്നു.

ചിന്ത പബ്ലിഷേഴ്സ്

1

പുസ്തകത്തിലേക്ക് ഒരു വാതിൽ

"The sledge is wither'd from the lake-And no birds sing."
(തടാകതീരത്ത് പുല്ലുണങ്ങി, പക്ഷികൾ പാടാതായി.)

സൈലന്റ് സ്പ്രിങ് എന്ന വിഖ്യാത പുസ്തകത്തിന്റെ മുഖക്കുറി പ്പായി അതിന്റെ രചയിതാവായ റെയ്ച്ചൽ ലുയിസെ കാഴ്സൺ എടുത്തു ചേർത്ത മഹാകവി ഷെല്ലിയുടെ ഈരടിയാണ് മുകളിലുദ്ധരിച്ചത്. "മുൻ കൂട്ടി കാണാനും തടയാനും മനുഷ്യനുണ്ടായിരുന്ന കഴിവ് നഷ്ടപ്പെട്ടു കഴിഞ്ഞിരിക്കുന്നു" എന്ന് എഴുതിയ ഡോ. ആൽബർട്ട് ഷെയ്റ്റ്സറിനായി പുസ്തകം സമർപ്പിതമായിരിക്കുന്നു.

മലയാളത്തിൽ 'നിശ്ശബ്ദ വസന്ത'മെന്നോ 'വിമുക വസന്ത'മെന്നോ പരിഭാഷപ്പെടുത്താവുന്ന ഈ കൃതി പ്രസിദ്ധീകൃതമായിട്ട് 1962 സെപ്തം ബർ 27 ന് അമ്പതുവർഷം തികഞ്ഞു. ലോകമെങ്ങുമുള്ള പരിസ്ഥിതി പ്രവർത്തകരുടെ വേദപുസ്തകമായി കൊണ്ടാടപ്പെട്ട രചനയാണിത്. രാസകീടനാശിനികൾ ശാസ്ത്രത്തിന്റെ ഏറ്റവും വലിയ വരദാനമായി വാഴ്ത്തപ്പെട്ട ഒരു കാലത്ത് മണ്ണിനും പരിസ്ഥിതിക്കും മനുഷ്യാരോഗ്യ ത്തിനും അവ കൊടുംഭീഷണിയാണെന്ന് ശാസ്ത്രീയപഠനങ്ങളുടെയും അനുഭവ ശേഖരണങ്ങളുടെയും അടിസ്ഥാനത്തിൽ ഈ പുസ്തകം ഉറക്കെ വിളിച്ചു പറഞ്ഞു. കീടനാശിനി ലോബികൾ പഠിച്ച പണി പതി നെട്ടും പയറ്റിയിട്ടും ഈ കൃതിയിൽ വിവരിച്ചിട്ടുള്ള ഒരു സംഭവംപോലും തെറ്റാണെന്നു തെളിയിക്കാനായില്ല. അമൃതിനു തുല്യമായി വാഴ്ത്തപ്പെ ട്ടിരുന്ന ഡി ഡി ടി പിഴച്ചാൽ കാളകൂട വിഷമാണെന്ന് അധികൃതർക്കു തന്നെ സമ്മതിക്കേണ്ടിവന്നു. അമേരിക്കയിലും പിന്നീട് ലോകത്തിന്റെ മറ്റുപല ഭാഗങ്ങളിലും ഡി ഡി ടിയുടെ ഉൽപ്പാദനവും വിതരണവും നിരോ ധിക്കാനോ അതിൽ നിയന്ത്രണമേർപ്പെടുത്താനോ സംഭവം കാരണമാ

യി. രാസകീടനാശിനികളെ ലോകം പുതിയ ഒരു കണ്ണിലൂടെ കാണാൻ തുടങ്ങി. കീടനാശിനികൾക്കും അർബ്ബുദത്തിനും നാഡീവൈകല്യങ്ങൾക്കും തമ്മിലുള്ള ബന്ധം വിപുലമായ പഠനങ്ങൾക്കു വിധേയമായി. വിമർശകർക്ക് ഒരു ചെറിയ പഴുതുപോലും നല്കാതെ, പുസ്തകം ഒരാധുനിക ക്ലാസിക്കിന്റെ വിതാനത്തിലേക്കുയർന്നു. അതിനിടയിൽ അമ്പതിലേറെ പതിപ്പുകൾ, പരിഭാഷകൾ, അവലംബരചനകൾ, ദൃശ്യവൽക്കരണങ്ങൾ. പുസ്തകത്തിന്റെ സന്ദേശം മുഴുവൻ മനുഷ്യരാശിയിലേക്കുമെത്തി.

കീടനാശിനികൾ പ്രാണിനാശിനികൾ മാത്രമല്ല, ജീവനാശിനികൾ തന്നെയാണെന്ന് ഈ പുസ്തകം ഉറക്കെ വിളിച്ചു പറയുന്നു. ഒരു ഞെട്ടലോടെ ലോകമതു സ്വീകരിക്കുകയായിരുന്നു. ഡി ഡി ടി എന്ന് ആരുമങ്ങനെ അധികം കേട്ടിട്ടില്ലാത്ത കാലമായിരുന്നു. 1873 ലോ മറ്റോ തയ്യാറാക്കപ്പെട്ട ഒരു വെളുത്ത പൊടി. ഡൈക്ലോറോ ഡൈ ഫീനൈൽ ട്രൈക്ലോറോ ഈഥേൻ എന്ന ദീർഘമേറിയ പൊടി. അങ്ങനെയിരിക്കെ, 1939 ൽ സ്വിറ്റ്സർലാന്റിലെ ജീയ്ജി ഫാർമസ്യൂട്ടിക്കൽ കമ്പനിയിൽ ജോലി ചെയ്യുന്ന പോൾ മുള്ളർ എന്ന ഗവേഷകൻ ഈ വെളുത്ത പൊടിക്ക് കീടങ്ങളെ നശിപ്പിക്കാനുള്ള കഴിവുണ്ടെന്ന് കണ്ടെത്തുന്നു. ഇതിന്റെ പേരിൽ പിന്നീട് 1948 ൽ അദ്ദേഹത്തിന് വൈദ്യശാസ്ത്രത്തിനുള്ള നോബൽ സമ്മാനം കിട്ടി. ഡി ഡി ടി രോഗകാരികളുടെ ശത്രുവാണല്ലോ. രണ്ടാംലോക യുദ്ധം തകർക്കുന്ന സമയമായിരുന്നു. പട്ടാള ക്യാമ്പുകളിൽ കൊതുകും പേനും സൈനികരെ പീഡിപ്പിച്ചുകൊണ്ടിരുന്നു. നിരവധിപേർ മരിച്ചു. ശക്തിക്ഷയിച്ച് പതിനായിരങ്ങൾ തളർന്നുകിടന്നു. പ്രാണിനിർമാർജ്ജനത്തിനുള്ള എളുപ്പവഴിയായി ഡി ഡി ടി വാരിക്കോരിച്ചൊരിഞ്ഞു. വിചാരിച്ചതിലുമെളുപ്പം മലമ്പനിയും ടൈഫസ്പനിയും നിയന്ത്രണവിധേയമായി. ഡി ഡി ടി വൻ വാർത്താപ്രാധാന്യം നേടി. രോഗനിയന്ത്രണം കൈവെള്ളയിൽ ഒതുങ്ങിയത് താരതമ്യേന വിലക്കുറവുള്ള ഒരു വെറും പൊടികൊണ്ടാണെന്ന വസ്തുത വൻ ചലനങ്ങളുമുണ്ടാക്കി. അത് ആരോഗ്യത്തെ ഏതെങ്കിലും വിധത്തിൽ ബാധിക്കുമെന്ന ചിന്ത സ്വപ്നത്തിൽപ്പോലും ആർക്കുമില്ലായിരുന്നു. പുഴകളിൽ ഡി ഡി ടി വിതറി മത്സ്യബന്ധം എളുപ്പമാക്കി. ചത്തുപൊന്തിയ മീനുകളെ നിഷ്പ്രയാസം ചന്തകളിലെത്തിച്ച് വിറ്റു. ചില്ലറ അസുഖങ്ങൾ ഉണ്ടായപ്പോൾ ആരുമത്ര കാര്യമാക്കിയിട്ടുണ്ടാവില്ല.

യുദ്ധം വളർത്തിയ കുട്ടി അങ്ങനെ എല്ലാവരുടെയും അരുമയായി വളർന്നു. യുദ്ധത്തിൽ തകർന്ന സാമ്പത്തികവ്യവസ്ഥ. എന്തുവിലകൊടുത്തും കാർഷികോൽപ്പാദനം വർദ്ധിപ്പിക്കണം. ഉൽപ്പാദനങ്ങൾ കയറ്റുമതി ചെയ്ത് പണമുണ്ടാക്കണം. ഡി ഡി ടി ദൈവദൂതനായി. ഹെലിക്കോപ്റ്ററുകൾ നാടുനീളെ ചീറിപ്പറന്ന് വിഷം ചീറ്റി. മണ്ണിൽ പൊഴിഞ്ഞു വീണ തുള്ളികളുടെ അവശിഷ്ടങ്ങൾ എങ്ങോട്ടു പോകുന്നു എന്ന് ആരും ആലോചിച്ചില്ല. അതിനിടയിൽ ഡി ഡി ടിക്ക് പുതിയ ആവശ്യക്കാരു

ണ്ടായി. വിദേശങ്ങളിലും പ്രിയമുണ്ടായി. ഉൽപ്പാദനം പൊടുന്നനവെ വർദ്ധിച്ചു. വരുംവരായ്കകളെക്കുറിച്ച് ആരെങ്കിലും ചിന്തിച്ചാൽ തന്നെ അവരെ വിമർശിച്ചും പരിഹസിച്ചും നിശ്ശബ്ദരാക്കുന്നതരം പരസ്യകോലാ ഹലങ്ങൾ മാധ്യമങ്ങളിൽ നിറഞ്ഞു.

എന്നാൽ ചെറുപ്പംതൊട്ടേ പക്ഷികളിലും പ്രകൃതിയിലും താല്പര്യം കാട്ടിയിരുന്ന റെയ്ച്ചൽ കഴ്സണ് കാര്യങ്ങളെ ആ രീതിയിൽ കാണാൻ കഴിയുമായിരുന്നില്ല. സമുദ്രശാസ്ത്രത്തിൽ അതീവതല്പരയായ ഒരു യുവശാസ്ത്രജ്ഞയായിരുന്നു അവരന്ന്. ഡി ഡി ടി ഉയർത്തിയ ആരോ ഗ്യപ്രശ്നങ്ങളെക്കുറിച്ച് വേവലാതിയോടെ അവർ പലരോടും ചർച്ചചെ യ്യാറുണ്ടായിരുന്നു. അതെല്ലാം ക്രോഡീകരിച്ച് ലേഖനരൂപത്തിലാക്കി *റീഡേഴ്സ് ഡൈജസ്റ്റി*നയച്ചുകൊടുത്തെങ്കിലും അവരതു നിരാകരിക്കുക യാണുണ്ടായത്. അതിനിടയിൽ റെയ്ച്ചൽ പുതിയ ഗവേഷണങ്ങൾ ഏറ്റെ ടുത്തു. പുതിയ പുസ്തകങ്ങളുടെ രചനയിൽ മുഴുകി.

അങ്ങനെയിരിക്കെ മിസിസ് ഓൾഗാ ഓവൻസ് ഹക്കിൻസ് എന്ന ഒരു വനിതയുടേതായി ഒരു കത്ത് ഒരു ദിനപത്രത്തിൽ പ്രത്യക്ഷപ്പെട്ടു. 1958 ജനുവരിയിൽ ആയിരുന്നു സംഭവം. ഡക്സ്ബറിയിലെ തന്റെ വീട്ടു വളപ്പിൽ ഡി ഡി ടി തളിച്ചശേഷം പക്ഷികളൊന്നും വരുന്നില്ലെന്ന പരാ തിയായിരുന്നു അതിന്റെ ഉള്ളടക്കം. പക്ഷികൾക്കുവേണ്ടി വീട്ടുമുറ്റത്തും മറ്റും കുടിവെള്ളം ഒരുക്കിവെക്കുക പല വീട്ടമ്മമാരുടെയും ശീലമായി രുന്നു അക്കാലത്ത്. കാരുണ്യപ്രവർത്തനമാണെങ്കിലും ഇവരിൽ ചിലർ പക്ഷിനിരീക്ഷണകുതുകികളായിരുന്നു. ഓവൻസിന്റെ കത്തിനോട് പ്രതി കരിച്ച് സമാനമായ ചില സ്വന്തം അനുഭവങ്ങൾ ഈ സ്ത്രീകളിൽ ചിലർ പത്രത്തിലെഴുതി. തീരെ കാണാതായ പല പക്ഷികളെക്കുറിച്ചും അതിൽ പരാമർശമുണ്ടായിരുന്നു.

അതിനിടെ ഓൾഗാ ഓവൻസ് തന്റെ കത്തിന്റെ ഒരു കോപ്പി കാഴ്സ ണയക്കുന്നു. സമുദ്രപരിസ്ഥിതിയെക്കുറിച്ച് ഒന്നിലേറെ ഗ്രന്ഥങ്ങൾ രചിച്ച് അതിനകം അവർ ഏറെ വിഖ്യാതയായിക്കഴിഞ്ഞിരുന്നു. കടലായാലും കരയായായാലും പ്രകൃതിയെക്കുറിച്ചെഴുതുമ്പോൾ പരിസ്ഥിതി തകർച്ചയെ ക്കുറിച്ചുള്ള ഉൽക്കണ്ഠകൾ എല്ലാ രചനകളിലും അന്തർധാരയായി കാണാം. തുടർന്ന് *റീഡേഴ്സ് ഡൈജസ്റ്റ്* അടക്കമുള്ള പ്രസിദ്ധീകരണങ്ങ ളിൽ ചിലരെല്ലാം ലേഖനമെഴുതി. വിഷയത്തെക്കുറിച്ച് ആഴത്തിൽ പഠിച്ച് എഴുതണമെന്ന് കഴ്സൺ അപ്പോൾത്തന്നെ തീരുമാനിച്ചു. തുടർന്ന് ഏറെ കഷ്ടപ്പെട്ടും പഠിച്ചും നടത്തിയ വിവരശേഖരണയജ്ഞം. നാലരവർഷ ത്തോളം നീണ്ടുനിന്ന കഠിനാദ്ധ്വാനം. അതിനിടയിൽ അർബ്ബുദരോഗ ത്തിന്റെ ആക്രമണം. രോഗപീഡകളോട് കഠിനമായി പോരാടിക്കൊ ണ്ടുള്ള ഗവേഷണവും എഴുത്തും. അവസാനം 1963 ജൂണിൽ അമേരി ക്കൻ പ്രസിഡന്റിന്റെ സയൻസ് അഡ്വൈസ്കമ്മിറ്റിക്കു മുമ്പിൽ ഡി ഡി ടിക്ക് എതിരായി തെളിവു നൽകിയശേഷം മാത്രം അവർ 1964 ഏപ്രിൽ 14-ാം തീയതി ജീവിതത്തിൽനിന്ന് സംതൃപ്തിയോടെ വിരമിച്ചു. ഏറെ

നിർണായകമാണ് ഈ സംഭവം. ഇതിന്റെ തുടർച്ചയായി 1967 ൽ, ഡി ഡി ടി വിരുദ്ധസമരത്തിൽ നാഴികക്കല്ലായിമാറിയ പരിസ്ഥിതിപ്രതിരോധ സഹായഫണ്ട് (The Enviornment Defence Fund) രൂപീകരണം. മാലി ന്യങ്ങളില്ലാത്ത ഒരു പരിസരത്തിനുവേണ്ടിയുള്ള പൗരന്റെ അവകാശ ത്തിനുവേണ്ടി നിയമപോരാട്ടം അതിന്റെ നേതൃത്വത്തിൽ 1972 ഓടെ അമേ രിക്കയിൽ ഡി ഡി ടിയുടെ ഉപയോഗം ഘട്ടഘട്ടമായി കുറച്ചുകൊണ്ടു വരൽ, 1973 ൽ നിരോധം. അതിനുമുമ്പ് 1970 ൽ നിക്സൻ ഭരണകൂടം Enviornmental Protection Agency (EPA) സ്ഥാപിക്കുന്നു. ഇതോടെ വന്യജീവിനാശത്തെക്കുറിച്ചും പരിസ്ഥിതി നേരിടുന്ന ഭീഷണികളെക്കു റിച്ചും ചിന്തിക്കാനും പ്രവർത്തിക്കാനും പ്രത്യേകമായ സംവിധാനം നില വിൽവന്നു. *സൈലന്റ് സ്പ്രിങ്ങിനെ* നിഴൽ EPA ഓളം നീണ്ടു എന്ന് പിന്നീടിത് വിലയിരുത്തപ്പെട്ടു. 1972 ൽ നിലവിൽവന്ന Federal Insecti- cide, Fungicide and Rodenticide Act ആണ് കാഴ്സൺ പ്രഭാവമായി വിലയിരുത്തപ്പെട്ട മറ്റൊരു സുപ്രധാന നിയമനിർമ്മാണം. അമേരിക്ക യിൽനിന്ന് ഇതിന്റെ അലകൾ ലോകം മുഴുക്കെ പരന്നു എന്ന് പ്രത്യേകം പറയേണ്ടതില്ല. തുടർന്ന് 2004 ൽ സ്റ്റോക്ക്ഹോം കൺവെൻഷൻ കാർഷികവിളകളിൽ ഡി ഡി ടി പ്രയോഗിക്കുന്നതു നിരോധിച്ചു. മല മ്പനി തടയാനുള്ള മാർഗ്ഗമെന്ന നിലയിൽ പല രാജ്യങ്ങളും ഡി ഡി ടി യുടെ ഉപയോഗം തുടർന്നെങ്കിലും കാഴ്സൺ മുന്നറിയിപ്പുനൽകിയതു പോലെ അതിനോടു പ്രതിരോധശേഷി കാട്ടുന്ന അനോഫിലസ് കൊതു കുകളുടെ എണ്ണത്തിലുണ്ടായ വൻ വർദ്ധനവ് വിമർശകർക്ക് വൻ ക്ഷീണമായി.

കാഴ്സണിന്റെ ഈ പുസ്തകത്തെ ഇത്തരം ഇതര രചനകളിൽ നിന്നു വ്യതിരിക്തമാക്കിനിർത്തുന്ന ഒരു കാര്യം കലർപ്പില്ലാത്ത ശാസ്ത്രീ യതയും, ശാസ്ത്രബോധവും നല്കുന്ന എല്ലുറപ്പും പേശീബലവുമാണ്. പരിസ്ഥിതിയെക്കുറിച്ച് എഴുതുന്നവരിൽ കാണാത്ത ഒരു കാര്യമാണിത്. പൊതുവെ കാൽപ്പനികരാണല്ലോ അവർ. പുസ്തകത്തിന്റെ ഓരോ പേജിലും ഇതു തുടിച്ചുനിൽക്കുന്നുണ്ടുതാനും. കൊച്ചുകുട്ടിയായിരുന്ന കാലംതൊട്ട് ആ രീതിയിൽ എഴുതിക്കൊണ്ടിരുന്ന ഒരു വ്യക്തിയാണ വർ. എന്നാൽ കലാശാലയിൽ തനിക്കു ലഭിച്ച ശാസ്ത്രവിദ്യാഭ്യാസവും ശാസ്ത്രഗവേഷണപരിചയവും പുസ്തകത്തെ ഈടുറ്റതാക്കാൻ ഏറെ സഹായിച്ചു. ഓരോ അധ്യായത്തിലും അതിന്റെ മുദ്രകൾ വേണ്ടുവോള മുണ്ട്. അതുകൊണ്ട് പുസ്തകത്തിനെതിരെയുള്ള വാദമുഖങ്ങളെ എല്ലാ കോടതിയും തള്ളി. അമേരിക്കൻ പ്രസിഡന്റുമാർക്കുപോലും അത് അംഗീകരിക്കാൻ നിർവ്വാഹമില്ലാതായി. കീടനാശിനിക്കമ്പനികൾ പത്തി മടക്കി. "കല്യാണം കഴിയാത്തതിന്റെ ദേഷ്യം തീർക്കാൻ കാണാൻ മോശ മല്ലാത്ത ഒരു പെണ്ണു കണ്ടെത്തിയ കുറുക്കുവഴി, കമ്യൂണിസ്റ്റുകാരി, ശാസ്ത്രത്തിന്റെ എ ബി സി ഡി അറിയാത്തവൾ" എന്നൊക്കെ ആക്ഷേ

പിച്ച് അരിശം തീർത്തു.

കേരളീയരായ നമുക്ക് പാഠമാകേണ്ട ചില കാര്യങ്ങൾ ഇതിൽ അട
ങ്ങിയിട്ടുണ്ടെന്നു തോന്നുന്നു. പൊതുവെ 'ശാസ്ത്രം' എന്നു കേൾക്കു
മ്പോൾതന്നെ പല പരിസ്ഥിതിവാദികൾക്കും അരിശം വരും. ഞങ്ങൾ
പറയുന്നതിനപ്പുറം എന്തുശാസ്ത്രം എന്ന കാഴ്ചപ്പാട്. പക്ഷേ, ശാസ്
ത്രീയമായ അടിത്തറയില്ലാതെ ഏതെങ്കിലും പ്രശ്നം അവതരിപ്പിച്ചാൽ
വിലപ്പോകുമോ എന്ന് ഇത്തരക്കാർ ചിന്തിക്കാറില്ല. നമ്മൾ ഇഷ്ടപ്പെ
ട്ടാലും ഇല്ലെങ്കിലും നിലവിൽ കോടതികളും സർക്കാരുകളും വിവേക
മതികളായ ആളുകളും ഇത്തരം ആധികാരികതകളാണ് അന്വേഷിക്കു
ന്നത്. ലോകത്ത് എവിടെയായാലും അതാണ് സ്ഥിതി? ഡൽഹി കേന്ദ്ര
മാക്കി പ്രവർത്തിക്കുന്ന Centre for Science and Environment ഉം ഡോ.
സുനിത നരെയ്നുമില്ലായിരുന്നെങ്കിൽ കാസർഗോഡെ എൻഡോസൾ
ഫാൻ പ്രശ്നത്തിന് സ്വീകാര്യത കിട്ടുമായിരുന്നോ? എൻമകഭെയിൽവന്ന്
അവർ നടത്തിയ സാമ്പിൾ ശേഖരണവും രക്തപരിശോധനയും തുടർ
പഠനങ്ങളുമില്ലായിരുന്നെങ്കിൽ പരിസ്ഥിതി പ്രവർത്തകരുടെ വാദങ്ങൾക്ക്
ആധികാരികത കിട്ടുമായിരുന്നോ? പിന്നീട് കോഴിക്കോട് മെഡിക്കൽ
കോളേജ് കമ്മ്യൂണിറ്റി മെഡിസിൻ വിഭാഗം അതു കുറേക്കൂടി മുന്നോട്ടു
കൊണ്ടു പോയി. കീടനാശിനിലോബിക്ക് അനുകൂലമായി നടന്ന പഠന
ങ്ങൾക്ക് തോൽവി സമ്മതിക്കേണ്ടിവന്നത് ഇതിന്റെയൊക്കെ അടിസ്ഥാന
ത്തിലായിരുന്നില്ലേ?

ശാസ്ത്രീയതയെന്നുവച്ച് പാരമ്പര്യമായ അറിവുകളെ നിഷേധിക്കേ
ണ്ടതില്ല.

ഇരുപതാം നൂറ്റാണ്ടിന്റെ പൊതുബോധത്തിൽ സൈലന്റ് സ്പ്രിങ്ങി
നോളം ആഘാതമേൽപിച്ച മറ്റൊരു പുസ്തകമില്ലെന്ന് ക്ലോഡ് അവൽ
വാരിസ് വിലയിരുത്തുന്നു. കാഴ്സൺ പുസ്തകമെഴുതിയ കാലത്ത് ഇന്ത്യ
യെപ്പോലുള്ള രാജ്യങ്ങൾ രാസകീടനാശിനികളെക്കുറിച്ച് കഷ്ടിച്ച് അറി
യാൻ തുടങ്ങയിട്ടേ ഉണ്ടായിരുന്നുള്ളൂ. എന്നാൽ മാതൃരാജ്യത്ത് എതിർപ്പു
യരാൻ തുടങ്ങിയപ്പോൾ പരസ്യങ്ങളുടെയും അവകാശവാദങ്ങളുടെയും
അകമ്പടിയോടെ ഇന്ത്യയിലും മറ്റ് മൂന്നാംലോക രാഷ്ട്രങ്ങളിലുമെത്താൻ
തുടങ്ങി. അറിവില്ലായ്മയും കീടനാശിനി നിരക്ഷരതയും കൂടിയായപ്പോൾ
ചെറിയ അളവിലുള്ള ഉപയോഗംതന്നെ കൂടുതൽ രൂക്ഷമായ പ്രശ്ന
ങ്ങൾ ക്ഷണിച്ചുവരുത്തി. ഹരിതവിപ്ലവം പച്ചപിടിച്ചതോടെ അവ കൃഷി
യുടെ അനുപേക്ഷണീയമായ ഘടകമായി മാറി. കീടനാശിനി ദുരന്ത
ങ്ങൾ നാടിന്റെ നാനാഭാഗങ്ങളിലുമുണ്ടായെങ്കിലും അവഗണിക്കപ്പെടു
കയോ കുറച്ചു കാട്ടപ്പെടുകയോ ചെയ്തു. സമഗ്രപഠനങ്ങളുടെ അഭാവം
പ്രശ്നങ്ങളെ രൂക്ഷതരമാക്കുന്നു. ജൈവകൃഷിയെക്കുറിച്ചുള്ള ആശയ
ങ്ങൾ ശക്തിപ്പെട്ടുകൊണ്ടിരിക്കുന്ന ഇക്കാലത്ത് ഇത്തരം ചിന്തകൾക്ക്
കരുത്തുപകരാനും 'വിമൂകവസന്തം' വിളംബരം ചെയ്യുന്ന സന്ദേശം
ഏറെ സഹായകമാകും. എല്ലാറ്റിലും പ്രധാനമായി കീടനിയന്ത്രണം എന്ന

തിനെ ഒറ്റപ്പെട്ട ഒരു പ്രശ്നമായി കാണാതെ നമ്മുടെ മണ്ണും, വായുവും വെള്ളവും കുന്നുകളും പുഴകളുമെല്ലാം നേരിടുന്ന കൂടുതൽ ഗുരുതര മായ പ്രതിസന്ധികളുടെ ഭാഗമായി അതിനെ വിലയിരുത്താൻ, നാടിന്റെ രക്ഷ ഉറപ്പുവരുത്താൻ, ആ രീതിയിലൊരു വികസനരീതിയെക്കുറിച്ച് കൂടുതലാലോചിക്കാൻ..... രക്തപരിശോധനയും തുടർപഠനങ്ങളുമില്ലാ യിരുന്നെങ്കിൽ പരിസ്ഥിതിപ്രവർത്തകരുടെ വാദങ്ങൾക്ക് ആധികാരികത കിട്ടുമായിരുന്നോ? പിന്നീട് കോഴിക്കോട് മെഡിക്കൽ കോളേജ് കമ്യൂ ണിറ്റി മെഡിക്കൽ വിഭാഗം അതു കുറേക്കൂടി മുന്നോട്ടുകൊണ്ടുപോയി. കീടനാശിനി ലോബിക്ക് അനുകൂലമായി നടന്ന പഠനങ്ങൾക്ക് തോൽവി സമ്മതിക്കേണ്ടിവന്നത് ഇതിന്റെയൊക്കെ അടിസ്ഥാനത്തിലായിരുന്നില്ലേ? ശാസ്ത്രീയത എന്നുവച്ച് പാരമ്പര്യമായ അറിവ്, അനുഭവങ്ങൾ തുടങ്ങി ഒന്നിനെയും നിഷേധിക്കേണ്ടതില്ല.

ഇരുപതാം നൂറ്റാണ്ടിന്റെ പൊതുബോധത്തിൽ *സൈലന്റ് സ്പ്രിങ്ങി* നോളം ആഘാതമേൽപ്പിച്ച മറ്റൊരു പുസ്തകം ഉണ്ടായിട്ടില്ലെന്ന് ക്ലോഡ് ആൽവാർസ് വിലയിരുത്തുന്നു. ഈ പരമ്പരയിൽപ്പെട്ട *Our Stolen Future* (1996) പോലുള്ള പുസ്തകങ്ങൾക്കും ഇതിന്റെ രചന വഴിവച്ചു എന്നും നിരീക്ഷിക്കുന്നു. വന്യജീവികളിൽ കീടനാശിനികൾ ഉണ്ടാക്കിയ ജന്മവൈകല്യങ്ങൾ ലൈംഗികവും പ്രത്യുല്പാദനപരവുമായ അപാകത കൾ തുടങ്ങിയവയെക്കുറിച്ച് വിസ്തരിച്ചു പ്രതിപാദിക്കുന്ന പുസ്തക മാണത്.

2

ജീവിതകഥ

റേയ്ച്ചൽ ലൂയ്സെ കാഴ്സൺ 1907 മെയ് 7-ാം തീയതി പെൻസിൽ വാനിയസിലെ അല്ലെഘെനി പുഴയോരത്ത് സ്പ്രിങ്റെയ്ൽ എന്ന സ്ഥല ത്തിനടുത്തായി ചെറിയൊരു കർഷക കുടുംബത്തിൽ ജനിച്ചു. ഏതാണ്ട് 26 ഹെക്ടറോളം വരുന്ന വിശാലമായ തോട്ടങ്ങൾക്കും വയലുകൾക്കു മിടയിലായിരുന്നു വീട്. ഈ മനോഹരമായ പ്രകൃതിയിൽ കളിച്ചുരസിച്ചും ജീവികളെയൊന്നും പ്രത്യേകമായി നിരീക്ഷിക്കാതെ അവയെ കണ്ടും കേട്ടും അനുഭവിച്ചും വളർന്നു. അങ്ങനെയങ്ങനെ അവയെക്കുറിച്ച് കഥ കളും മറ്റും എഴുതാൻ തുടങ്ങി. പ്രകൃതിദൃശ്യങ്ങൾ കടലാസിൽ പകർത്താൻ തുടങ്ങി. രചനകൾ സ്കൂൾ മാസികകളിൽ സ്ഥാനം പിടി ക്കാൻ തുടങ്ങി. പതിനൊന്നാം വയസ്സിൽ ആദ്യത്തെ കഥ *സെന്റ് നിക്കൊ ളാസ്* മാസികയിൽ പ്രസിദ്ധപ്പെടുത്തി. കുഞ്ഞു റേയ്ച്ചൽ ആ മാസിക യുടെ സ്ഥിരം വായനക്കാരിയായിരുന്നു.

തന്റെ വഴി എഴുത്തിന്റേതാണെന്ന് ആ കുട്ടിക്കാലത്തുതന്നെ റെയ് ച്ചൽ തിരിച്ചറിഞ്ഞു. പുസ്തകങ്ങളിൽ കാട്ടിയ അഭിനിവേശം അദ്ധ്യാപ കരുടെ പ്രത്യേക പരിഗണനകൾക്കു വിധേയമായി. അക്കാലത്ത് കുട്ടി കളുടെ പ്രിയപ്പെട്ട എഴുത്തുകാരായിരുന്ന ബിയാട്രിക്സ്പോട്ടർ, സ്ട്രാറ്റൻ പോർട്ടർ എന്നിവരുടെ രചനകൾ ആർത്തിയോടെ പാരായണം ചെയ്തു. സ്ട്രാറ്റൻ പോർട്ടർ നോവലുകളുടെ ശൈലിയിൽ ധാരാളം എഴുതി. അണ്ണാനും ഉറുമ്പും പൂമ്പാറ്റയും കുഞ്ഞുമുയലും മാനും കുറു ക്കനുമെല്ലാം കഥാപാത്രങ്ങളായുള്ള നിരവധി കഥകൾ നിരന്തരം പുറ ത്തുവന്നുകൊണ്ടിരുന്നു. എഴുത്തുമികവിന്റെ പേരിൽ ആ കുട്ടിയെ തേടി യെത്തിയ അംഗീകാരങ്ങൾക്ക് കൈയും കണക്കുമുണ്ടായിരുന്നില്ല.

സാഹിത്യമാണ് തന്റെ വഴിയെന്ന് ആ കുഞ്ഞെഴുത്തുകാരി തീരു

മാനിച്ച മട്ടായിരുന്നു. വളർച്ചയ്ക്കനുസരിച്ച് വായനയുടെ സ്വഭാവവും മാറിവന്നു. ഹെർമൻമെൽവിലും റോബർട്ട് ലൂയി സ്റ്റീവൻസണും ജോസഫ് കൊൺറാഡുമെല്ലാം ഇഷ്ടഗ്രന്ഥകാരന്മാരായി. മെൽവിലിന്റെ നോവലും കൊൺറാഡിന്റെ കഥകളും കടലിനോട് പ്രത്യേക ആകർഷണമുണ്ടാക്കി. ഇംഗ്ലീഷ്സാഹിത്യം മുഖ്യവിഷയമായെടുത്ത് തുടങ്ങിയ പഠനം ബയോളജിയിലേക്കു തിരിയാൻ ഒരുപക്ഷേ, ഇതാവാം കാരണം. ഇപ്പോൾ ചത്താം യൂണിവേഴ്സിറ്റി എന്ന് അറിയപ്പെടുന്ന പെൻസിൽ വാനിയ വിമെൻസ് കോളേജിലായിരുന്നു കലാലയ വിദ്യാഭ്യാസം. അധികം കൂട്ടുകാരില്ലാത്ത ഒരു വിദ്യാർത്ഥിയായിരുന്നു. പഠിക്കുമ്പോൾ സാമ്പത്തികവിഷമങ്ങൾ അനുഭവപ്പെട്ടിരുന്നു. 1929 ൽ ബിരുദം നേടിയ ശേഷം സമുദ്രജീവശാസ്ത്രലാബിൽ പരിശീലനം നേടി. ജോൺസ് ഹോപ്കിൻസ് സർവ്വകലാശാലയിൽ ചെന്ന് ജന്തുശാസ്ത്രവും ജനിത കശാസ്ത്രവും പഠിച്ചു. സമുദ്രവുമായുള്ള ബന്ധം ഒരു മറൈൻ ബയോള ജിസ്റ്റിന്റെ പിറവിയിലേക്ക് വഴിചൂണ്ടിയാവുകയായിരുന്നു. അതിനിടെ 1932 ൽ ജന്തുശാസ്ത്രത്തിൽ ബിരുദാനന്തരബിരുദം കരസ്ഥമാക്കി.

വിശാലമായ പറമ്പുകളൊക്കെയുണ്ടെങ്കിലും വീട്ടിലെ സാമ്പത്തിക സ്ഥിതി അത്ര ഗുണകരമായിരുന്നില്ല. ട്യൂഷൻ നടത്തിയും മറ്റുമാണ് പഠന ചെലവുകൾ നിർവ്വഹിച്ചിരുന്നത്. ഡോക്ടറേറ്റ് ചെയ്യാൻ ആഗ്രഹിച്ചെ ങ്കിലും കുടുംബത്തെ സാമ്പത്തികമായി സഹായിക്കാൻ പൂർണ്ണസമയ ജോലിസ്വീകരിച്ച് ഇടയിൽ കിട്ടിയസമയം മാത്രം പഠനകാര്യങ്ങളിൽ ശ്രദ്ധിക്കാൻ നിർബ്ബന്ധിതയാകുകയായിരുന്നു. കൂനിന്മേൽകുരു എന്ന പോലെ അതിനിടെ അച്ഛൻ മരിച്ചു (1935). അമ്മയ്ക്കു വയസായി. ചേച്ചി ക്ക് സാമ്പത്തികബാദ്ധ്യതകൾ നിറവേറ്റാൻവേണ്ട കഴിവില്ലായിരുന്നു.

ചില അഭ്യുദയകാംക്ഷികൾ തക്കസമയത്ത് സഹായത്തിനെത്തി. അവരുടെ സഹായത്തോടെ യു എസ് ഫിഷറീസ് ബ്യൂറോയിൽ എഴുത്തു കാരിയുടെ ജോലികിട്ടി. സാധാരണജനങ്ങൾക്ക് കടലിനെ പരിചയപ്പെടു ത്തുന്ന ഒരു റേഡിയോ പരിപാടിക്കുവേണ്ടി സ്ക്രിപ്റ്റുകൾ തയ്യാറാക്കുക യായിരുന്നു ചുമതല. വിദ്യാഭ്യാസപരിപാടിയാണ്. ശാസ്ത്രീയകാര്യങ്ങൾ കൃത്യമായി ഉൾപ്പെടുത്തണം. ശ്രോതാക്കളെ പിടിച്ചിരുത്തുംവിധം പരി പാടി ആകർഷകമാകണം. 'റൊമാൻസ് അണ്ടർ ദ വാട്ടേഴ്സ്' എന്ന ശീർഷകത്തിൽ, ഏഴു മിനിറ്റുവീതം നീണ്ടുനിൽക്കുന്ന അമ്പത്തിരണ്ട് എപ്പിസോഡുകളുടെ ചുമതല. സ്വന്തം കഴിവുകൾ പുറത്തെ വിശാല മായ ലോകത്തെ മാത്രമല്ല അകത്തെ ശാസ്ത്രപ്രതിഭകളെയും കാട്ടി മതിപ്പുനേടിയെടുക്കാൻ കിട്ടിയ ആദ്യത്തെ അവസരം. സംഗതി ഗംഭീര മായി. അധികൃതർക്കുതന്നെ വിശ്വാസമായില്ല. കാരണം, പലരും മാറി മാറി വന്നിട്ടും ശ്രോതാക്കളുടെ മതിപ്പുനേടാൻ കഴിയാതെ പോയ സംഭവ മാണ്. ഫിഷറീസ് ബ്യൂറോ കാഴ്സണിലൂടെ ഒരുപാടു സല്പേർ സമ്പാ ദിച്ചു.

സ്ക്രിപ്റ്റു തയ്യാറാക്കാൻ ഒരുപാടു മൗലികഗവേഷണം ചെയ്യേണ്ടി

വന്നു. കാഴ്സൺ ശരിക്കുമൊരു സമുദ്രശാസ്ത്രജ്ഞയായി മാറുകയായി
രുന്നു. ഇതിനെ ആധാരമാക്കി പത്രങ്ങളിലും മാസികകളിലും തുടരെ
ത്തുടരെ എഴുതി. കാല്പനികത കലർത്തി ശാസ്ത്രം കാവ്യസുന്ദരമായ
ഭാഷയിൽ എഴുതുന്ന ആ ശൈലി വായനക്കാർ ഏറെ ഇഷ്ടപ്പെട്ടു. മികച്ച
ഒരു ശാസ്ത്രസാഹിത്യരചയിതാവെന്ന നിലയിൽ റേയ്ച്ചൽ പെട്ടെന്നു
പേരെടുത്തു.

അങ്ങനെയിരിക്കെ ഫിഷറീസ് വിഭാഗത്തിലേക്ക് ഉന്നത ഉദ്യോഗ
സ്ഥരെ തിരഞ്ഞെടുക്കുന്നതിന് സിവിൽ സർവ്വീസ് പരീക്ഷ നടക്കാൻ
പോകുന്നു. 1936 ൽ നടന്ന പരീക്ഷയിൽ കാഴ്സൺ മറ്റ് ഉദ്യോഗാർത്ഥി
കളെയെല്ലാം പിന്നിലാക്കി ഒന്നാം സ്ഥാനത്തെത്തി. തുടർന്ന് അക്വാട്ടിക്
ബയോളജിസ്റ്റായി നിയമിതയായി. ആ സ്ഥാനത്തെത്തുന്ന രണ്ടാമത്തെ
വനിത എന്ന ബഹുമതിയും അവർ നേടിയെടുത്തു.

വിവരശേഖരണവും ഗവേഷണവും അപഗ്രഥനവും ഒപ്പം എഴുത്തും
– ഇതായിരുന്നു ജോലിയുടെ സ്വഭാവം. പരസ്പരപൂരകങ്ങളായ സർഗ്ഗാ
ത്മക പ്രവർത്തനങ്ങൾ. കൂട്ടത്തിൽ 'കടലിനടിയിലൂടെയുള്ള യാത്ര' (1937)
ഏറെ ശ്രദ്ധേയമായി. തുടർന്നെഴുതിയ ലേഖനങ്ങളും മറ്റും *കടൽക്കാറ്റി
നുകീഴെ* (Under The Sea Wind) എന്ന ആദ്യപുസ്തകമായി (1941) വിക
സിച്ചു. എന്നാണ് നിരൂപകരുടെ നല്ല വാക്കല്ലാതെ വില്പനയിൽ മെച്ച
മൊന്നുമുണ്ടായില്ല.

ഫിഷറീസ് ബ്യൂറോ ഇതിനകം മത്സ്യ-വന്യജീവി സേവനവിഭാഗ
മായി മാറിക്കഴിഞ്ഞിരുന്നു. അണുബോംബുണ്ടാക്കാനുള്ള മാൻഹാട്ടൻ
പ്രോജക്ടിന്റെ കാലമായിരുന്നതുകൊണ്ട് സാങ്കേതിക മേഖലയിലൊ
ഴികെ മറ്റു ഗവേഷണങ്ങൾക്കൊന്നും കാര്യമായി ഫണ്ടനുവദിക്കാത്ത
കാലം. *സൺ, നേച്ചർ* തുടങ്ങിയ മികച്ച പ്രസിദ്ധീകരണങ്ങളിൽ തുടരെ
ത്തുടരെ ഫീച്ചറുകൾ എഴുതിക്കൊണ്ടിരുന്നു. 1949 ൽ ഫിഷറീസ് വന്യ
ജീവി വകുപ്പിന്റെ മാസികയുടെ മുഖ്യപത്രാധിപയായി ചുമതലയേറ്റു.
അതിനകം ഹിരോഷിമയിലും നാഗസാക്കിയിലും അണുബോംബു വീണു
കഴിഞ്ഞു. അതിന്റെ ഞെട്ടൽ മാറും മുമ്പുതന്നെ ഡി ഡി ടിയുണ്ടാക്കിയ
ആരോഗ്യപ്രശ്നങ്ങളെക്കുറിച്ച് റിപ്പോർട്ടുകൾ വരാൻ തുടങ്ങി. ഒരു സഹ
പ്രവർത്തകയ്ക്കൊപ്പം ചേർന്ന് അതിനെക്കുറിച്ച് ലേഖനമെഴുതി പത്ര
ങ്ങൾക്കു കൊടുത്തെങ്കിലും അവഗണിക്കപ്പെടുകയാണുണ്ടായത്.

ഉദ്യോഗം രാജിവച്ച് പൂർണ്ണസമയ എഴുത്തുകാരിയായി മാറാൻ കാഴ്
സൺ ആലോചിക്കുകയായിരുന്നു. രണ്ടാമതൊരു പുസ്തകത്തെക്കുറി
ച്ചുള്ള ആലോചനയിലായിരുന്നു ആ സമയം. കടലിന്റെ ജീവിതകഥ തയ്യാ
റാക്കുന്നതിനെക്കുറിച്ച് ഓക്സ്ഫെഡ് യൂണിവേഴ്സിറ്റി പ്രസ് നിർദേശ
മുന്നയിക്കുകയുണ്ടായി. എന്നാൽ ഈ ലേഖനപരമ്പരകൾ പുസ്തക
മാക്കും മുമ്പ് മികച്ച പ്രസിദ്ധീകരണങ്ങളിൽ വരണമെന്ന ആഗ്രഹം നട
ന്നില്ല. *ജ്യോഗ്രഫിക് മെഗസിൻ* അടക്കം പതിനഞ്ചോളം ആനുകാലിക
ങ്ങൾ അവ നിരാകരിച്ചു എന്നാണ് പറഞ്ഞുകേൾക്കുന്നത്. അവസാനം

സയൻസ് ഡൈജസ്റ്റിലും മറ്റും ചില ഭാഗങ്ങൾ വന്നു. *The Sea Around Us* എന്ന പേരിൽ (1951) പുസ്തകരൂപത്തിൽ വന്നപ്പോൾ വൻ ശ്രദ്ധ പിടിച്ചുപറ്റി. ഒരു കൊല്ലംകൊണ്ട് രണ്ടരലക്ഷത്തിലേറെ കോപ്പികൾ വിറ്റ ഴിഞ്ഞു. നിരൂപകരും കൊണ്ടാടി. ഒറ്റരാത്രികൊണ്ട് കാഴ്സൺ ഏറ്റവും മികച്ച എഴുത്തുകാരുടെ നിരയിലെത്തി. ശാസ്ത്രരചനകൾക്കുള്ള നിര വധി പുരസ്കാരങ്ങൾക്ക് അർഹയായി. *ന്യൂയോർക്ക് ടൈംസിന്റെ* ലിസ്റ്റിൽ 6 ഏറ്റവും വിൽപ്പനയുള്ള പുസ്തകമായി 86 ആഴ്ചകളോളം സ്ഥാനം പിടിച്ചു. മുമ്പ് നിരസിച്ച *റീഡേഴ്സ് ജൈജസ്റ്റ്* 'സംഗ്രഹിത പുസ്തക'മായി പ്രസിദ്ധീകരിച്ച് അത് ലോകമെങ്ങുമെത്തിച്ചു. പിന്നീട് 1952 ലെ നാഷണ ണൽ ബുക്ക് അവാർഡ് നേടി. തുടർന്ന് നിരവവധി ഓണററി ഡോക്ടറേ റ്റുകൾ ഗ്രന്ഥകർത്രിയെ തേടിയെത്തി. തുടർന്നുവന്ന *Under The Sea Wind* ന്റെ പുതിയ പതിപ്പും വില്പനയിൽ ചരിത്രം സൃഷ്ടിച്ചു. രണ്ടി ന്റെയും റേഡിയോ ഫിലിം രൂപാന്തരങ്ങളും പുറത്തിറങ്ങി.

1952 ൽ ജോലി രാജിവെച്ച് പൂർണ്ണസമയ എഴുത്തുകാരിയായി. 1953 ൽ അമ്മയോടൊപ്പം മെയ്നെയിലെ സൗത്ത് പോർട്ട് ദ്വീപിൽ താമസമാ യി. ആ വർഷം തന്നെക്കാൾ പ്രായമുള്ള ഡോ. റോത്തിഫ്രീമാൻ (1998 –1978) എന്ന സ്ത്രീയുമായി ഉറ്റ സൗഹൃദത്തിലായി. ജീവിതാവസാനം വരെ അതു നീണ്ടുനിന്നു. ഫ്രീമാൻ തന്റെ പുത്രനിലൂടെ വായിച്ച *ദ സീ എറൗണ്ട് അസ്* ആ ബന്ധത്തിന് അസ്തിവാരമിടുകയായിരുന്നു. കാഴ് സണും ഫ്രീമാനും നടത്തിയ എഴുത്തുകുത്തുകൾ പ്രസിദ്ധമാണ്.

1953 ആദ്യം അത്ലാന്റിക് തീരത്തിന്റെ പരിസ്ഥിതിശാസ്ത്രത്തെക്കു റിച്ച് ഗവേഷണമാരംഭിക്കുന്നു. കടൽ ഗ്രന്ഥ ത്രയത്തിലെ മൂന്നാമതു രചന യായ *The Edge of the Sea* പൂർത്തിയാക്കുകയായിരുന്നു ലക്ഷ്യം. സമു ദ്രതീര ആവാസവ്യവസ്ഥയെക്കുറിച്ചെല്ലാം അവർ ഗവേഷണം നിർവ ഹിച്ചു. 1957 ൽ മരിച്ചുപോയ സഹോദരിയുടെ രണ്ടുകുട്ടികളിലൊരാളുടെ അകാല മൃത്യു ഏറെ ദുഃഖമുണ്ടാക്കി. ഇവരുടെ അനാഥനായ പുത്രന്റെ സംരക്ഷണം പൂർണ്ണമായും കാഴ്സണന്റെ ചുമതലയിലായി. തുടർന്ന് ആ വർഷം മെരിലാന്റിലെ സിൽവർ സ്പ്രിങ്ങിലേക്കു താമസം മാറ്റി.

ആ വർഷംതന്നെ രാജ്യത്തിന്റെ ഫെഡറൽ സംവിധാനം ഡി ഡി റ്റി യും മറ്റു കീടനാശിനികളും വ്യാപകമായി തളിക്കാൻ അനുമതിനൽകി. കാഴ്സൺ അതീവ ശ്രദ്ധയോടെ അതിനെക്കുറിച്ചു പഠിക്കാൻ തുടങ്ങി. തീയുറുമ്പുകളുടെ ഉന്മൂലനാശം ലക്ഷ്യമാക്കി അവ ഉപയോഗിക്കാൻ തുട ങ്ങിയതോടെ വിഷനിർമ്മാണം കുതിച്ചുയർന്നു. തുടർന്നുള്ള ജീവിതം രാസകീടനാശിനികളുടെ അമിതോപയോഗം മൂലമുണ്ടാകുന്ന പരിസ്ഥിതി പ്രശ്നങ്ങളിലും അതുയർത്തുന്ന ഭീഷണികളിലും കേന്ദ്രീകരിക്കാൻ തീരുമാനമെടുത്തു. ഈ പുസ്തകത്തിന്റെ കഴിഞ്ഞ അദ്ധ്യായത്തിൽ ചർച്ചചെയ്ത സംഭവങ്ങൾ തുടർന്ന് ഉണ്ടാകുന്നു. അതായത് പിന്നീട് *Silent Spring* എന്ന പുസ്തകമായിത്തീർന്ന ഒരു പ്രോജക്ടിന്റെ ആരംഭം. *ന്യൂസ്വീക്കിന്റെ* ലേഖകനായ എഡ്വിൻ ഡയമണ്ടുമായി

ചേർന്ന് എഴുതാനായിരുന്നു ആദ്യ തീരുമാനം. എന്നാൽ പിന്നീട് ദ ന്യൂയോർക്കർ അത്തരമൊരു സുദീർഘമായ പ്രബന്ധത്തിന് സാമ്പ ത്തികസഹായം വാഗ്ദാനം ചെയ്തപ്പോൾ കാഴ്സണത് ഒറ്റയ്ക്കു ഏറ്റെ ടുത്തു. ശാസ്ത്രസമൂഹത്തിന്റെ മുക്തകണ്ഠമായ സഹായം കിട്ടി. കീട നാശിനി കമ്പനികളുടെ എതിർപ്പ് മുൻകൂട്ടിക്കണ്ട് ഏറ്റവും ആധികാരിക മായ വിവരങ്ങൾ മാത്രം ശേഖരിക്കാനുള്ള ശ്രമം ഈ കൂട്ടായ്മയിലൂടെ വിജയം കണ്ടു. ശാസ്ത്രസ്ഥാപനങ്ങൾ 'രഹസ്യ'മാക്കിവച്ച സുപ്രധാന വിവരങ്ങൾപോലും ആ രീതിയിൽ ശേഖരിക്കാൻ കഴിഞ്ഞു.

ദ നാഷണൽ ഇൻസ്റ്റിറ്റ്യൂട്ട് ഓഫ് ഹെൽത്ത്കേന്ദ്രവും കീടനാശിനി കളും തമ്മിലുള്ള ബന്ധത്തെക്കുറിച്ച് അവർക്കറിയാൻ കഴിഞ്ഞ പല വിവരങ്ങളും അവരുടെ റിസർച്ച് പേപ്പറുകളിലൂടെ കാഴ്സണു കൈമാറി. അതിനിടയിൽ സ്വയം സ്തനാർബുദചികിത്സയ്ക്കുവിധേയയാകുകയും അതിന്റെ പ്രശ്നങ്ങൾ നേരിട്ടനുഭവിച്ചറിയുകയും ചെയ്തു. (ഗ്രന്ഥകർത്രി യെ ബാധിച്ച അർബുദരോഗത്തിന് കീടനാശിനികളുമായി ബന്ധമുണ്ടാ യിരുന്നെന്ന് തെറ്റിദ്ധരിച്ചേക്കരുത് എന്ന് ഈ സന്ദർഭത്തിൽ ഓർമ്മപ്പെടു ത്തട്ടെ). ഏതായാലും രോഗവും ചികിത്സയും ഗവേഷണം ഏറെ വൈകാൻ കാരണമായി.

പുസ്തകം എത്രയും വേഗത്തിലും ഏറെ ആകർഷകമായും ഇറ ങ്ങാൻ പിന്നീട് അവരുടെ ആത്മമിത്രം കൂടിയായിത്തീർന്ന മേരി റോഡെൽ എനലിറ്റി ഏജന്റ് ഏറെ സഹായിച്ചു. അമേരിക്കയിലും യൂറോ പ്പിലും ഏതു പുസ്തകത്തിന്റെയും വിജയം ഏതാണ്ട് പൂർണ്ണമായും ലിറ്ററി ഏജന്റിന്റെ കൈയിലാണ് കിടക്കുന്നത്. അവർ നിർദ്ദേശിക്കുന്ന രീതിയിൽ തിരുത്തുകയും മാറ്റിയെഴുതുകയുമൊക്കെ ചെയ്യേണ്ടിവരും. വലിയ എഴുത്തുകാർക്കുപോലും അതു ചിലപ്പോൾ അംഗീകരിക്കേണ്ട തായി വരും. പുസ്തകത്തിന്റെ ശീർഷകം എന്തായിരിക്കണമെന്നതിനെ ക്കുറിച്ച് ഏറെ ചർച്ച നടന്നു. പക്ഷികളെക്കുറിച്ചുള്ള അദ്ധ്യായത്തിനു നൽകിയ ശീർഷകം അവസാനം പുസ്തകത്തിനു നൽകാമെന്ന ലിറ്ററി ഏജന്റിന്റെ ആശയം ഗ്രന്ഥകാരിക്കും സ്വീകാര്യമായി. ഗ്രന്ഥവിഷയ ത്തിനുചേർന്ന ഒന്നാന്തരമൊരു രൂപകമാകുമതെന്ന് അവർക്കും തോന്നി. പ്രകൃതിക്കാകമാനം സംഭവിക്കാനിടയുള്ള ഒരു ദുരന്തത്തെക്കുറിച്ചുള്ള മുന്നറിയിപ്പ് അത് ഉൾക്കൊള്ളുന്നുണ്ടല്ലോ. എഡിറ്റർ പോൾ ബ്രൂക്ക്സ് നിർദ്ദേശിച്ച രണ്ടു ചിത്രകാരന്മാർ ലുയിസും ലോയിസ് ഡാർലിങ്ങും സ്കെച്ചുകളൊരുക്കി. പതിനേഴധ്യായങ്ങളുടെയും തുടക്കത്തിൽ വിഷയ ത്തെക്കുറിച്ച് ഉൾക്കാഴ്ച നൽകുന്നരീതിയിൽ അവ ചേർത്തിരിക്കുന്ന തുകാണാം. ആദ്യ അധ്യായം ഏറ്റവുമവസാനം എഴുതിച്ചേർത്തു – ഏറെ ഗൗരവമാർന്ന പിന്നീടങ്ങോട്ടുള്ള ഭാഗങ്ങൾക്ക് കാല്പനികവും കവിതാ മയവുമായ തുടക്കം!

പുസ്തകമിറങ്ങുംമുമ്പ് അതിന്റെ സംഗ്രഹം ദ ന്യൂയോർക്കറിൽ പ്രസിദ്ധപ്പെടുത്തിയത് വില്പനയെ ഏറെ സഹായിച്ചു. ദ ന്യൂയോർക്ക

റിൽ വന്നപ്പോൾതന്നെ കീടനാശിനിക്കമ്പനികൾ ഏറെ കോലാഹലമു യർത്തിയത് പ്രശ്നം കൂടുതൽ സജീവമായി പൊതുജനങ്ങളിലെത്തി ക്കാൻ സഹായിച്ചു. പല പ്രസിദ്ധീകരണങ്ങളും പുസ്തകത്തിനനുകൂല മായി എഡിറ്റോറിയലുകൾ എഴുതി. പുസ്തകം വായിക്കാത്തവരും അതിന്റെ ഉള്ളടക്കത്തെക്കുറിച്ചു ബോധവാന്മാരായി. കീടനാശിനിലോബി കളുടെ പ്രതിഷേധം വിപരീതഫലമുണ്ടാക്കി.

റേച്ചൽ ഈ സമയമെല്ലാം രോഗത്തോടുമല്ലടിക്കുകയായിരുന്നു. പൊതുവേദികളിൽ വിചാരിച്ചപോലെ പ്രത്യക്ഷപ്പെടാൻ കഴിയാതായി. എങ്കിലും പ്രസിഡന്റ് കെന്നഡിയുടെ സയൻസ് അഡ്വൈസറിക്കമ്മിറ്റി ക്കുമുമ്പിൽച്ചെന്ന് തെളിവുനൽകി. കമ്മിറ്റി അവരുടെ കണ്ടെത്തലുകളെ ഏതാണ്ട് പൂർണ്ണമായിത്തന്നെ അംഗീകരിച്ചു. ആ രീതിയിൽ റിപ്പോർട്ടു (1963 മെയ് 15) വന്നതിനെത്തുടർന്ന് സെനറ്റു കമ്മിറ്റിക്കുമുമ്പിൽ ഹാജ രായി. ആരോഗ്യനില വഷളായതിനെത്തുടർന്ന് നൂറുകണക്കിനു പരിപാടി കൾ ഒഴിവാക്കേണ്ടിവന്നു. എങ്കിലും ചികിത്സയ്ക്കിടയിൽ കിട്ടിയ ഇട വേളയിൽ പുസ്തകത്തിന്റെ പ്രസക്ത ഭാഗങ്ങൾ റേഡിയോയിൽ വായി ച്ചു. ഏതാണ്ട് ഒന്നരക്കോടി ശ്രോതാക്കളെങ്കിലും അതു കേട്ടിരിക്കണ മെന്നാണ് കണക്ക്. പ്രസിഡന്റിന്റെ ശാസ്ത്ര ഉപദേശകരെ ഏറെ സ്വാധീ നിച്ചത് ഈ ജനവികാരമായിരുന്നു. എതിർപ്പുകൾ ഏതാണ്ട് പൂർണ്ണ മായും അവസാനിച്ചുകഴിഞ്ഞിരുന്നു.

വികിരണചികിത്സയും രാസചികിത്സയും ക്ഷീണിപ്പിച്ച ശരീരത്തിൽ ശ്വസനപഥത്തെ ബാധിക്കുന്നതരം വൈറസുകൾ പതുക്കെ ആധിപത്യ മുറപ്പിക്കുകയായിരുന്നു. ഒപ്പം കടുത്ത അനീമിയയും. അർബ്ബുദകോശ ങ്ങൾ അതിനകം കരളിലേക്കു പടർന്നുകഴിഞ്ഞിരുന്നു. അന്ത്യം ഏപ്രിൽ 14-ാം തീയതി ഹൃദയാഘാതത്തെത്തുടർന്നുണ്ടായി.

കാഴ്സൺ എഴുതിയ പ്രബന്ധങ്ങളും മറ്റു രേഖകളും ഇപ്പോൾ യേൽ സർവകലാശാലയുടെ സ്വത്താണ്. കാഴ്സണുകിട്ടിയ ആയിരക്കണ ക്കിനു കത്തുകൾ മേരി റോഡൽ പരിശോധിച്ചശേഷം അതിന്റെ ഉടമ കൾക്ക് തിരിച്ചയച്ച് അവരുടെ അംഗീകാരം ലഭ്യമാക്കിയശേഷം മാത്രം സർവ്വകലാശാലയെ ഏല്പിച്ചു.

കൂട്ടത്തിൽ, പുസ്തകമാക്കി വികസിപ്പിക്കാനുദ്ദേശിച്ച് കാഴ്സൺ തയ്യാറാക്കിവച്ച ഒരു കുറിപ്പ് ശ്രദ്ധേയമായിരുന്നു: ലോകമെങ്ങുമുള്ള കുട്ടി കളുടെ രക്ഷിതാക്കളെ ഉദ്ദേശിച്ച് എഴുതിയ ഒന്ന് – പ്രകൃതിയുമായി ബന്ധ പ്പെടുമ്പോൾ കിട്ടുന്ന അവസാനമില്ലാത്ത ആഹ്ലാദങ്ങളെക്കുറിച്ച് അവർ മുതിർന്നവരോടു സംസാരിച്ചു. "ഭൂമിക്കും സമുദ്രത്തിനും ആകാശത്തിനു മായി സ്വയം സമർപ്പിക്കുന്ന ആർക്കും അത് ആവോളം ആസ്വദിക്കാം!"

മരണശേഷം പുറത്തുവന്ന രചനകൾ: *എന്നെന്നും റേയ്ച്ചൽ (Always Rachel)* (കത്തുകൾ), *നഷ്ടപ്പെട്ട മരക്കൂട്ടങ്ങൾ; കാഴ്സന്റെ അപ്രകാശിത രചനകൾ (Lost Woods: The Discovered Works of Rachel Carson)*.

3

ഭാവിലോകത്തിന് ഒരു മുന്നറിയിപ്പ്

വരൂ, നമുക്ക് യാത്രയാരംഭിക്കാം.

അമേരിക്കയുടെ ഹൃദയഭാഗത്ത് ഒരു പട്ടണമുണ്ടായിരുന്നു. അവിടെ ജീവികളെല്ലാം അവയുടെ ചുറ്റുപാടുകളോട് ഇണങ്ങി ജീവിക്കുന്ന തായി തോന്നിയിരുന്നു. സമ്പദ്സമൃദ്ധമായ ഒരു പാടശേഖരമൊരു ക്കിയ ചതുരംഗക്കള്ളികൾക്കു നടുവിലാണ് ഈ പട്ടണം സ്ഥിതി ചെയ്തിരുന്നത്. ഇവിടെ വയലുകളിൽ ധാന്യം വിളഞ്ഞു. ഇവയുടെ കുന്നിൻചെരിവുകളിൽ ഫലപുഷ്ടത്തോപ്പുകൾ സമൃദ്ധിചൂരത്തി. വസന്തഋതുവിൽ പച്ചയണിയുന്ന പാടശേഖരങ്ങളിൽ ഐശ്വര്യ ത്തിന്റെ അരുണമേഘങ്ങൾ ഒഴുകിനടന്നു. ശരത്ക്കാലദിനങ്ങളിൽ ഓക്കും ബിർച്ചും മേപ്പിളും ഒരുക്കിയ വർണ്ണജാലകൾ പൈൻമര ങ്ങളുടെ പശ്ചാത്തലശോഭയിൽ അഗ്നിനാളങ്ങളായി ഇളകിയാടി. കുന്നുകളിൽ കുറുക്കന്മാർ ഓലിയിട്ടു. ശിശിരകാല പുലരികളിൽ മൂടൽമഞ്ഞിൽ ശരീരം പാതിമറച്ച് ഇളംമാനുകൾ ഒച്ചയുണ്ടാക്കാതെ വയലുകൾ മുറിച്ചുകടന്ന് നടന്നുപോയി.

വിമൂകവസന്തത്തിന്റെ ആമുഖാദ്ധ്യായം ഈ രീതിയിൽ ശാലീന സുന്ദരമായ ഒരു നാട്ടിൻപുറത്തെ വായനക്കാർക്കു പരിചയപ്പെടുത്തി ക്കൊണ്ട് ആരംഭിക്കുന്നു. തികച്ചും കാല്പനികവും വൈകാരികത നിറ ഞ്ഞുനില്ക്കുന്നതുമായ ഒരു തുടക്കം. ഈ നാട്ടിൻപുറത്ത് പാതയോര ങ്ങളിൽ എന്നും പൂക്കാലമായിരുന്നു. ലോറൽ, ആൽഡർ ഹബിർനം – പിന്നെ പേരറിയാത്ത പലതരം കാട്ടുപൂക്കൾ വേറെയും. ശിശിരകാല ദിനങ്ങളിൽപോലും ഇവിടെ നിത്യവും പൂവിരിഞ്ഞു. പക്ഷികൾ പാടി. കണ്ണാടിപോലെ സുതാര്യമായ അരുവിപ്പരപ്പിൽ മത്സ്യങ്ങൾ തുടിച്ചുകളി ച്ചു. ചെടികളുടെ മാത്രമല്ല, പക്ഷികളുടെ എണ്ണത്തിലും തരത്തിലുമെല്ലാം

അങ്ങേയറ്റത്തെ വൈവിധ്യമുണ്ടായിരുന്നു. തുമ്പികൾക്കും മറ്റു ചെറു പ്രാണികൾക്കും ഒരു പഞ്ഞവുമില്ലായിരുന്നു. നിരീക്ഷണകുതുകികളായ സഞ്ചാരികൾ ദൂരദേശങ്ങളിൽനിന്നുപോലും എത്തുമായിരുന്നു. മുഴുത്ത ട്രൗട്ട് മീനുകൾക്ക് പേരുകേട്ടതായിരുന്നു ഈ നാട്ടിലെ തണ്ണീർത്തടങ്ങൾ.

അങ്ങനെയിരിക്കെ എല്ലാറ്റിലും മാറ്റം കാണാൻ തുടങ്ങി. വിചിത്ര മെന്നു പറയാവുന്ന ഒരു വാട്ടം പ്രകൃതിയിലേക്കു പടർന്നുകയറാൻ തുട ങ്ങി. ഏതോ മന്ത്രവാദിനിയുടെ വശീകരണത്തിന് നാട് അടിമപ്പെട്ടതു പോലെയായി. പേരറിഞ്ഞുകൂടാത്ത ഒരു രോഗംകൊണ്ട് കോഴികൾ ചത്തുവീണു. ആടുകളും മാടുകളും പിടഞ്ഞുമരിച്ചു. മരണത്തിന്റെ നിഴൽ എങ്ങും പടർന്നു. വീടുകളിൽ ഏറിവന്ന രോഗികളെക്കുറിച്ചായി ഗ്രാമീണരുടെ സംസാരം. പുതിയ വ്യാധികളുടെ പൊരുളറിയാതെ പട്ടണ ങ്ങളിലെ ഡോക്ടർമാർ മിഴിച്ചുനിന്നു. വിശദീകരണം നല്കാനാവാത്ത തരത്തിലുള്ള ആകസ്മികമരണങ്ങൾ അങ്ങനെ ആവർത്തിച്ചുകൊണ്ടി രുന്നു. മുതിർന്നവർ മാത്രമല്ല, നിഷ്കളങ്കരായ കുട്ടികൾപോലും ഈവിധം മരിച്ചുവീണുകൊണ്ടിരുന്നു. കളിച്ചുകൊണ്ടിരിക്കുന്ന ഒരു കുട്ടി പെട്ടെന്ന് കുഴഞ്ഞുവീഴും. മണിക്കൂറുകൾക്കകം ജീവൻപോകും. പക്ഷികളുടെ കാര്യം പറഞ്ഞാൽ, ഒരുദിവസം പെട്ടെന്ന് അവയെല്ലാം എവിടെപ്പോയി അപ്രത്യക്ഷമായി? പലപ്പോഴും എവിടെയെങ്കിലും ഒന്നിനെകണ്ടാൽ ജീവൻപോയിക്കൊണ്ടിരുന്ന അവസ്ഥയിലായിരിക്കും. ചിറകുവിടർത്തി മേൽപ്പോട്ടുയരാനാകാതെ അവയുടെ ശരീരം നിർത്താതെ വിറകൊണ്ടി രിക്കും. ശബ്ദങ്ങളില്ലാത്ത വസന്തമായിരുന്നു അത്. റോബിനുകളും പൂച്ച ക്കിളികളും മാടത്തകളും തത്തകളും പലതരം ചെറുകുരുവികളുമെല്ലാം ചേർന്നുകൊഴുപ്പിച്ച കച്ചേരികൾകൊണ്ട് മുഖരിതമായിരുന്ന പ്രഭാതങ്ങൾ ഇപ്പോൾ തീർത്തും ശബ്ദരഹിതമായിരിക്കുന്നു. പാടങ്ങളിലും പറമ്പു കളിലും വനങ്ങളിലും ചതുപ്പുകളിലുമെല്ലാം ഇപ്പോൾ ശ്മശാന നിശ്ശ ബ്ദതമാത്രം!

നോക്കൂ, ദുരിതങ്ങൾക്ക് ഒരവസാനവുമില്ല. ഫാമുകളിൽ പിടക്കോഴി കൾ അടയിരുന്നു. എന്നാൽ മുട്ടവിരിഞ്ഞ് കുഞ്ഞുങ്ങൾ പുറത്തുവന്നില്ല. പന്നികളെ പോറ്റാൻ കഴിയാതായെന്ന് കർഷകർ ആവലാതിപ്പെട്ടു. പെറ്റു വീഴുന്നത് വളർച്ചയെത്താത്ത കുഞ്ഞുങ്ങൾ. ഏതാനും ദിവസംകൊണ്ട് അവ അന്ത്യശ്വാസം വലിക്കും. ആപ്പിളും മുന്തിരിയും പൂക്കുന്നുണ്ട്. എന്നാൽ മധുവുണ്ണാൻ തേനീച്ചകളെത്തിയിട്ടുവേണ്ടേ അവയിൽ കായ്ഫല മുണ്ടാകാൻ? തീപടർന്നുപിടിച്ചപോലെ പാതവക്കിലെ സകലസസ്യപ്പടർ പ്പും കരിഞ്ഞുപോയിരിക്കുന്നു. ഇവിടെയുമില്ല ഒരു ശബ്ദവും. ജീവനുള്ള തെല്ലാം സ്ഥലംവിട്ടിരിക്കുന്നു. മത്സ്യങ്ങൾ പുളച്ചിരുന്ന സരസ്സുകൾ പോലും ശൂന്യം. ചൂണ്ടക്കാർ വരാറേയില്ല. എന്തിനുവരുന്നു മീനുകളെല്ലാം ചത്തുപോയില്ലേ? അങ്ങനെയിരിക്കെ ഓവുചാലുകളിലും തിട്ടകൾക്കു താഴെയും മേൽക്കൂരകൾക്കു മുകളിലും ഒരു വെളുത്തപൊടിയുടെ അവ ശേഷിപ്പുകൾ കാണായി. കുറേയാഴ്ചമുമ്പ് മഞ്ഞുപൊടിയുംപോലെ ഇത്

മേൽക്കൂരകളിലും പറമ്പുകളിലും ജലസ്രോതസുകളിലുമെല്ലാം ആകാശ
ത്തുനിന്നു പൊഴിഞ്ഞുവീഴുകയുണ്ടായി. 'മരുന്നു' പീച്ചിക്കൊണ്ട് ഹെലി
ക്കോപ്റ്ററുകൾ കടന്നുപോയ ദിവസങ്ങളായിരുന്നു അവ....

ഇതു വായിക്കുമ്പോൾ കേരളത്തിലുള്ളവർ കാസർഗോഡെ എമ്മ
ഗജെ എന്ന നാട്ടിൻപുറത്തെയും പരിസരപ്രദേശങ്ങളെയും ഓർത്തു
പോവുക സ്വാഭാവികം. ഇവിടെയും നാട്ടിൻപുറങ്ങൾക്കുമുമ്പിൽ ഹെലി
കോപ്റ്ററുകൾ ഇരമ്പിപ്പറന്നു. ഇവിടെയത് കശുമാവിൻതോപ്പുകൾക്കു
മുകളിലായിരുന്നു. ഡി ഡി ടിക്കുപകരം എൻഡോസൾഫാനായിരുന്നു.
രണ്ടിടത്തും സ്ത്രീകളും കുട്ടികളും വൃദ്ധന്മാരും അവരുടെ വളർത്തു
മൃഗങ്ങളും രോഗികളായി. മണ്ണിലും വെള്ളത്തിലും മനുഷ്യരുടെ രക്ത
ത്തിലും കീടനാശിനി അടിഞ്ഞുകൂടി ദുരിതം വിതച്ചുകൊണ്ടിരുന്നു.

എന്നാൽ, റെയ്ച്ചൽ കാഴ്സൺ മുകളിൽപ്പറഞ്ഞപോലെ അവതരി
പ്പിച്ച അങ്ങനെയൊരു സ്ഥലം യഥാർത്ഥത്തിൽ ഉണ്ടായിരുന്നില്ല.
ആസന്നമായ വിപത്തിനെക്കുറിച്ച് അന്നത്തെ അനുഭവങ്ങൾവച്ച് മുന്നറി
യിപ്പുനല്കുകയായിരുന്നു അവർ. എന്നാൽ ഈ സാങ്കല്പികദേശവും
എമ്മഗജെയും തമ്മിൽ കഷ്ടിച്ച് ഇരുപത്തിഅഞ്ചുവർഷത്തിന്റെ ദൂര
വ്യത്യാസം മാത്രമേ ഉണ്ടായിരുന്നുള്ളൂ. "നാളേക്കുവേണ്ടി ഒരു പഴങ്കഥ"
എന്ന അദ്ധ്യായം ഇങ്ങനെയാണ് അവസാനിക്കുന്നത്.

ഞാനിപ്പറഞ്ഞ നിർഭാഗ്യങ്ങളെല്ലാം അനുഭവിച്ച ഒരു ദേശം ലോക
ത്തിലെവിടെയെങ്കിലും ഉള്ളതായി എനിക്കറിഞ്ഞുകൂടാ. അതേ
സമയം ഈപറഞ്ഞ വിപത്തുകൾ ഓരോന്നും ലോകത്തിന്റെ
ഏതെങ്കിലും കോണിൽ സംഭവിച്ചിട്ടുണ്ടെന്ന് ഉറപ്പായി പറയാൻ
കഴിയും. പല സമൂഹങ്ങളും ഇതിനിരയായിത്തീർന്നിട്ടുണ്ട്.
ഇരുണ്ട ഒരു ഭൂതം നാമറിയാതെ നമ്മുടെമേൽ ചാടിക്കയറിക്കഴി
ഞ്ഞു. ഭാവനയിലെ ഈ ദുരന്തസങ്കല്പം നാമേവരുമറിയുന്ന
മൂർത്ത യാഥാർത്ഥ്യമായിമാറാൻ ഇനി അധികകാലം വേണ്ട.

ഈ രീതിയിൽ അമേരിക്കയിലെ എത്രയോ നഗരങ്ങളിൽ വസന്ത
ത്തിന്റെ ശബ്ദങ്ങളെ നിശ്ശബ്ദമാക്കിയത് ആരാണ്? അത് വിശദീകരി
ക്കുന്നതിനുള്ള സംരംഭമായിരുന്നു *നിശ്ശബ്ദവസന്തം* എന്ന പുസ്തകം.

'സഹിക്കാൻ ബാദ്ധ്യതയുള്ളവർക്ക് അറിയാൻ അവകാശമുണ്ട്'
എന്ന ജീൻറൊസ്റ്റാന്റിന്റെ വാക്കുകൾ ഉദ്ധരിച്ചുകൊണ്ടാണ് കീടനാശിനി
കളുടെ പേരിൽ പാവപ്പെട്ട മനുഷ്യർ സഹിക്കേണ്ടിവരുന്ന ദുരിതങ്ങളെ
ക്കുറിച്ചുള്ള അദ്ധ്യായം അവസാനിക്കുന്നത്.

ജീവന്റെ ചരിത്രംതൊട്ട് അതാരംഭിക്കുന്നു. പ്രകൃതിയിലുണ്ടായ
തെല്ലാം പരിസ്ഥിതിയാൽ പരുവപ്പെടുത്തപ്പെട്ടവയത്രെ. കോടാനുകോടി
വർഷങ്ങളിലൂടെ നടന്ന പരസ്പരപ്രവർത്തനങ്ങൾക്കിടയിൽ ജീവികൾ
അവയുടെ ചുറ്റുപാടിനെ നിർമ്മിച്ചെടുക്കുകയായിരുന്നു എന്നത് തീരെ
നിസ്സാരമായി മാത്രമേ സംഭവിച്ചിട്ടുള്ളൂ. എന്നാൽ, ഈ നൂറ്റാണ്ടിൽ അതു

സംഭവിച്ചു – ലോകത്തിന്റെ സ്വഭാവം തന്നെ മാറ്റാൻ കഴിവുള്ള ഒരു സ്പീഷീസായി മനുഷ്യൻ വളർന്നു. മണ്ണും വായുവും വെള്ളവും പുഴ കളും സമുദ്രങ്ങളും പലപ്പോഴും മാരകമാംവിധം ദൂഷിതമാവുകയായി രുന്നു ഇതിന്റെ പരിണിതഫലം. ഈ ദൂഷണമാകട്ടെ, എറിയപങ്കും അപ രിഹാര്യമാണ്.

ഭൂമിയിലെ ജീവൻ കോടാനുകോടി വർഷം വേണ്ടിവന്നു ഇന്നത്തെ നിലയിലെത്താൻ. കല്പാന്തങ്ങളിലൂടെ വികസിച്ചും പരിണമിച്ചും വൈവി ധ്യവും നാനാത്വവുമാർജ്ജിച്ചും അത് ഇന്നത്തെ സന്തുലിതമായ അവ സ്ഥയിൽ എത്തിച്ചേരുകയായിരുന്നു. കഠിനമായ സാഹചര്യങ്ങളി ലൂടെയാണത് കടന്നുവന്നത്. ജീവനെ താങ്ങിനിർത്താൻ സഹായകമായ അന്നത്തെ പരിസ്ഥിതിയിലും എല്ലാം ജീവന്റെ നിലനില്പിന് അനുകൂല മായ ഘടകങ്ങളൊന്നുമായിരുന്നില്ല. ജീവനു ദോഷംചെയ്യുന്ന ഘടക ങ്ങളും അന്നുമുണ്ടായിരുന്നു. ഉദാഹരണമായി അപകടമായ തോതിൽ അണുവികിരണം പുറത്തുവിട്ട പാറകളുണ്ടായിരുന്നു. സൂര്യനിൽപോലും അപകടകാരികളായ വികിരണങ്ങൾ അടങ്ങിയിട്ടുണ്ടെന്നു നമുക്കറിയാ മല്ലോ. എല്ലാം ചേർന്ന് സഹസ്രാബ്ധങ്ങൾകൊണ്ട് ഇന്നത്തെ സന്തുലി താവസ്ഥയുണ്ടായി. ശരിയാണ് സമയം, കാലം ഇവിടെ ഒരവശ്യ ഘടക മാണ്. പക്ഷേ, ഇന്നത്തെ ലോകത്തിൽ ആർക്കാണ് സമയമുള്ളത്? പുതിയ കാലത്തിന്റെ തിരക്കും മാറ്റത്തിന്റെ ഗതിവേഗവും പ്രകൃതിയുടെ ബോധപൂർവ്വമായ അടിവെപ്പുകളാണെന്നു കരുതാനാവില്ല. മനുഷ്യരുടെ വീണ്ടുവിചാരമില്ലാത്തതും കൂസലില്ലാത്തതുമായ സഞ്ചാരപഥങ്ങളെ യാണവ പിന്തുടരുന്നത്. ഇരുപതാം നൂറ്റാണ്ടിൽ മനുഷ്യൻ ആണവശക്തി ദുരുപയോഗം തുടങ്ങിയതോടെയാണ് പ്രകൃതിവിരുദ്ധശക്തികളുടെ പട്ടികയിൽ വികിരണം (റേഡിയേഷൻ) സ്ഥാനം നേടുന്നത്. തുടർന്നു അതേപോലെ ഭീഷണിയായി മനുഷ്യനിർമ്മിതമായ ചില രാസവസ്തു ക്കളും രംഗപ്രവേശം ചെയ്തു. രണ്ടും രണ്ടാംലോക മഹായുദ്ധത്തിന്റെ സംഭാവനകളായിരുന്നു. ആദ്യത്തേത് ആദ്യം ഹിരോഷിമയിലും നാഗ സാക്കിയിലും കൂട്ടമരണം വിതച്ചു. പിന്നീട് വൈദ്യുതിനിർമ്മാണ നിലയങ്ങളുടെ രൂപത്തിൽ ലോകത്തിന്റെ പലഭാഗങ്ങളിലും ഭീഷണി ഉയർത്തി. രാസകീടനാശിനികളാകട്ടെ ചെറുതും വലുതുമായ എല്ലാ ലോകരാഷ്ട്രങ്ങളിലേക്കും വ്യാപിച്ച് പരിസ്ഥിതിയുടെയും അവിടെനിന്നു പടർന്ന് ജൈവശരീരങ്ങളുടെയും ഓരോ അണുവിലും നിറഞ്ഞുനിന്നു.

തീർച്ചയായും മനുഷ്യന്റെ നിർമ്മാണവൈഭവത്തിനുള്ള സാക്ഷ്യ പത്രങ്ങളാണ് ഈ രാസപദാർത്ഥങ്ങളെല്ലാം. പ്രകൃതിയിലൊരിടത്തും കാണാൻ കഴിയാത്തതരം ഉല്പന്നങ്ങളാണവ. പ്രകൃതിയെ അനുകരിച്ചും മനുഷ്യൻ അവ ഉണ്ടാക്കി. ഇത്തരം രാസവസ്തുക്കളുമായി പ്രകൃതി എന്നെങ്കിലുമൊരുദിവസം ഇണങ്ങിച്ചേരുമായിരിക്കാം. എന്നാൽ അതിനു പ്രകൃതിയുടെ രീതിയിലുള്ള അതിവിപുലമായ ഒരു കാലയളവുതന്നെ വേണ്ടിവരും. മനുഷ്യായുസ്സ് തീരെ ഹ്രസ്വമാണെന്നോർക്കണം. എത്ര

യോ തലമുറകൾ എന്നുപറഞ്ഞാലും അനാദിയായ കാലത്തിനുമുമ്പിൽ അതൊന്നും ഒന്നുമല്ല. അതിനിടയിൽ അപരിഹാര്യമായ ദോഷങ്ങളെല്ലാം വരുത്തിവച്ചു കഴിഞ്ഞിരിക്കും. കാണുന്നില്ലെ, ഒരിക്കലും അവസാനമി ല്ലെന്നു തോന്നുന്ന തുടർപരമ്പരകളായയല്ല, അനുദിനമെന്നോണം പരീ ക്ഷണശാലകളിൽനിന്നും പണിപ്പുരകളിൽനിന്നും പുതിയ പുതിയ രാസ വസ്തുക്കൾ പുറത്തുവന്നുകൊണ്ടിരിക്കുന്നത്? ഒരു വർഷം അത്തരം 500 പുതിയ കൃത്രിമയൗഗികങ്ങളോട് ശരീരം ഒത്തുതീർപ്പിലെത്തണം എന്നാണതിനർത്ഥം? എത്ര ഭീകരമായ ഒരവസ്ഥയാണിതെന്നു ചിന്തിച്ചു നോക്കൂ! മനുഷ്യൻ പ്രകൃതിക്കെതിരെ പ്രഖ്യാപിച്ച യുദ്ധത്തിനുള്ള പട ക്കോപ്പുകളാണ് കൃത്രിമ രാസകീടനാശിനികളെല്ലാം. ഭക്ഷ്യവിളകൾ വില്പനച്ചരക്കുമാത്രമാകുമ്പോൾ, പടക്കോപ്പുകൾ കുന്നുകൂട്ടാനുള്ള തന്ത്രത്തിനു പണമുണ്ടാക്കാനുള്ള ഉപാധിമാത്രമായി കൃഷി അധഃപതി ക്കുമ്പോൾ ഇതെല്ലാം സംഭവിക്കുന്നു. ഇത്തരം കാര്യങ്ങൾ ഉറക്കെ വിളി ച്ചുപറഞ്ഞപ്പോൾ ചാപ്ലിനും മറ്റും കാട്ടിയ 'കമ്യൂണിസ്റ്റ്' ബിരുദം റെയ്ച്ചൽ കാഴ്സണിനും ചാർത്തിക്കിട്ടി!

വിഷം തളിയെന്ന പ്രക്രിയതന്നെ ആദിയും അന്തവുമില്ലാത്ത ഒരു സർപ്പിളാകാരമായി മാറിക്കഴിഞ്ഞിരിക്കുകയാണെന്ന് ഗ്രന്ഥകർത്രി ചൂണ്ടി ക്കാട്ടുന്നു. അത് എങ്ങനെയെന്നാൽ, യുദ്ധേതരാവശ്യങ്ങൾക്കുവേണ്ടി ഡി ഡി റ്റിയെ വിട്ടുകൊടുത്തതോടെ കൂടുതൽ മാരകമായ കീടനാശിനി കൾക്കുവേണ്ടിയുള്ള അന്വേഷണവും ശക്തിപ്പെട്ടു. ഇതിനു കാരണമുണ്ട്. ഏറ്റവും വിജയകരമായി അതിജീവിക്കാൻ കഴിവുള്ളവയാണ് കീടജാതി കളെല്ലാം. രാസയൗഗികങ്ങളെ ചെറുത്ത് ചെറുത്ത് അവ അതികീടങ്ങൾ (സൂപ്പർബഗ്സ്) ആയിമാറും. പാണ്ടൻനായുടെ ശല്യം പണ്ടേപോലെ ഫലിക്കാതാകുന്നതോടെ കുറേക്കൂടി കരുത്തുള്ള പല്ലുകൾ അനുപേക്ഷ ണീയമായി മാറും. കീടനാശിനികളുടെ പുതിയ തലമുറകൾ അവതരി ക്കുന്നത് ഇതുകൊണ്ടാണ്. ഒരിക്കലും അവസാനമില്ലാത്ത ഒരു ദുഷിത വലയമാണിത്. കീടനാശിനികൾക്കു വിധേയമാകുന്നതോടെ പല പ്രാണി കളിലും പ്രത്യക്ഷപ്പെടുന്ന വർദ്ധിതവീര്യത്തിന്റെ അടിസ്ഥാനകാരണം ഇതാണ്. അതുകൊണ്ട് എണ്ണത്തിലവ കൂടുതൽ പെരുകും. അങ്ങനെ രാസയുദ്ധമെപ്പോഴും തോറ്റയുദ്ധമായി മാറും. നിങ്ങൾ കീടങ്ങളെ വെടി വെച്ചാൽ അതിന്റെ എതിർവെടി (റീകോയിൽ) പ്രകൃതിയിലെ എല്ലാ ജീവികളെയും ബാധിക്കുമെന്നുറപ്പ്. ജനിതകഘടകങ്ങളെ ശിഥിലമാ ക്കാൻ കീടനാശിനികൾക്കുള്ള ശേഷിയെക്കുറിച്ച് ധാരാളം വിവരങ്ങൾ ഇതിനകം പുറത്തുവന്നിട്ടുണ്ടല്ലോ.

ഇതുപറയുമ്പോൾ തീർച്ചയായും എതിർവാദം വരും. എന്താ നമുക്കു ഭക്ഷണം വേണ്ടേ? അതിനു കൃഷി അഭിവൃദ്ധിപ്പെടുത്തേണ്ടേ? അങ്ങനെ ചെയ്യുമ്പോൾ അതിനുപറ്റിയ കീടനാശിനികൾ പ്രയോഗിക്കേ ണ്ടിവരികയില്ലെ? എന്നാൽ വാസ്തവത്തിൽ അമേരിക്കയിൽ നടക്കുന്നത് അമിതോല്പാദനമാണ്. കൃഷിഭൂമിയുടെ അളവ് ബോധപൂർവ്വം ഗണ്യ

മായി കുറച്ചുകൊണ്ടു വന്നിട്ടും ഭക്ഷ്യോല്പാദനം കണ്ടമാനം പെരു
കുകയാണുണ്ടായത്. പണമുണ്ടാക്കാനുള്ള ഒരു സ്രോതസായിട്ടാണ് ഭര
ണാധികാരികൾ അതിനെ കാണുന്നത്.

പ്രശ്നപരിഹാരത്തിനായി സ്വീകരിച്ച മാർഗ്ഗം വിപത്തുകളുടെ
സുദീർഘമായ ഒരു പരമ്പരയ്ക്കുതന്നെ തുടക്കമിട്ടുകഴിഞ്ഞു എന്ന
തിനെച്ചൊല്ലിയാണ് എന്റെ ഉൽക്കണ്ഠ മുഴുവൻ. ആധുനിക
ജീവിതശൈലിയുടെ ഭാഗമായിത്തന്നെ വേണം ഈയൊരു പ്രവ
ണതയെ വിലയിരുത്താൻ. മനുഷ്യനുണ്ടാകുന്നതിന് എത്രയോ
വർഷംമുമ്പ് ഇവിടെ കീടപ്രാണികളുണ്ടായി. അനിതരസാധാര
ണമായ വൈവിധ്യവും അനുപമമായ അനുകൂലനശേഷിയും കീട
കുലത്തിന്റെയൊരു പ്രത്യേകതയത്രെ. കാലാന്തരത്തിൽ മനുഷ്യ
നുണ്ടായപ്പോൾ അരദശലക്ഷത്തോളംവരുന്ന ഈ ചെറുജീവിക
ളിൽ തീരെ ചെറിയ ഒരു വിഭാഗം മാത്രമാണ് മനുഷ്യതാല്പര്യ
ങ്ങൾക്ക് എതിർ നിന്നത്. മുഖ്യമായും രണ്ടു രീതികളിലവ മനു
ഷ്യതാല്പര്യങ്ങൾക്ക് വിഘാതമായി നിന്നു. ചിലത് വിളകൾ നശി
പ്പിച്ചു. ചിലത് രോഗം പരത്തി. ബാക്കിയെല്ലാം മിത്ര പ്രാണികള
ത്രെ.

ശുചീകരണ സംവിധാനങ്ങൾ അവതാളത്തിലാകുന്നത് രോഗ
വാഹികളായ കീടങ്ങൾക്കു പെരുകാൻ അവസരമൊരുക്കും.
യുദ്ധം, പ്രകൃതിക്ഷോഭങ്ങൾ തുടങ്ങിയുള്ള മനുഷ്യനിർമ്മിതിമോ
അല്ലാത്തതോ ആയ ദുരന്തങ്ങൾ ഇത്തരം അവസ്ഥയുണ്ടാക്കും.
കൊടും ദാരിദ്ര്യവും ക്ഷാമവും ഇതേയവസ്ഥയുണ്ടാക്കും. ഇത്തരം
ഘട്ടങ്ങളിൽ കീടനിയന്ത്രണം അനിവാര്യമാകും. എന്നാൽ
വൻതോതിൽ വിഷപ്രയോഗം നടത്തുന്നത് ഗുണത്തേക്കാളേറെ
ദോഷം ചെയ്യും.

പ്രാകൃതകൃഷിരീതികളിൽ കീടശല്യം പ്രശ്നമായിരുന്നില്ലെന്നും
ഗ്രന്ഥകർത്രി ചൂണ്ടിക്കാട്ടുന്നു. കൃഷി അഭിവൃദ്ധിപ്പെട്ടതനുസരിച്ച് കീട
ശല്യം വർദ്ധിച്ചു വിശാലഭൂവിഭാഗങ്ങളിൽ ഏകവിള സമ്പ്രദായം വ്യാപിച്ച
താണ് പ്രശ്നമുണ്ടാക്കിയത്. ഒരേ വിളതന്നെ എല്ലായിടത്തുമായപ്പോൾ
കീടങ്ങളുടെ എണ്ണത്തിൽ സ്ഫോടനാത്മകമായ വർദ്ധനവുതന്നെ ഉണ്ടാ
യി. ആവാസവ്യവസ്ഥകളിൽ എത്രയോ വൈവിധ്യങ്ങൾ പ്രകൃതി വരു
ത്തിവച്ചിട്ടുണ്ട്. ഏകവിളകൾ വ്യാപകമായതോടെ പ്രകൃതിയുടെ സ്വാഭാ
വികതയിൽ അന്തർലീനമായ ചില പ്രതിരോധങ്ങൾ ക്ഷീണിക്കാൻ തുട
ങ്ങി. സ്പീഷീസുകളെ സന്തുലിതമായ ഒരവസ്ഥയിൽ ക്രമീകരിച്ചു പാലി
ക്കുന്നത് ഇത്തരം പ്രതിരോധങ്ങളത്രെ. ഓരോ സ്പീഷീസിന്റെയും
ആവാസത്തിന് ഉചിതമായ ഒരു പരിമിതി പ്രകൃതിയിലങ്ങോളമിങ്ങോള
മുണ്ട്. പ്രകൃത്യാലുള്ള ജാഗ്രതകളിൽ ഏറെ പ്രധാനമായ ഒന്നാണിത്.

ഉദാഹരണമായി ഗോതമ്പിനെ ആശ്രയിച്ചു കഴിയുന്ന ഒരു പ്രാണി പെരു കാൻ കൂടുതൽ സാധ്യത ഗോതമ്പു കണ്ടത്തിലോ, അതോ ഗോതമ്പ് മറ്റു വിളകളുമായി കലർത്തിവിതയ്ക്കുന്ന ഒരു കൃഷിയിടത്തിലോ? തീർച്ചയായുമത് ഗോതമ്പുമാത്രമുള്ള ഇടത്തായിരിക്കും. അമേരിക്കയിൽ എം (ലത) വൃക്ഷങ്ങൾക്ക് ഇതാണ് സംഭവിച്ചത്. പ്രയോജനമൂല്യംമാത്രം മുന്നിൽക്കണ്ട് തരിശുകളിലെല്ലാം ഇത്തരം വൃക്ഷങ്ങൾ മാത്രം വളർത്തി. പാതയോരങ്ങളിലും പാർക്കുകളിലും കോളേജ് ക്യാമ്പസുകളിലും സർക്കാരാപ്പീസു പരിസരങ്ങളിലും ഈ രീതിയിൽ ഏകവിള സമ്പ്രദായം വ്യാപിച്ചു. തീർച്ചയായും പ്രകൃതിസൗന്ദര്യത്തിന്റെ തിലകക്കുറികൾ തന്നെയായിരുന്നു അവ. എന്നാൽ കീടങ്ങൾക്ക് അതുവല്ലതും മനസി ലാകുമോ? ഒരേതരം കീടങ്ങൾ കണ്ടമാനം പെരുകി. ഈ പ്രത്യേക കീട പ്രാണി ആ വൃക്ഷത്തെ നശിപ്പിക്കുന്ന ഒരു രോഗത്തിന്റെ അണുക്കളെ അവയുടെ ശരീരത്തിൽ വഹിച്ചിരുന്നു. വൃക്ഷങ്ങളിൽനിന്ന് വൃക്ഷങ്ങളി ലേക്കിവ വളരെ വേഗം വ്യാപിച്ചു. പ്രകൃതിസൗന്ദര്യത്തിന്റെ കൊടിയട യാളങ്ങൾ വാടിക്കരിഞ്ഞ് പേക്കോലങ്ങളായിമാറാൻ പിന്നെ അധിക കാലം വേണ്ടിവന്നില്ല. എം വൃക്ഷങ്ങളെ ഫംഗസുരോഗം നശിപ്പിച്ചതും ഇതേ കാരണംകൊണ്ടുതന്നെ. അതിന്റെ പേരിൽ ഡി ഡി ടി, ഡൈ എൽഡ്രിൻ തുടങ്ങിയ കീടനാശിനികളുടെ ഹെലികോപ്റ്റർ വഴിയുള്ള പ്രയോഗം വ്യാപകമാക്കേണ്ടിവന്നു. മിത്ര പ്രാണികൾ നശിക്കാൻ ഇതു കാരണമായി. പലതരം വൃക്ഷങ്ങൾക്കൊപ്പമാണ് എം മരം വളർന്നിരു ന്നതെങ്കിൽ ഈ ദുരന്തം സംഭവിക്കുകയില്ലായിരുന്നു.

അറിഞ്ഞും അറിയാതെയും ഇറക്കുമതി ചെയ്യപ്പെടുന്ന പ്രാണിക ളുടെ പ്രശ്നമാണ് മറ്റൊന്ന്. കുളവാഴയും ആഫ്രിക്കൻ ഒച്ചും ലന്റാന യെന്ന കാട്ടുപൂച്ചെടിയും കേരള പ്രകൃതിക്ക് വൻ ഭീഷണിയായി മാറിയ സംഭവങ്ങൾ നമ്മുടെ മുന്നിലുണ്ടല്ലോ. വർഷങ്ങൾക്കുമുമ്പ് മഹാനായ ചാൾസ് ഡാർവിൻതന്നെ ഇതിനെതിരെ മുന്നറിയിപ്പു നല്കുകയുണ്ടായി. സസ്യസ്പീഷീസുകൾ ഇറക്കുമതിയായി വരുമ്പോൾ കൂടെ പലതരം കീടങ്ങളും വന്നെത്തും. കപ്പൽ വിലക്ക് (ക്വാറന്റൈൻ) എന്നു പറയുന്ന നിരോധമെന്നും പലപ്പോഴും ഫലവത്താകാറില്ല. അമേരിക്കയിൽ മാത്രം അക്കാലത്തെ കണക്കനുസരിച്ച്, ലോകത്തിന്റെ പലഭാഗങ്ങളിൽനിന്നായി രണ്ടു ലക്ഷം സ്പീഷീസുകളെയെങ്കിലും ഇറക്കുമതി ചെയ്തിട്ടുണ്ടാകു മത്രെ. വിളകളുടെ ബദ്ധശത്രുക്കളായി അറിയപ്പെടുന്ന 180 ഓളം പ്രാണി കളിൽ ഏതാണ്ട് പകുതിയും ആ രീതിയിൽ എത്തിപ്പെട്ടവയത്രെ. ഈ മാതിരി ജന്തുക്കളെജിക്കണം. അവയ്ക്കു ചുറ്റുപാടുമായുള്ള ബന്ധം പരി ഗണിക്കണം. പുതിയ ആക്രമണങ്ങളുടെ സ്ഫോടനാത്മകത കുറച്ചു കൊണ്ടുവന്ന് സന്തുലനം സാധ്യമാക്കുംവിധം ഈ ബന്ധങ്ങളെക്കുറി ച്ചുള്ള ധാരണകൾ പ്രയോജനപ്പെടുത്തണം. പോംവഴികൾ, പരിഹാര ങ്ങൾ എത്ര വേണമെങ്കിലുമുണ്ട്. പ്രയോജനപ്പെടുത്തുന്നില്ല എന്നതാണ് പ്രശ്നം.

തീർത്തും യോഗ്യമല്ലാതായിത്തീരാൻ കഷ്ടിച്ചു ചിലതുകൂടി മാത്ര മല്ല ഇനി നമ്മുടെ ലോകത്തിൽനിന്നു തിരോധാനം ചെയ്യാൻ ബാക്കിയു ള്ളൂ. വിദഗ്ധരെന്നുപറയുന്നവരും ഏജൻസികളും അവരുടെ ഇംഗിതങ്ങ ളും ബലാല്ക്കാരമായി അടിച്ചേല്പിക്കുകയാണ്. 'നിയന്ത്രണാധികാര മുള്ള കീടവിജ്ഞാന പണ്ഡിതന്മാർ വിചാരണ ഉദ്യോഗസ്ഥരായും ന്യായാ ധിപരായും നികുതി നിർണ്ണയ മേധാവികളായും കളക്ടർമാരായും ജന പ്രതിനിധികളായും പെരുമാറുകയാണെന്ന് കണക്ടി കട്ടിലെ നീലിടേ ണറെ കാഴ്സൺ ഉദ്ധരിക്കുമ്പോൾ അത് ഇന്നത്തെ നമ്മുടെ വ്യവസ്ഥിതി യിലെ ഏർപ്പാടുകൾക്കും ബാധകമാണെന്നു തിരിച്ചറിയേണ്ടതുണ്ട്.

രാസകീടനാശിനികൾ ഒരിക്കലും ഉപയോഗിക്കരുതെന്ന് ഞാനെ വിടെയും പറഞ്ഞിട്ടില്ല. എന്നാൽ ജൈവികമായി ഏറെ മാരകശേ ഷിയുള്ള ഈ വിഷങ്ങൾ അവയുടെ ശക്തിയെക്കുറിച്ചും മാരക ഫലങ്ങളെക്കുറിച്ചും തീരെ അജ്ഞാതരായവർക്കുപോലും തോന്നിയമട്ടിൽ പ്രയോഗിക്കാൻ കഴിയുംമട്ടിൽ അത്തരക്കാരെ ഏല്പിച്ചുകൊടുക്കുന്നതെന്തിനെന്നാണ് ഞാൻ ചോദിക്കുന്നത്. ഒരു വലിയ വിഭാഗം ജനങ്ങളെ അവരറിയാതെ, അവരുടെ അനു മതിയില്ലാതെ ഈ വിഷങ്ങൾക്കെല്ലാം വിധേയമാകുന്ന കുറ്റമല്ലെ നാമിപ്പോൾ ചെയ്തുകൊണ്ടിരിക്കുന്നത്? ഏതു പൗരനും ചില ജന്മാവകാശങ്ങളില്ലേ? അതിനായൊരു കരടുനിയമം ഉണ്ടായിട്ടുണ്ട ല്ലോ. ഇത്തരം മാരകവിഷങ്ങളിൽനിന്നുള്ള പരിരക്ഷണം ഈ കര ടു നിയമം ഉറപ്പാക്കുന്നില്ലെങ്കിൽ വിവേകികളായിട്ടും വേണ്ടത്ര ദൂരക്കാഴ്ച ഉള്ളവരായിരുന്നിട്ടും നമുക്കു മുമ്പേ പോയവർക്ക് ഇത്തരം പ്രശ്നങ്ങൾ വേണ്ടപോലെ മനസിലാക്കാൻ കഴിഞ്ഞി ല്ലെന്നു മാത്രമേ അതിനർഥമുള്ളൂ.

ഈ വീണ്ടുവിചാരമില്ലായ്മയ്ക്ക്, എല്ലാ ജീവികളെയും നിലനിർ ത്തുന്ന പ്രകൃതിയുടെ അഖണ്ഡതയ്ക്ക്, വരുത്തുന്ന വിഘ്നങ്ങൾക്കു കാരണമായ ചിന്താശൂന്യതയ്ക്ക്, ഭാവിതലമുറ ഒരിക്കലും മാപ്പുതരില്ല! നടന്ന വഴിയിലൂടെതന്നെ തുടർന്നും നടക്കണമോ? പൊതുജനമാണതു നിശ്ചയിക്കേണ്ടത്. അതിനുപക്ഷേ, അവർക്കു കാര്യങ്ങൾ അറിയാനുള്ള സാഹചര്യം ആദ്യമുണ്ടാകണം. എങ്കിലേ തീരുമാനമെടുക്കാൻ സാധാ രണക്കാരനു കഴിയൂ. ഉവ്വ്, സഹിക്കാൻ ബാദ്ധ്യതയുണ്ടെങ്കിൽ അറി യാനും അവകാശമുണ്ട് എന്ന് കാഴ്സൺ ഉറച്ചുവിശ്വസിക്കുന്നു.

4

രസതന്ത്രത്തിലെ 'മായാ' സൃഷ്ടികൾ

കീടനാശിനിവ്യവസായം രണ്ടാംലോകയുദ്ധത്തിന്റെ സന്തതിയാ ണെന്നു സൂചിപ്പിച്ചുവല്ലോ. രാസയുദ്ധത്തിനുള്ള കോപ്പുകൾ വികസി പ്പിച്ചെടുക്കുന്നതിനിടയിൽ ഇവയിൽ ചിലത് കീടങ്ങളെ കൊല്ലുമെന്ന് വ്യക്തമാവുകയായിരുന്നു. മനുഷ്യരെക്കൊല്ലാനുള്ള ഉപാധിയായി രാസ യൗഗികങ്ങൾ പരീക്ഷിച്ചു നോക്കുന്നു. ഇതിന് വ്യാപകമായി ഉപയോഗ പ്പെടുത്തിയത് കീടങ്ങളെയായിരുന്നു. വിയത്നാം യുദ്ധക്കാലത്ത് കാടു കളെയെല്ലാം നശിപ്പിച്ച് ഗറില്ലായുദ്ധത്തെ പരാജയപ്പെടുത്താൻ 2, 4, D ഉപയോഗിച്ചു. കീടംകൊല്ലികളുടെ നീണ്ട ഒരു നിരതന്നെ തുടർച്ചയായി ഉണ്ടായി. പാരതിയോണും മാലതിയോണും എൻഡ്രിനും ആൽഡ്രിനും ഡൈ എൽഡ്രിനുമെല്ലാം അങ്ങനെ ഉണ്ടായതാണ്.

അപ്പോൾ ഈ രാസകീടനാശിനികൾക്കു മുമ്പും കീടനാശിനികളു ണ്ടായിരുന്നില്ലെ. തീർച്ചയായും ഉണ്ടായിരുന്നു. ആർസനിക്, മാംഗനീസ് എന്നിവ കീടനാശിനികളായി ഉപയോഗിച്ചിരുന്നു. ഉണക്ക ജമന്തിപ്പൂവിൽ നിന്ന്, പൈറിത്രവും പുകയിലയിൽനിന്ന് നിക്കോട്ടിൻ സൾഫേറ്റും ഈസ്റ്റ് ഇൻഡീസിലെ ഒരുതരം പയറുവർഗം ചെടിയിൽനിന്ന് റൊട്ടെനോണും വേർതിരിച്ച് കീടനാശിനികളായി ഉപയോഗിച്ചിരുന്നു. രാസകീടനാശിനി കൾ വന്നിട്ടും ആർസനിക്കിന്റെ പ്രയോഗം തുടർന്നുകൊണ്ടിരുന്നു. യൂറോപ്പിലും അമേരിക്കയിലും ഏറ്റവും കൂടുതൽ ഉപയോഗിച്ചിരുന്നതും ഏറ്റവും അപകടകാരിയുമായ ഒരു സാധനമായിരുന്നു അത്. പലതരം കളനാശിനികളിൽ അത് മുഖ്യഘടകമായിരുന്നു. പല ലോഹമൂലകങ്ങ ളുടെ അയിരുകളിലും ആർസനിക് അടങ്ങിയിട്ടുണ്ട്. തീരെ ചെറിയ അള വിൽ അഗ്നിപർവ്വതങ്ങളിൽനിന്നു പുറത്തുവരുന്നു. കടലിലുണ്ട്, ഉറവ കളിലുണ്ട്. മനുഷ്യനും ആർസനിക്കു തമ്മിൽ ഏറെക്കാലത്തെ ബന്ധ

മാണുള്ളത്. തീരെ രുചിയില്ലാത്ത സാധനങ്ങളായതുകൊണ്ട് ആത്മ ഹത്യ ആഗ്രഹിക്കുന്നവർക്ക് ഏറെ പ്രിയങ്കരമായിരുന്നു. ചെറിയ അള വിൽ ഭക്ഷണത്തിൽ കലർത്തി ഇഞ്ചിഞ്ഞായിക്കൊല്ലാമെന്നതുകൊണ്ട് കൊലപാതകികൾ സമർത്ഥമായി ഉപയോഗിക്കുമായിരുന്നു. ആർസ നിക്കു വിഷബാധയുടെ ലക്ഷണങ്ങൾ ടെറ്റനസ് ബാധയുടെ ലക്ഷണ ങ്ങൾക്കു സമമായിരുന്നതിനാൽ അത്തരം സംശയങ്ങളുടെ ആനുകൂല്യ ങ്ങളിൽ രക്ഷപ്പെടാനും എളുപ്പമായിരുന്നു. അഗാതാക്രിസ്റ്റിടെ ക്രൈം നോവലുകൾ വായിച്ചാൽ ഇതേക്കുറിച്ച് കൂടുതൽ മനസ്സിലാകും. ഈ വിഷയത്തിലൊരു വിദഗ്ധ തന്നെയായിരുന്നു ആ എഴുത്തുകാരി. പുക ക്കുഴലുകളിലെ കരിയിൽ ആർസനിക്കുണ്ടെന്നും അതു കാൻസർ ജനക മാണെന്നും കണ്ടെത്തിയത് ഏതാണ്ട് രണ്ടര നൂറ്റാണ്ടുമുമ്പ് ഇംഗ്ലീഷ് ഭിഷഗ്വരന്മാരായിരുന്നു. കന്നുകാലികളെയും മറ്റു വളർത്തുമൃഗങ്ങളെയും തേനീച്ചകളെയുമെല്ലാം ആർസനിക് വിഷം ബാധിക്കാറുണ്ട്. ഇതൊക്കെ യാണെങ്കിലും കഴിഞ്ഞ നൂറ്റാണ്ടുകളിൽ തുള്ളികളായും പൊടിയായും അതിന്റെ പ്രയോഗം യൂറോപ്പിലെങ്ങും വ്യാപകമായി നിലനിന്നു. അത് പല സ്ഥലങ്ങളിലും തേനീച്ച വ്യവസായത്തെ നാമാവശേഷമാക്കി. ബ്ലൂബറിപഴതോട്ടങ്ങളിൽ തളിച്ച ആർസനിക് വിഷം മേഘരൂപം പൂണ്ട് കാറ്റിലലഞ്ഞ് അയൽപ്രദേശങ്ങളിൽപ്പോലുമെത്തി. ജലസ്രോതസുകളെ ദുഷിപ്പിച്ചു. കന്നുകാലികളെയും മറ്റും വിഷപ്പെടുത്തി. മനുഷ്യരെ രോഗി കളാക്കി – ഇങ്ങനെ എത്രയോ സംഭവം രാസകീടനാശിനികളുടെ ആവിർ ഭാവത്തിനുമുമ്പും ഉണ്ടായിട്ടുണ്ട്. പൊതുജനാരോഗ്യത്തിനു പുല്ലുവില കൽപ്പിച്ച് ആർസനിക് ഇപ്പോഴും ഉപയോഗിക്കുന്നുണ്ടല്ലോ. അതിനെ ക്കാൾ നല്ലതായിരിക്കില്ലെ ഡി ഡി ടിയും മറ്റും എന്ന് അറിവുള്ളവർതന്നെ ചോദിച്ചു.

ആധുനിക കീടനാശിനികളിലേക്കുവന്നാൽ, പ്രത്യാഘാതം ഇതിന്റെ എത്രയോ ഇരട്ടി രൂക്ഷമാണെന്ന് കാഴ്സൺ തന്റെ പുസ്തകത്തിൽ സ്ഥാപിക്കുന്നു. ജൈവവസ്തുക്കളെല്ലാം കാർബൺകൊണ്ടു നിർമ്മിത മാണെന്നുകൂടി ഇവിടെയോർക്കാം. അവയെക്കുറിച്ചു കൂടുതലറിയാൻ അവയുടെ രസതന്ത്രമറിഞ്ഞാൽ മതി. എല്ലാ കാർബണികതന്മാത്രകളും സ്വതഃസിദ്ധമായിത്തന്നെ പ്രകൃതിയിലുള്ളവയാണ് മനുഷ്യർ തനിക്കു തോന്നിയ രീതിയിൽ, സ്വന്തം താല്പര്യങ്ങൾക്ക് അനുഗുണമായ രീതി യിൽ കാർബൺ തന്മാത്രകളുടെ ഘടനയിൽ മാറ്റമുണ്ടാക്കുമ്പോൾ ചക്കി നുവെച്ചത് കൊക്കിനുകൊള്ളുന്ന രീതിയിലുള്ള ദുരന്തങ്ങൾ അരങ്ങേ റുന്നു.

ഒരു വല്ലാത്ത സാധനമാണ് ഈ കാർബൺ അണു എന്ന് കാഴ്സൺ എഴുതുന്നു. പരസ്പര സംയോജനങ്ങളിലൂടെ അവ ശൃംഖലകളും വലയ ങ്ങളും മറ്റനവധി വ്യത്യസ്ത രൂപങ്ങളുമായി പരിണമിക്കുന്നതിന്റെ കെമി സ്ട്രിക്കുവേണ്ടി സുദീർഘമായ ഒരദ്ധ്യായംതന്നെ ഉപയോഗപ്പെടുത്തി യിരിക്കുന്നു. അതിസങ്കീർണ്ണങ്ങളായ പ്രോട്ടീൻ തന്മാത്രകളെടുക്കൂ.

കൊഴുപ്പു തന്മാത്രകളെയോ ധാന്യതന്മാത്രകളെയോ ഹോർമോൺ തന്മാ
ത്രകളെയോ എൻസൈം തന്മാത്രകളെയോ പരിശോധനാവിധേയമാക്കി
നോക്കൂ. എല്ലാറ്റിന്റെയും അടിസ്ഥാന ഘടകം കാർബൺതന്നെ. ഈ
രീതിയിൽ കാർബൺ അണുക്കൾ ജീവന്റെ പ്രതീകം തന്നെയായി മാറി
യിരിക്കുന്നു. ഇതിനെക്കുറിച്ച് കുറച്ചു കാര്യങ്ങളെങ്കിലും മനസ്സിലാക്കി
യാൽ മാത്രമേ ജീവിശരീരത്തിലും പരിസ്ഥിതിയിലും കീടനാശിനികൾ
ഉണ്ടാക്കാനിടയുള്ള അപരിഹാര്യമായ മാറ്റങ്ങളെക്കുറിച്ച് അറിയാൻ കഴി
യുകയുള്ളൂ.

ലളിതമായ ചില ജൈവതന്മാത്രകളിൽനിന്ന് ആരംഭിക്കാം. ഉദാഹര
ണമായി മീഥേൻ. ചതുപ്പുകളിലും മറ്റും ജൈവപദാർത്ഥങ്ങൾ ജീർണ്ണിച്ച്
മീഥേൻ വാതകമുണ്ടാകും. ഈർപ്പമുള്ള ഏതു ജൈവഭാഗവും വിഘ
ടിച്ച് മീഥേനായി മാറും. കാർബണിന്റെ ഒരാറ്റവുമായി നാല് ഹൈഡ്രജൻ
അണുക്കൾ കൂടിച്ചേർന്ന് മീഥേൻ (CH_4) ഉണ്ടാകുന്നു. ഇനി ഇതിലെ
ഹൈഡ്രജനെ ഒരു ക്ലോറിൻ ആറ്റംകൊണ്ട് പ്രതിസ്ഥാപിച്ച് മെഥിൽ
ക്ലോറൈഡ് (CH_3Cl) ഉണ്ടാക്കാം. മൂന്നു ഹൈഡ്രജൻ ആറ്റങ്ങളെ മാറ്റി
മൂന്നു ക്ലോറിൻ ആറ്റംകൊണ്ടു പ്രതിസ്ഥാപിച്ചാൽ കിട്ടുക പക്ഷേ
ക്ലോറോഫോം ($CHCl_3$) ആയിരിക്കും. എല്ലാ ഹൈഡ്രജൻ ആറ്റങ്ങൾ
ക്കും പകരമായി ക്ലോറിൻ ചേർത്താലോ തികച്ചും വ്യത്യസ്തമായ
കാർബൺ ടെട്രാ ക്ലോറൈഡ് (CCl_4) എന്ന മറ്റൊരു രാസയൗഗികമുണ്ടാ
കും. ക്ലോറോഫോം ബോധം കെടുത്താനുപയോഗിക്കുമ്പോൾ കാർ
ബൺ ടെട്രാ ക്ലോറൈഡ് ക്ലീനിങ് ഏജന്റായി ഉപയോഗപ്പെടുന്നു. മീഥേ
നാകട്ടെ, ഇന്ധനമായി ഉപയോഗിക്കുന്ന വാതകവും! ഈ രീതിയിൽ ലളി
തമായ ഘടനയിൽ തുടങ്ങി അതിസങ്കീർണ്ണമായ കാർബൺ സംയുക്ത
ങ്ങൾ എത്ര വേണമെങ്കിലുമുണ്ടാക്കാം. രസതന്ത്രജ്ഞർക്ക് അതൊരു
രസമാണ്. കാർബൺ രസതന്ത്രം (ഓർഗാനിക് കെമിസ്ട്രി) പഠിക്കുന്ന
കുട്ടികൾക്കറിയാം, കടലാസിൽ ചെയ്യുന്നതുപോലും എത്ര രസകരമാ
ണെന്ന്! ക്ലോറിനീകൃത ഹൈഡ്രോ കാർബണുകൾ എന്നാൽ എന്താ
ണെന്നും അവ ഉണ്ടാക്കുന്നത് എങ്ങനെയാണെന്നും മുകളിൽപ്പറഞ്ഞ
ലളിതമായ ഉദാഹരണങ്ങളിൽനിന്നു വ്യക്തമായിട്ടുണ്ടാകുമല്ലോ. ഈ
രീതിയിൽ ആറ്റങ്ങൾ നീക്കം ചെയ്തും മറ്റുപല അണുക്കളും കൂട്ടിച്ചേർ
ത്തും അസാധാരണമായ വീര്യം തന്നെയുള്ള എത്രയോ വിഷപദാർത്ഥ
ങ്ങൾ രസതന്ത്ര ലാബുകളിൽനിന്നു പുറത്തിറങ്ങിയിട്ടുണ്ട്. ഡി ഡി ടിയും
2, 4 - D യുമല്ല. ഈ മാതിരി ഉഗ്രമൂർത്തികളിൽ ചിലതു മാത്രമാണ്.

ക്ലോറിനേറ്റഡ് ഹൈഡ്രോകാർബൺ വിഭാഗത്തിൽപ്പെട്ട ഡി ഡി ടി
കീടനാശിനിയായി ഉപയോഗിക്കാമെന്ന് 1939 വരെ അജ്ഞാതമായിരുന്നു.
ആ വർഷം സ്വിറ്റ്സർലാന്റുകാരനായ പോൾമുള്ളറാണ് അങ്ങനെയൊരു
പയോഗം കണ്ടെത്തിയത്. അതിന്റെ പേരിലദ്ദേഹത്തിന് നോബൽ
സമ്മാനം ലഭിക്കുകയും ചെയ്തു. യുദ്ധകാലത്ത് പട്ടാള ക്യാമ്പുകളിലും
അഭയാർത്ഥിക്യാമ്പുകളിലും തളിച്ച് തീർത്തും നിരുപദ്രവകാരിയെന്ന

വിത്ത് ബോധപൂർവ്വം സൃഷ്ടിച്ചെടുക്കുകയായിരുന്നു. ദോഷഫലങ്ങളെ ല്ലാം കൗശലപൂർവ്വം പുഴ്ത്തിവച്ചു. അതിപരിചയം ഏതു വിഷത്തിന്റെ യും ദോഷം കുറച്ചുകാണാൻ ആളുകളെ ശീലിപ്പിക്കുമല്ലോ. പൊടിരൂപ ത്തിൽ ത്വക്കിലൂടെ ആഗിരണം ചെയ്യപ്പെടും. എണ്ണകളിൽ കലർത്തി ഉപയോഗിക്കുമ്പോൾ കൂടുതൽ വിഷവീര്യമുള്ളതാകും. വായുവിലൂടെ വയറ്റിലെത്തി ദഹനേന്ദ്ര വ്യവസ്ഥയിൽ അടിയും. കൊഴുപ്പിൽ അലേയ മായതുകൊണ്ട് കൊഴുപ്പുള്ള ഭാഗത്തെല്ലാം സംഭരിക്കപ്പെടും.

ഡി ഡി ടിയായാലും മറ്റു കീടനാശിനികളായാലും ഭക്ഷ്യശൃംഖല കൾ വഴി ജീവികളിൽനിന്നു ജീവികളിലേക്കു വ്യാപിക്കുന്നതിന്റെ ശാസ് ത്രീയമായ ഒരു ചിത്രവും ലേഖിക അവതരിപ്പിക്കുന്നുണ്ട്. ഇന്ന് ഇതി ലൊന്നും നമുക്കൊരു പുതുമയും കാണാനില്ലായിരിക്കാം. എന്നാൽ ഇക്കോളജി തീരെ അവികസിതമായ അക്കാലത്ത് ഇത്തരം വിവരങ്ങൾ പൊതുജനങ്ങൾക്കു ലഭ്യമാവുകയെന്നത് ഒരു സംഭവം തന്നെയായിരു ന്നു. രാസകീടനാശിനികളുടെ ആരാധകർ പ്രചരിപ്പിച്ച പല കള്ളങ്ങളും ജനവിരുദ്ധമാണെന്നു സ്ഥാപിക്കാൻ ഇതെല്ലാം സഹായകമായി. ഉദാ ഹരണമായി ഡി ഡി ടി തളിച്ചു പാടങ്ങളിൽ വിളഞ്ഞ ആൽഫാൽഫ യെന്ന കാലിത്തീറ്റച്ചെടിയിൽ നിന്നുണ്ടാക്കിയ ഭക്ഷണം കോഴികൾക്കു നല്കിയപ്പോൾ അവയുടെ മുട്ടകളിൽ വിഷം സാന്ദ്രീകരിച്ചതായി കണ്ടു. 7-8 ppm (Parts Permillion – പത്തു ലക്ഷത്തിൽ ഒരംശമാണ് ഒരു പി പി എം) അവശിഷ്ടമടങ്ങിയ ആൽഫാൽഫാ വൈക്കോൽ തിന പശു ക്കൾ ചുരത്തിയ പാലിൽ 3 ppm വരെ ഡി ഡി റ്റി ഉണ്ടായിരുന്നു. ഈ പാലിൽ നിന്നുല്പ്പാദിപ്പിച്ച വെണ്ണയിലാകട്ടെ 65 ppm എന്ന തോതിലും. നോക്കൂ, തീരെ ചെറിയ തോതിൽ ആരംഭിച്ച വിഷസാന്ദ്രീകരണം വെണ്ണ യിലെത്തിയപ്പോൾ എത്ര മാരകമായ ഒരു അളവിലേക്ക് വളർന്നു വർദ്ധിച്ചു എന്ന്!

അമ്മമാരിൽനിന്ന് കുഞ്ഞുങ്ങളിലേക്ക് ഈ വിഷം വളരെയെളുപ്പം കടന്നുചെല്ലാം. ചെറിയ തോതിലാണെങ്കിലും തുടർച്ചയായി സാന്ദ്രീ കരണം നടക്കുമ്പോൾ വിഷവീര്യം അപകടമായ തോതിലെത്തും. മുല പ്പാലിലേത് ആദ്യ ഡോസൊന്നുമല്ലെന്നോർക്കണം. അതിനുമുമ്പ് പ്ലാസന്റ യിൽ ഗർഭസ്ഥശിശു കോശങ്ങളിൽ തന്നെ, സാന്ദ്രീകരണം നടന്നിട്ടു ണ്ടാവും. ക്ലോറിനീകൃത ഹൈഡ്രോ കാർബണുകൾ പ്ലാസന്റയുടെ അതിർത്തി രേഖ ലംഘിക്കാൻ കെൽപ്പുള്ളവയത്രെ. സാധാരണഗതി യിൽ അതിന്റെയളവ് തീരെ കുറവാണെന്നുവരാം. എന്നുവച്ച് അതിനെ നിസ്സാരമായി കാണാൻ പറ്റില്ല. ഇളംപ്രായത്തിലുള്ള കോശങ്ങൾക്ക് ഈ ചെറിയ അളവിനെപ്പോലും താങ്ങാൻ പറ്റിയില്ലെന്നുവരും. പിന്നീട് പല സ്രോതസുകളിലൂടെയായി ഒരേ വിഷം കടക്കാനുള്ള സാദ്ധ്യതയും തള്ളിക്കളയാനാകില്ലല്ലോ. ഇളം തലമുറയുടെ ഓരോ പ്രതിനിധിയും ജീവിതമാരംഭിക്കുന്നതുതന്നെ സ്വന്തം ശരീരത്തിൽ കീടനാശിനികളുടെ ഒരു നിക്ഷേപവുമായിട്ടാണെന്നുവരുന്നത് എത്രമാത്രം ലജ്ജാകരമാണ്!

പിന്നീടുള്ള ഓരോ ദിവസത്തെ ജീവിതവും ഇതിന്റെ ഭാരം ദുർവഹമാ
ക്കുന്ന രീതിയിലായിരിക്കും. ദൈനംദിന ഭക്ഷണത്തിൽ ചെറിയ തോതിൽ
സാന്ദ്രീകരണമുണ്ടായാൽത്തന്നെ കരൾ സംബന്ധമായ അസുഖങ്ങളു
ണ്ടാകാൻ അതു ധാരാളം മതി.

ക്ലോറിനേറ്റഡ് ഹൈഡ്രോ കാർബൺ (ഓർഗാനോ കാർബൺ) വകു
പ്പിലെ മറ്റൊരംഗമായ ക്ലോർഡേർ – ഡി ഡി റ്റിക്കുള്ള ദോഷങ്ങൾക്കെല്ലാം
പുറമെ സ്വന്തമായി ചിലതുകൂടിയുള്ള സാധനം. പദാർത്ഥങ്ങളിലും അവ
യുടെ ഉപരിതലങ്ങളിലും ദീർഘകാലം നാശമില്ലാതെ നിലനില്ക്കും.
ശരീരത്തിനകത്തുകടക്കാനുള്ള എല്ലാ മാർഗ്ഗങ്ങളും സമർത്ഥമായി
പ്രയോജനപ്പെടുത്തും. ഡോ. ലെഹ്മാനെപ്പോലുള്ള വിദഗ്ദ്ധർ തൊള്ളാ
യിരത്തി അമ്പതിൽതന്നെ ഏറ്റവും വലിയ വിഷമെന്നു വിശേഷിപ്പിക്കാ
വുന്ന കീടനാശിനിയെന്ന് ഇതിനെ വിലയിരുത്തിയിട്ടുണ്ട്. ദീർഘകാലം
ശരീരത്തിനുള്ളിൽ നിഷ്ക്രിയമായിക്കിടക്കുമെന്നത് ക്ലോർഡേന്റെ ഒരു
പ്രത്യേകതയാണ്. ഈ കാരണത്താൽ പലരും കബളിപ്പിക്കപ്പെട്ടിട്ടുണ്ട്.
നിരുപദ്രവകാരിയെന്ന മുദ്ര ചാർത്തിക്കൊടുത്തിട്ടുണ്ട്. അജ്ഞാതമായ
ഒരു വൈകല്യത്തിന്റെ രൂപത്തിൽ ഒരു ദിവസം പെട്ടെന്ന് തനിനിറം
കാട്ടാൻ തുടങ്ങും. പിന്നെ അധികം കാത്തുനിൽക്കാതെ ജീവനും
കൊണ്ടു പോകും. ഉപഭോക്താക്കളുമായി ബന്ധപ്പെട്ട കാഴ്സൻ നട
ത്തിയ പഠനത്തിന്റെ നിരവധി വിശദാംശങ്ങൾ നമുക്കീ പുസ്തകത്തിൽ
വായിക്കാം.

ക്ലോർഡേന്റെ ഘടകങ്ങളിൽ ഒന്നായ ഹെപ്റ്റാക്ലോർ പ്രത്യേക തയ്യാ
റിപ്പെന്ന നിലയിൽ വില്ക്കപ്പെടുന്നു. കൊഴുപ്പിലടിഞ്ഞുകൂടാൻ അപാര
മായ കഴിവുതന്നെയുള്ള വിഷമാണിത്. ഭക്ഷ്യവസ്തുക്കളിൽ ദശലക്ഷ
ത്തിന്റെ പത്തിലൊരംശമുണ്ടായാൽത്തന്നെ ശരീരത്തിലെത്തുമ്പോഴത്
തിട്ടപ്പെടുത്താനാകാത്തവിധം അത്രയും കൂടിയ അളവായി മാറും. മണ്ണി
ലോ ജൈവകോശങ്ങളിലോ സാന്ദ്രീകരിച്ച് കൂടുതൽ കടുത്ത വിഷമായി
മാറാനും സാദ്ധ്യതയുണ്ട്. ക്ലോർഡേനുമായി തട്ടിച്ചുനോക്കിയാൽ വിഷ
വീര്യം നാലിരട്ടിയെങ്കിലും വരും.

ക്ലോറിനീകൃത നാഫ്തലിനെന്ന ഒരു പ്രത്യേക വിഭാഗം ഹൈഡ്രോ
കാർബണുണ്ട്. ഹിപ്പാറ്റിറ്റിസ് എന്ന കരൾ വീക്കത്തിനു കാരണമാകു
മെന്ന് മുപ്പതുകളിൽതന്നെ തെളിഞ്ഞിട്ടുണ്ട്. കീടനാശിനിയായല്ല വൈദ്യു
തിയുമായി ബന്ധപ്പെട്ട വ്യവസായങ്ങളിലാണ് ഉപയോഗിക്കുന്നത്.
ഇത്തരം തൊഴിലുകൾ ചെയ്യുന്നവരിൽ കരൾ വീക്കം അപൂർവ്വമല്ല. ധാരാ
ളമാളുകൾ ഈ രീതിയിൽ മരണമടഞ്ഞിട്ടുണ്ട്. പിന്നീട് ഇതേരീതിയി
ലുള്ള രോഗം കർഷകത്തൊഴിലാളികളിൽ കണ്ടപ്പോഴാണ് സംഗതി പുറ
ത്തായത്. ക്ലോറിനീകൃത നാഫ്തലിൻ വിഭാഗത്തിൽപ്പെടുന്ന ചുരുങ്ങിയ
പക്ഷം മൂന്നു കീടനാശിനികളെങ്കിലും ഉപയോഗത്തിലുണ്ട്! ഹൈഡ്രോ
കാർബണുകളിൽ വച്ച് ഏറ്റവും കടുത്ത വിഷങ്ങളാണിവയെന്ന് ഒട്ടും
അതിശയോക്തി കൂടാതെ പറയാം. നമുക്കിപ്പോൾ സുപരിചിതമായ ഡൈ

എൽഡ്രിൻ, ആൽഡ്രിൻ എന്നിവ ക്ലോറിനീകൃത നാഫ്തലിനുകളാണ്. വായിലൂടെ അകത്തുകടക്കുന്നപക്ഷം ഡി ഡി ടി മൂലമുണ്ടാകുന്നതിനെ ക്കാൾ കടുത്ത വിഷബാധയുണ്ടാകും. ത്വക്കുവഴിയാണ് പ്രവേശനമെ ങ്കിൽ ഇതിന്റെ നാൽപ്പതിരട്ടിയായി വർദ്ധിക്കും. നാഡീമണ്ഡലത്തെ പെട്ടെന്നു തളർത്തിയിടും. കാഴ്സൻ ഈ പുസ്തകമെഴുതിയകാലത്ത് ഡൈ എൽഡ്രിൻ ലോകത്തിൽ ഏറ്റവുമേറെ വില്പനയുള്ള കീടനാശി നിയായി മാറിക്കഴിഞ്ഞിരുന്നു. "ഉറങ്ങിക്കിടക്കുന്ന അഗ്നിപർവ്വതം പോലെ യാണ് (കീടനാശിനി) നിക്ഷേപങ്ങൾ. ജീവശാസ്ത്രപരമായ സമ്മർദ്ദങ്ങ ളുടെ ഒരു (ദുർബല) നിമിഷത്തിൽ അതു പുകയും. പൊട്ടിത്തെറിക്കും. തീജ്ജ്വാലകളുയർത്തും. ശരീരം അതിന്റെ കൊഴുപ്പുനിക്ഷേപങ്ങളിൽ കൈവെക്കുന്നത് ഇത്തരം നിമിഷങ്ങളിലായതുകൊണ്ടാണിത്." ഡി ഡി ടിക്കെതിരെ മലമ്പനിയുടെ കൊതുകുകൾ പ്രതിരോധം ഉയർത്തിയെടു ത്തതിനെത്തുടർന്ന് ലോകാരോഗ്യസംഘടനയുടെ മുൻകൈയിൽതന്നെ ഡൈ എൽഡ്രിൻ വ്യാപകമായി പ്രചരിപ്പിക്കപ്പെട്ടു. മലമ്പനിയിൽനിന്ന് ഒരുപാടാളുകൾ രക്ഷപ്പെട്ടു. എന്നാൽ ഡൈ എൽഡ്രിൻ വിഷബാധമൂലം നിത്യരോഗികളായവരുടെയും മരിച്ചുപോയവരുടെയും കണക്ക് ആരു മറിയാതെ പോയി.

ഡൈ എൽഡ്രിന്റെ മറ്റൊരു രൂപമായ ആൽഡ്രിനും ഏതാണ്ടിത്ര മാതിരിയൊരു നിഗൂഢസ്വഭാവം പങ്കുവെക്കുന്നു. ഭക്ഷ്യവസ്തുക്കളിൽ സ്വാംശീകരിക്കുന്ന ആൽഡ്രിൻ പിന്നീട് ഡൈ എൽഡ്രിനായി മാറും. നമ്മുടെ ശരീരകലകളിൽ വച്ചും ഈ മാന്ത്രികവിദ്യ സംഭവിക്കും. തെറ്റായ പല നിഗമനങ്ങൾക്കും ഇതു വഴിവെക്കും. കാരണം ആൽഡ്രിൻ കണ്ടെത്താനുള്ള ശോധനാപരീക്ഷണങ്ങൾ നടത്തുന്നവർ വഞ്ചിത രാകും. എന്നുവച്ച് ഡൈ എൽഡ്രിനേക്കാൾ സാധുവാണ് ആൽഡ്രിനെന്നു വിചാരിച്ചു കളയരുത്. നാനൂറു കാടപ്പക്ഷികളെ ഒറ്റയടിക്ക് കാലപുരി ക്കയക്കാൻ ഒരു ആസ്പിരിൻ ഗുളികയുടെ അത്രയും ആൽഡ്രിൻ മതി യാകുമെന്നുപറഞ്ഞാൽ പിന്നീട് കൂടുതൽ വിശദീകരണമൊന്നും ആവ ശ്യമില്ലെന്നുവരും. ക്ലോറിനേറ്റഡ് ഹൈഡ്രോ കാർബണുകളുടെ കൂട്ട ത്തിൽ എന്തുകൊണ്ടും ഉഗ്രൻ ആൽഡ്രിനാണെന്ന കാര്യത്തിൽ യാതൊരു സംശയവും വേണ്ട. അതിനുള്ള തെളിവുകൾ വേണ്ടതില ധികം നമ്മുടെ കൈയിലുണ്ട്. എല്ലാ വിശദീകരണങ്ങളും സ്വീകരിച്ച പ്പോഴും അതു മരണം വിതയ്ക്കുന്നതായി തെളിഞ്ഞു. അമേരിക്കയിലെ ഒരു കുട്ടി വെനിൻസുലയിൽ താമസിക്കുകയായിരുന്നു. വീട്ടിൽ കുറ ശല്യം പെരുകിയപ്പോൾ ആൽഡ്രിൻ തളിച്ചു. രാവിലെ ഒമ്പതുമണിക്കായി രുന്നു സംഭവം. വീട്ടിലെ ഒരു വയസ്സായ ഒരു കുട്ടിയെയും വളർത്തുപട്ടി യെയും വിഷപ്രയോഗത്തിനുമുമ്പ് സുരക്ഷിതസ്ഥാനത്തേക്കു മാറ്റിയി രുന്നു. തളികഴിഞ്ഞയുടൻ ചുവരെല്ലാം കഴുകിവൃത്തിയാക്കുകയും ചെയ്തു. ഉച്ചയ്ക്ക് പട്ടിയെയും കുട്ടിയെയും തിരിച്ച് കൊണ്ടുവന്നു. ഒരു മണിക്കൂർ കഴിഞ്ഞപ്പോൾ പട്ടിക്കുഞ്ഞ് ഛർദ്ദിക്കാൻ തുടങ്ങി. തുടർന്ന്

ശരീരം കോച്ചിവലിച്ചു. രാത്രി ഏതാണ്ട് പത്തുമണിയായപ്പോൾ കുട്ടി
യിലും സമാനലക്ഷണങ്ങൾ പ്രത്യക്ഷപ്പെട്ടു. പെട്ടെന്ന് ആശുപത്രിയിലെ
ത്തിച്ചതുകൊണ്ട് രക്ഷപ്പെട്ടു. എന്നാൽ ചത്തതിനൊക്കുമേ ജീവിച്ചിരി
ക്കിലും എന്ന അവസ്ഥയിലായിരുന്നു പിന്നീടങ്ങോട്ടുള്ള ജീവിതം. കാഴ്ച
പോയി. കേൾവി നശിച്ചു. മാംസപേശികളിലെ വലിവ് സ്ഥിരമായി നില
നിന്നു. മാസങ്ങൾ നീണ്ടുനിന്ന ചികിത്സകൾക്കുശേഷവും ആ ബാലന്റെ
അവസ്ഥ ഒട്ടുംപോലും മെച്ചപ്പെട്ടില്ല.

ഓർഗാനിക് ഫോസ്ഫേറ്റ് വിഭാഗത്തിൽപ്പെട്ട കീടനാശിനികൾക്ക്
ആൽക്കിലുകൾ (alkayl) എന്നും പേരുണ്ട്. അറിയപ്പെടുന്നവയിൽ വച്ച്
ഏറ്റവും കടുത്ത വിഷം ഇവയത്രെ. തളിക്കുമ്പോൾ ആർക്കും ഒരു കുഴപ്പ
വുമില്ല. എന്നാൽ വായുവിലൂടെ മേഘരൂപത്തിലും മറ്റും നീങ്ങുന്ന ചെറു
കണികാരൂപങ്ങളുമായി യാദൃച്ഛികമായി ബന്ധപ്പെടാനിടയായാൽ ചിത്രം
പെട്ടെന്നു മാറും. അഥവാ ഇതുമായി സമ്പർക്കമുണ്ടായ വല്ലതും തിന്നു
കയോ കുടിക്കുകയോ ചെയ്താലും മതി. ആവശ്യം കഴിഞ്ഞു വലിച്ചെ
റിഞ്ഞ ടിന്നുകൾ പെറുക്കിയെടുത്ത എത്രയോ പേർക്ക് വിഷബാധയേറ്റു.
ഫ്ളോറിഡയിലുണ്ടായ ഒരു സംഭവം ഇങ്ങനെയാണ്. ആരോ വലിച്ചെ
റിഞ്ഞ ആൽക്കിൻ ചാക്ക് കീറി രണ്ടു കുട്ടികൾ ഊഞ്ഞാലു കെട്ടി. ചുരു
ങ്ങിയ സമയത്തിനകം ഇരുവരും പിടഞ്ഞുവീണു മരിച്ചു. ഊഞ്ഞാലാ
ടിയ മറ്റു നിരവധി കുട്ടികൾക്കും വിഷബാധയേറ്റു. ഈ വിഭാഗത്തിൽപ്പെട്ട
പാരാതിയോണിന്റെ അംശമാണ് ചാക്കിൽ ഉണ്ടായിരുന്നത്. വിസ്കോൺ
സിലൊരിടത്ത് ഉരുളക്കിഴങ്ങുപാടങ്ങളിൽ പാരാതിയോൺ തളിക്കുന്ന
സമയത്ത് ഒരു കുട്ടി തന്റെ വീട്ടുമുറ്റത്തു കളിക്കുന്നുണ്ടായിരുന്നു. കാറ്റിൽ
പറന്ന് ആ ഭാഗത്തെത്തിയ വിഷകണികകൾ ഇയാളുടെ ജീവനൊടുക്കി.
ഇതേ ബാലന്റെ കസിനായിവരുന്ന മറ്റൊരുകുട്ടി മരുന്നടിപ്പമ്പിന്റെ നോസി
ലിൽ തെരുപ്പിടിപ്പിച്ചശേഷം കൈകഴുകാൻ ശ്രദ്ധിക്കാതെ കളപ്പുരയിൽ
ചെന്നു കളിച്ചു. അന്നുരാത്രി രണ്ടുപേരും മരിച്ചു.

ഓർഗാനോ ഫോസ്ഫേറ്റു കീടനാശിനികളുടെ ആവിർഭാവത്തിനു
പിന്നിലും യുദ്ധം മണക്കുന്ന ഒരു കഥയുണ്ട്. ഫോസ്ഫോറിക് ആസി
ഡിന്റെ കാർബണിക എസ്റ്ററുകളായ (Esterഅല്ലങ്ങളിൽ ആൽക്കഹോ
ളും മറ്റും പ്രതിപ്രവർത്തിച്ചുണ്ടാകുന്ന ജൈവരാസവസ്തുക്കൾ) ചില
രാസയൗഗികങ്ങളെക്കുറിച്ച് രസതത്രവിശാരദർക്ക് നേരത്തെതന്നെ അറി
വുണ്ടായിരുന്നു. എന്നാൽ കീടനാശിനികളായി ഉപയോഗിക്കാമെന്ന് അറി
വില്ലായിരുന്നു. 1930 കളുടെ അവസാനം, ഏതാണ്ട് ഡി ഡി റ്റിയെ കീട
നാശിനിയായി ഉപയോഗിക്കാമെന്നു കണ്ടെത്തിയ കാലത്തുതന്നെ ജർ
ഹാഡ്ക്കർഡർ എന്ന ഒരു ജർമ്മൻ ശാസ്ത്രജ്ഞൻ ഇക്കാര്യം തിരിച്ചറി
ഞ്ഞു. രാസായുധമെന്ന നിലയിലുള്ള അതിന്റെ പ്രാധാന്യം ജർമ്മൻ സർ
ക്കാർ പെട്ടെന്നു തിരിച്ചറിഞ്ഞു. വംശഹത്യയ്ക്കു ഇതിനേക്കാൾ പറ്റിയ
മറ്റൊരായുധമില്ലെന്ന്! ഉന്മൂലനം എത്രയെലുപ്പം! ബന്ധപ്പെട്ടുനടന്ന എല്ലാ
ഗവേഷണങ്ങളും രഹസ്യസ്വഭാവമുള്ളതായി പ്രഖ്യാപിക്കപ്പെട്ടു. രാസ

ഘടനയിൽ ഏറ്റവുമടുത്തുനില്ക്കുന്ന ഇതിന്റെ ഉറ്റബന്ധുക്കൾ കീട നാശിനികളായി പാടത്തിറങ്ങി. ബാക്കിയുള്ളതിൽ ചിലതു പിന്നീട് 'നെർവ് ഗ്യാസും' മറ്റുമായി കുപ്രസിദ്ധിയാർജിച്ചു.

ഒരു പ്രത്യേക രീതിയിലാണ് ജീവിശരീരത്തിൽ ഓർഗാനിക് ഫോസ്ഫേറ്റുകളുടെ പെരുമാറ്റം. ആദ്യലക്ഷ്യം ശരീരപ്രവർത്തനങ്ങൾക്ക് അനുപേക്ഷണീയമായ ചില രാസാഗ്നികളാവും. ആത്യന്തികലക്ഷ്യം നാഡീമണ്ഡലവും. അസറ്റൊകോളിൻ എന്ന ഒരു ന്യൂറോ ട്രാൻസ്സിറ്റർ (ആവേഗങ്ങളെ നാഡികളിലൂടെ പ്രേഷണം ചെയ്യാൻ സഹായിക്കുന്ന രാസവസ്തു) നാഡീകോശങ്ങൾ ഉല്പാദിപ്പിക്കാറുണ്ടെന്നറിയാമല്ലോ. ഇതിന്റെ സഹായമുപയോഗപ്പെടുത്തി ചോദനനാഡികളിലൂടെ ഈ വിഷം അനായാസം സഞ്ചരിക്കും. മുഖ്യധർമ്മം നിർവ്വഹിച്ചശേഷം അസ റ്റെൽകോളിൻ അപ്രത്യക്ഷമാകും. ഈ രീതിയിൽ തലച്ചോറിന്റെയും നാഡികളുടെയും പ്രവർത്തനങ്ങളിലെല്ലാം ഇവ ഇടങ്കോലിടും. ഓർഗാ നോഫോസ്ഫേറ്റുകളിൽ ഏറ്റവും അപകടകാരി പാരതിയോൺ തന്നെ യാണെന്ന് ഒരു സംശയവുമില്ലാതെ പറയാം. ഇതുമൂലം ഇന്ത്യയിൽ ഇതി നകം 100 പേർ മരിച്ചതായി ഔദ്യോഗികമായ കണക്കുണ്ട്. സിറിയയിൽ 67. ജപ്പാനിൽ 336. 1958 ൽ പുറത്തുവന്ന കണക്കാണിത്. എന്നിട്ടും പക്ഷേ, ഇതിന്റെ ഉപയോഗം ആരെങ്കിലും കുറച്ചോ? അമേരിക്കയുടെ കാര്യമെടുത്താൽ, തോട്ടമേഖലയിലും പാടശേഖരണങ്ങളിലുമായി പ്രതി വർഷം എഴുപതുലക്ഷംടൺ പാരാതിയോൺ ഉപയോഗിക്കുന്നു. വൈദ്യ ശാസ്ത്രജ്ഞരുടെ മുന്നറിയിപ്പനുസരിച്ച് കാലിഫോർണിയയിൽ മാത്രം ലോകത്തിലെ മുഴുവൻ ജനസംഖ്യയെയും തളർത്തിക്കിടത്താൻ വേണ്ട വിഷത്തിന്റെ 5-10 ഇരട്ടിയെങ്കിലും പരിസരത്തിന്റെ ഭാഗമായിത്തീരുന്നു ണ്ട്. അതിനു തുല്യമായ അപകടം ഒരിടത്തുനിന്നും റിപ്പോർട്ടു ചെയ്യാതി രുന്നത് എന്നു ചോദിച്ചാൽ, ഭാഗ്യംകൊണ്ട് പരിസ്ഥിതിയിൽ കലരുന്ന ഇതിന്റെ അംശങ്ങൾ മറ്റു കീടനാശിനികളെയപേക്ഷിച്ച് കൂടുതൽ വേഗ ത്തിൽ വിഘടനത്തിനു വിധേയമാകുന്നു എന്നതുകൊണ്ടു മാത്രമാണ്. എന്നുവച്ച് അപകടഭീഷണി ഒഴിഞ്ഞെന്ന് സമാധാനിക്കുകയൊന്നും വേണ്ട. ബാക്കിയാകുന്ന ചെറിയ അംശങ്ങൾ മാത്രം മതി അപരിഹാര്യ മായ ദോഷങ്ങൾ വരുത്തിവെക്കാൻ. തന്റെ അന്വേഷണ യാത്രയ്ക്കിട യിൽ കാലിഫോർണിയയിൽനിന്നും മറ്റുമായി ഇത്തരം ഒട്ടേറെ റിപ്പോർട്ടു കൾ കാഴ്സണു ശേഖരിക്കാൻ കഴിഞ്ഞു.

ഓർഗാനോഫോസ്ഫേറ്റുകൾ മൂലമുള്ള വിപത്തുകളുടെ ഗൗരവം കണക്കിലെടുത്ത് വിഷബാധിതർക്ക് അടിയന്തിരസഹായമെത്തിക്കാനും രോഗനിർണ്ണയം കൃത്യമായി നടത്തി നടപടി സ്വീകരിക്കാനും പ്രത്യേക ലാബുകൾ സ്ഥാപിച്ചുകൊണ്ട് പ്രശ്നത്തെ ലഘൂകരിച്ചുകാണാനുള്ള ശ്രമമാണ് അധികൃതരുടെ ഭാഗത്തുനിന്നുണ്ടായത്. ഉപയോഗം കുറയ്ക്കാ നുള്ള നടപടികളൊന്നും ഉണ്ടായതേയില്ല. സുരക്ഷാനടപടികളിലും വീഴ്ച വരുത്തി. റബർ കൈയുറയില്ലാതെ രോഗികളെ കൈകാര്യം

ചെയ്ത ആതുരശുശ്രൂഷകർക്കുപോലും വിഷബാധയേറ്റു. ഇരകളുടെ വസ്ത്രമലക്കിയവർപോലും രക്ഷപ്പെട്ടില്ല എന്നുപറഞ്ഞാൽ ഭീകരത യുടെ ഒരേകദേശചിത്രം കിട്ടും. ഓർഗാനോ ഫോസ്ഫേറ്റായ മാലതി യോണിന് പാറ്റനാശിനിയെന്നനിലയിൽ അടുക്കളയിൽപോലും പ്രവേ ശനമുണ്ട്. മെഡിറ്ററേനിയൻ പഴയീച്ചകളെ നിയന്ത്രിക്കാനെന്നുപറഞ്ഞ് വ്യാപകമായി ഉപയോഗിച്ചു. ഫ്ലോറിഡയിൽമാത്രം പത്തുലക്ഷം ഏക്കർ പ്രദേശത്ത് വിഷം ചാമ്പി. ഗ്രൂപ്പിലെ വാണിജ്യപ്പരസ്യങ്ങളുടെ അകമ്പടി യോടെ നാടെങ്ങും പ്രചരിപ്പിച്ചു. മാലതിയോൺ സുരക്ഷിതമാണെന്ന് ആർക്കെങ്കിലും തോന്നുന്നുണ്ടെങ്കിൽ സസ്തനികളുടെ കരളിനുള്ള ഒരു പ്രത്യേകതയാണതിനുകാരണം. ഇതിനെ സ്വാംശീകരിച്ച് നിഷ്ക്രിയമാ ക്കാൻ ശേഷിയുള്ള ഒരു എൻസൈം നമ്മുടെ കരളിലുണ്ട്. എന്നാൽ ഏതെങ്കിലും പ്രതികൂലസാഹചര്യത്തിൽ ഈ എൻസൈം പ്രവർത്തി ക്കാതായാൽ വിഷബാധയുടെ എല്ലാ കരുത്തും വർദ്ധിതവീര്യത്തോടെ ദൃശ്യമാകാൻ തുടങ്ങും.

ഈ പഠനങ്ങളുടെ അടിസ്ഥാനത്തിൽ കീടനാശിനികളുടെ സാലഡ് പ്രഭാവം (Salad Effect) എന്ന പ്രതിഭാസത്തെക്കുറിച്ച് മൗലികമായ ഒരു കണ്ടെത്തൽതന്നെ കാഴ്സൺ നടത്തുന്നുണ്ട്. പലതരം പഴങ്ങളോ പച്ച ക്കറികളോ അരിഞ്ഞുചേർത്തുണ്ടാക്കുന്ന മിശ്രിതത്തിനെയാണല്ലോ സാലഡ് എന്നുവിളിക്കുന്നത്. നാലോ അഞ്ചോ തരം പച്ചക്കറികൾ ചേർ ന്നുണ്ടായ ഇത്തരം ഒന്ന് പാത്രത്തിൽ വിളമ്പുന്നു എന്നു കരുതു. വളർ ത്താൻ ഓരോന്നിലും ചേർത്തത് ഓരോതരം കീടനാശിനിയാകാം. നിങ്ങൾ സാലഡ് കഴിക്കുമ്പോൾ ഇതിന്റെയെല്ലാം ഒരു മിശ്രിതമാകും നിങ്ങളുടെ ശരീരത്തിലെത്തുന്നതും. ഒറ്റയ്ക്കൊറ്റക്കായി ഉപയോഗിക്കു മ്പോഴത്തെക്കാൾ എത്രയോ മാരകമായിരിക്കും ഈ മിശ്രിതത്തിലെ ഘട കങ്ങൾ ഒന്നിച്ചു ചേർന്നുണ്ടാകുന്ന പ്രഭാവം. ഈ രീതിയിൽ സാലഡ് പ്രഭാവം കൂടുതൽ വിനാശകരമായ ഫലം ഉളവാക്കും. ഒരു പ്ലേറ്റ് സാല ഡല്ലെ, അത്രയൊക്കെ വിനാശകരമായി അതിലെന്തിരിക്കുന്നു എന്ന് ആദ്യത്തെ ആലോചനയിൽ തോന്നാം. എന്നാൽ സംയോജിത പ്രഭാവം പ്രവചനാതീതമായിരിക്കും. ഒന്നിനെ നിർവീര്യമാക്കുന്ന ശരീരത്തിലെ പ്രതിരോധ എൻസൈമിനെ മിശ്രിതത്തിലെ മറ്റൊരു കീടനാശിനി നശി പ്പിക്കുമെന്നതുകൊണ്ടാവാം ഇങ്ങനെ സംഭവിക്കുന്നത്. അതുകൊണ്ട് പലതരം കീടനാശിനികൾ ഒന്നിച്ചു ചേർത്തുപയോഗിക്കുന്നത് നിരുത്സാ ഹപ്പെടുത്തണമെന്ന് കാഴ്സൻ വാദിക്കുന്നു. ഇത്തരം അപകടങ്ങളെക്കു റിച്ച് നാം വേണ്ടത്ര ബോധവാന്മാരല്ലെന്നതാണ് ഇന്നത്തെയവസ്ഥ. അതേ സമയം അസ്വസ്ഥജനകമായ വെളിപ്പെടുത്തലുകൾ പരീക്ഷണശാലക ളിൽനിന്ന് മുറയ്ക്ക് പുറത്തുവന്നുകൊണ്ടിരിക്കുന്നു. കീടനാശിനികൾ മാത്രമല്ല, അപകടകാരികളായ മറ്റനേകം രാസവസ്തുക്കളും ആധുനിക ജീവിതത്തിന്റെ ഭാഗമായി നിത്യവുമെന്നോണം മനുഷ്യശരീരത്തിൽ കടന്നുകൂടുന്നുണ്ടെന്നുകൂടി ഓർക്കണം. ആരോഗ്യരക്ഷയുടെ ഭാഗമായി

ഉപയോഗിക്കുന്ന മരുന്നുകളുടെ കാര്യംമാത്രം പരിഗണിച്ചാൽ മതി, ഇതി നെക്കുറിച്ചൊരു ഏകദേശധാരണ കിട്ടും. പേശികൾക്കു വിശ്രാന്തിയേ ക്കാൻ സാധാരണ ഉപയോഗിക്കാറുള്ള ചില ഔഷധങ്ങൾ (muscle relaxants) ഉപയോഗിക്കുന്നവരിൽ മാലതയോണും പാരതിയോണും ചെറിയ അളവിൽ കടന്നാൽത്തന്നെ മാരകഫലമുളവാക്കുമെന്ന് വ്യക്ത മായി തെളിഞ്ഞിട്ടുണ്ട്. ഇത്തരമാളുകൾ പിന്നെ ഉറക്കംവിട്ട് ഉണർന്നില്ലെ ന്നുവരും.

കാര്യങ്ങൾ കുറേക്കൂടി വ്യക്തമാക്കാൻ ഗ്രന്ഥകാരി ഗ്രീക്കുപുരാണ ത്തിൽനിന്നൊരു രൂപകം കടമെടുക്കുന്നു. സുവർണ്ണ ആട്ടിൻരോമം തേടി യിറങ്ങിയ സാഹസികയാത്രികരുടെ നേതാവായിരുന്നു ഐയൊളസിലെ രാജാവിന്റെ മകനായ ജെയ്സനെന്ന യുവാവ്. ജെയ്സനിൽ മറ്റൊരു പെണ്ണ് ആകൃഷ്ടയാവുകയും അവരുടെ വിവാഹം നടക്കുമെന്ന് ഉറപ്പാവു കയും ചെയ്തപ്പോൾ അയാളുടെ സഹധർമ്മിണിയായിരുന്ന മെഡിയ അവൾക്കൊരു വിശേഷവസ്ത്രം സമ്മാനമായി നല്കി. വിചിത്രമായ ഈ ഉടുപ്പുധരിക്കുന്നവരാരായാലും നിമിഷനേരംകൊണ്ട് വിഷമേറ്റ് മരിച്ചുവീ ഴും. മീഡിയയുടെ ഈ മാന്ത്രികപ്പുടവയെപ്പോലെയാണ് ഇന്നത്തെ ശരീ രവ്യവസ്ഥയെ ബാധിക്കുന്ന (systemic) കീടനാശിനികളെല്ലാമെന്ന് കാഴ്സൻ വിലയിരുത്തുന്നു. നേരിട്ടല്ലാതെ കൊല്ലും. ചെറുകീടപ്രാണി കളാണ് ലക്ഷ്യമെങ്കിലും ഫലത്തിലവ മനുഷ്യനടക്കമുള്ള എല്ലാത്തരം ജീവികളുടെയും കുലംമുടിക്കും. അവയവവ്യവസ്ഥയെ ആകമാനം ബാധി ക്കുന്ന വിഷങ്ങളെല്ലാം അതിവിചിത്രമായ ഒരു ലോകത്തെത്തന്നെയാണ് പ്രതിനിധീകരിക്കുന്നത്. ഗ്രിം സഹോദരരുടെ അചുംബിത ഭാവനയെ പ്പോലും അതിശയിക്കുന്ന കഥകൾ തന്നെ ഈ മേഖലയിൽനിന്നു പുറ ത്തുവന്നിട്ടുണ്ടെന്ന് അവർ ചൂണ്ടിക്കാട്ടുന്നു. പച്ചിലകടിക്കുന്ന ഒരു ചെറു പ്രാണി ആ നിമിഷംതന്നെ ചത്തുവീഴുന്നു. ഇനിയുമൊന്ന് തണ്ടുതുരന്ന് ചോരകുടിച്ച് ചത്തുമലക്കുന്നു. പട്ടിയെ കടിച്ച ചെള്ളിനിവിടെ മരണ ത്തിൽ കുറഞ്ഞ ശിക്ഷയൊന്നും പ്രതീക്ഷിക്കേണ്ടതില്ല. പൂക്കളിൽനിന്ന് മധു ശേഖരിച്ച് കൂട്ടിലെത്തിക്കുന്ന തേനീച്ചകൾ തേനല്ല, വിഷമാണ് ഉൽപ്പാദിപ്പിക്കുകയും സംഭരിക്കുകയും ചെയ്യുന്നത്.

പ്രകൃതിദത്തമായ ഒരു കീടനാശിനി ജന്മനാ അത്തരം ഗുണമേന്മ യുള്ള ഒന്ന് – കീടശാസ്ത്രവിദഗ്ധരിൽ ചിലരുടെ ആ ചിരകാല സ്വപ്നം– പിറന്നുവീണതെങ്ങനെയെന്നുകൂടി കാഴ്സൺ വിശദീകരിക്കുന്നു. പ്രകൃതിയിൽ ഇതിനൊരു മാതൃക കണ്ടെത്താനാകുമെന്ന വിശ്വാസത്തി ന്റെ അടിസ്ഥാനത്തിലായിരുന്നു തുടക്കം. ഉദാഹരണമായി സോഡിയം സെലനേറ്റ് എന്ന ലവണം പ്രകൃത്യാലുള്ള മണ്ണിൽ വളരുന്ന ചെടികളെ ആഫിഡുകൾ എന്ന സസ്യപ്പേനുകൾ അങ്ങനെ ശല്യപ്പെടുത്താറില്ല. ലോകത്തിന്റെ പല ഭാഗത്തും മണ്ണിലും പാറയിലും സെലിനിയുമുണ്ട്. ഈ തിരിച്ചറിവിൽനിന്ന് അവയവവ്യവസ്ഥയെയാകമാനം ബാധിക്കുന്ന (systemic) ആദ്യത്തെ കീടനാശിനി പിറന്നുവീണു. സസ്യങ്ങളെ ബാധി

ക്കുന്നവപോലെതന്നെ ജന്തുക്കളെ ബാധിക്കുന്ന 'സിസ്റ്റമിക്കു'കളുമുണ്ട്. കന്നാലികളെ ബാധിക്കുന്ന ഒരുതരം പരാദവിരകളെ കൊല്ലാൻ ഇത്തരം കീടനാശിനികൾ ഉപയോഗിക്കാറുണ്ട്. കൂടിയ അളവിലുപയോഗിച്ചാൽ ആതിഥേയമൃഗങ്ങളുടെ രക്തവും മറ്റു ശരീരകലകളുമെല്ലാം വിഷമയ മാകും. ആവർത്തിച്ചതു ഉപയോഗം സംരക്ഷണരാസാഗ്നിയായ കോളിൻ എസ്റ്ററേസിന്റെയളവിൽ കുറവുണ്ടാക്കും. ചെള്ളിനെ നിയന്ത്രിക്കാൻ പട്ടി കൾക്കുനല്കാറുള്ള ചില ഗുളികകളും ഇത്തരത്തിൽപ്പെട്ടവയത്രെ. ശരീര മാകെ വിഷമയമയമാക്കി നിർത്തിയാൽ പിന്നെ ചെള്ളിനെ പേടിക്കേണ്ട തില്ല. കൊതുകുകളെയകറ്റി മനുഷ്യശരീരത്തെ സുരക്ഷിതമാക്കി നിർത്താൻ പറ്റിയ ഒരു സിസ്റ്റമിക്കിനെക്കുറിച്ച് ഇതുവരെ ശാസ്ത്രജ്ഞ രാരും ചിന്തിക്കാതിരുന്നത് നമ്മുടെ ഭാഗ്യം!

കളനാശിനികളെക്കുറിച്ചുകൂടി ഞെട്ടിക്കുന്ന ചില അറിവുകൾ വായനക്കാർക്കു നല്കിയതിനുശേഷമേ ഈ അദ്ധ്യായം അവസാനിക്കു ന്നുള്ളൂ. കളനാശിനികൾ കളച്ചെടികളെയല്ലാതെ അവയ്ക്കു ചുറ്റും വള രുന്ന വിളകളെയോ മറ്റു ജീവികളെയോ ബാധിക്കുകയില്ലെന്ന രീതിയി ലുള്ള നുണ പ്രചാരത്തിന് ചുട്ട മറുപടി നൽകുന്നു ഈ ഭാഗം. പിന്നീട് മറ്റൊരദ്ധ്യായം (അദ്ധ്യായം 6) ഇതിനുവേണ്ടി പ്രത്യേകമായിത്തന്നെ മാറ്റിവച്ചിട്ടുമുണ്ട്.

പുതിയ കീടനാശിനികൾ ധാരാളമായി വന്നിട്ടും ഏറെ അപകടകാ രിയെന്നു തെളിഞ്ഞ ആർസനിക്ക് സംയുക്തങ്ങൾ പിന്നെയും ഉപയോ ഗിച്ചുകൊണ്ടിരിക്കുന്നതിനെതിരെയുള്ള പ്രതിഷേധമാണ് തുടർന്നുള്ള ഭാഗങ്ങളിൽ. കീടനാശിനികളായും കളനാശിനികളായുമിവ പരിസ്ഥിതി യിൽ എത്തുന്നു. രോഗബാധയുള്ള മുന്തിരിവള്ളികളെയും ഉരുളക്കിഴങ്ങു ചെടികളെയും കരിച്ചുകളയാൻ സോഡിയം ആർസനൈറ്റ് വ്യാപകമായി ഉപയോഗിക്കുകയായിരുന്നു. സൾഫ്യൂറിക്ക് ആസിഡിന് വില കൂടിയ തോടെ 1951 ൽ ഇംഗ്ലണ്ടിൽ തുടങ്ങിയ ഈ രീതി അമേരിക്കയിലും വ്യാപി ക്കുകയായിരുന്നു. വൻതോതിലുള്ള പരിസ്ഥിതിവിനാശത്തിനുതന്നെ ഇതുകാരണമായി. പശുക്കൾക്കും പക്ഷികൾക്കും മുന്നറിയിപ്പു വായിച്ചു മനസ്സിലാക്കാനാവുകയില്ലല്ലോ. വായിക്കാനറിയുന്ന മനുഷ്യരും കിടപ്പി ലായി എന്നതു വേറെ കാര്യം. വിനാശം സ്ഫോടനാത്മകമായി മാറിയ പ്പോൾ 1959 ൽ ഇംഗ്ലീഷ് കെമിക്കൽ കമ്പനികളും 1961 ൽ ആസ്ട്രേലി യൻ സർക്കാരും ആർസനൈറ്റിന്റെ ഉല്പാദനവും വിതരണവും ഉപേ ക്ഷിച്ചു – വരുത്താവുന്ന നാശങ്ങളെല്ലാം വരുത്തിവച്ചശേഷം! പെൻടാ ക്ലോറോഫീനോൾ പോലുള്ള 'ഡൈനൈട്രോ'കളാണ് കളനാശിനി കളുടെ കൂട്ടത്തിലെ മറ്റുചില കൊടുംവില്ലന്മാർ. ബാക്ടീരിയതൊട്ട് മനു ഷ്യനെവരെ ബാധിക്കും. കാലിഫോർണിയയിലുണ്ടായ ഒരു സംഭവം പരക്കെ പ്രസിദ്ധമാണ്. പെൻറാക്ലോറോ ഫിനോൾ ഡീസൽ എണ്ണയിൽ കലർത്തി ഇലപൊഴിച്ചുകളയാനുള്ള മരുന്നുണ്ടാക്കിയ ഒരു ട്രക്കു ഡ്രൈവറുടെ അനുഭവം. അബദ്ധത്തിൽ കുറച്ച് മരുന്ന് കൈയിൽ പുരളാ

നിടയായി. ആ നിമിഷംതന്നെ മരുന്ന് വിഷമായി പ്രവർത്തനം തുടങ്ങി. അപ്പോൾത്തന്നെ കൈ തേച്ചു കഴുകിയിട്ടുകൂടി പ്രയോജനമുണ്ടായില്ല. അടുത്തദിവസം ഇയാൾ മരിച്ചു. കാലിഫോർണിയൻ ആരോഗ്യവകു പ്പിന്റെ രേഖകളിൽനിന്നുതന്നെയാണ് ലേഖിക ഈ സംഭവം ഉദ്ധരിക്കു ന്നത്. ഇതിനകം പ്രസിദ്ധമായിത്തീർന്ന 'ക്രാൻബെറിത്തോട്ടങ്ങളിലെ കളനാശിനി പ്രയോഗ'വും നമ്മുടെ മുമ്പിലുണ്ട്. അമിനൊ ട്രയാസോൾ എന്നുകൂടി പേരുള്ള അമിട്രോൾ ആയിരുന്നു വില്ലൻ. വിഷവീര്യം കുറഞ്ഞതെന്ന സൽപ്പേരുള്ള 'നല്ലകുട്ടി.' ദീർഘകാല ഉപയോഗം മൃഗ ങ്ങളിലും ചിലപ്പോൾ മനുഷ്യരിലും തൈറോയ്ഡു മുഴകളുണ്ടാകുമെന്നു കാലം തെളിയിച്ചു. കളനാശിനികളിൽ ചിലതെങ്കിലും കോശങ്ങളിൽ ജനിതകമാറ്റം വരുത്തുമെന്നു തെളിയിക്കപ്പെട്ടിട്ടുണ്ട്. അക്കാരണത്താൽ അങ്ങനെയൊരു വിഭാഗത്തിൽ ഉൾപ്പെടുത്തപ്പെട്ടിട്ടുണ്ട്. ആവരണവികി രണം മൂലമുണ്ടാകുന്ന ജനിതക മാറ്റങ്ങളെക്കുറിച്ച് കേട്ടലോകം ഞെട്ടി യിട്ട് അധികകാലമായിട്ടില്ല. അതിനു പിന്നാലെയാണ് അതേ വിപത്ത് കീടനാശിനികളും കളനാശിനികളും മൂലമുണ്ടാകുമെന്ന പുതിയ അറിവ്. വിമുകവസന്തം അകലെയല്ലെന്ന് സംവേദനക്ഷമതയും പ്രതികരണ ശേഷിയുമുള്ള ഒരു ശാസ്ത്രജ്ഞയ്ക്ക് പിന്നെ എങ്ങനെ മുന്നറിയിപ്പു നല്കാതിരിക്കാൻ കഴിയും?

കുറിപ്പുകൾ

1. Pops: persistent organo pollutant - ഭൂമിയിൽ ഏറ്റവും കൂടു തൽകാലം നിലനില്ക്കുന്ന രാസകീടനാശിനികൾ ഓർഗാനോ ക്ലോറിനുകൾ ഈ വിഭാഗത്തിൽപ്പെടും. ഇവ നിരോധിക്കണമെന്ന് ആവശ്യപ്പെടുന്ന ഒരുടമ്പടി ആഗോളതലത്തിൽ നിലവിലുണ്ട്. എൻഡോ സൾഫാൻ ഈ വിഭാഗത്തിൽപ്പെടുകയില്ലെന്ന് അതിന്റെ വക്താക്കൾ വാദിക്കാറുണ്ട്. അതിൽ ക്ലോറിൻ, ഹൈഡ്രജൻ, കാർബൺ എന്നിവയ്ക്കുപുറമെ ഡി ഡി ടിയിലും മറ്റും ഇല്ലാത്ത സൾഫറും ഓക്സിജനും കൂടി അടങ്ങിയിട്ടുണ്ടെന്നതാണ് ഇതിനു പറയുന്നു ന്യായം.

2. Dirty dozen : ഡി ഡി ടി, ആൽഡ്രിൻ, ഡൈയെൽ ഡ്രിൻ, ഹെപ്റ്റാ ക്ലോർ പന്ത്രണ്ട് ഓർഗാനോ ക്ലോറിൻ കീടനാശിനികൾ.

5

ജലത്തിൽ ഒഴുകി മണ്ണിൽ കലർന്ന്

പ്രകൃതിവിഭവങ്ങളിൽ ഏറ്റവും മൂല്യവത്തായ സമ്പത്ത് ജലമാ ണെന്ന കാര്യത്തിൽ ആർക്കും സംശയമുണ്ടാകാനിടയില്ല. ഭൗമോപരി തലത്തിന്റെ കൂടുതൽ ഭാഗവും ജലമാണ്. എന്നാൽ ഈ സമൃദ്ധിക്കിട യിലും ദാരിദ്ര്യമനുഭവിക്കുന്നവരാണ് ഭൂലോകവാസികളിൽ ഭൂരിഭാഗവും. എന്തൊരു വിരോധാഭാസമാണെന്നു നോക്കൂ, ഈ സ്രോതസിന്റെ ഏറിയ ഭാഗവും ആരുടെയും ഉപയോഗത്തിനുകൊള്ളില്ല. കൃഷിക്കുപറ്റില്ല, വ്യവ സായങ്ങൾക്കുപറ്റില്ല. സമുദ്രജലത്തിൽ ഉപ്പുകളുടെ സാന്ദ്രീകരണം അത്രയും കൂടുതലാണല്ലോ. ബാക്കിയുള്ള സ്രോതസുകളാണെങ്കിലോ, വിവേകരഹിതമായി നാം നടത്തിക്കൊണ്ടിരിക്കുന്ന ദൈനംദിന പ്രവർ ത്തനങ്ങളാൽ അതിവേഗം മലിനമായിക്കൊണ്ടിരിക്കുന്നു. ഇതിന്റെ ദാരുണ ചിത്രങ്ങളാണ് സൈലന്റ് സ്പ്രിങ്ങിന്റെ നാലും അഞ്ചും അദ്ധ്യായങ്ങളിലുള്ളത്. പ്രകൃതി ഒരിക്കലും സൃഷ്ടിച്ചിട്ടില്ലാത്തതരം രാസയൗഗികങ്ങൾ മനുഷ്യൻ എന്നു നിർമ്മിക്കാൻ തുടങ്ങിയോ അന്നു തൊട്ട് ജലശുദ്ധി സങ്കീർണ്ണമായ ഒരു പ്രഹേളികയായി മാറി. അത്യന്തം സങ്കീർണ്ണമായ രീതിയിൽ പലതരം മാലിന്യങ്ങൾ കൂടിക്കലർന്ന് ശുദ്ധീ കരണ പ്ലാന്റുകളിലെ സാധാരണ സംവിധാനങ്ങൾക്കു കൈകാര്യം ചെയ്യാൻ കഴിയാത്ത ഒരവസ്ഥയിലേക്ക് മാലിന്യസാന്ദ്രീകരണം എത്തി ച്ചേർന്നിരിക്കുകയാണ്. സ്ഥിരസ്വഭാവമുള്ളവയാണ് പലതും. തിരിച്ചറി യാൻപോലും കഴിയാത്ത അവസ്ഥ. കേട്ടാലാരും വിശ്വസിക്കാത്ത തര ത്തിലുള്ള വിഷങ്ങളും വൃത്തികേടുകളും ജലത്തിൽ അടിഞ്ഞുകൂടുന്നു. ആണവറിയാക്ടറുകളിൽനിന്നും പരീക്ഷണശാലകളിൽനിന്നും ആശു പത്രികളിൽനിന്നും അണുവികിരണം അടങ്ങിയ അവശിഷ്ടങ്ങൾ കൂടി ച്ചേർന്നുണ്ടായ വിചിത്രമിശ്രിതത്തെ വിശേഷിപ്പിക്കാൻ സാനിറ്ററി എഞ്ചി

നീയർമാർ ɡʋnj എന്ന ഒരു നൂതനപദം തന്നെ കണ്ടെത്തിരിക്കുകയാണ്. ഈ പദാർത്ഥങ്ങളുടെയെല്ലാം സംയുക്തപ്രഭാവം എന്തായിരിക്കുമെന്ന പ്രവചിക്കാനാവില്ലെന്നാണ് മസാച്ച്യുസെറ്റ്സ് ഇൻസ്റ്റിറ്റ്യൂട്ട് ഓഫ് ടെക് നോളജിയിലെ പ്രൊഫസർ റോൾഫ് എലിയസെൻ ഇതിനെക്കുറിച്ചു പഠിക്കാനുള്ള സർക്കാർ കമ്മിറ്റിക്കുമുമ്പിൽ മൊഴിനൽകിയത്. അതിലെ ജൈവഘടകങ്ങൾ ഏതെന്നറിയാനോ അതുണ്ടാകുന്ന പ്രത്യാഘാത മെന്തെന്നോ ആർക്കും മനസിലാക്കാൻ കഴിയാത്ത അവസ്ഥ. ഈ രീതി യിലുള്ള ചോദ്യങ്ങൾക്കെല്ലാം ഞങ്ങൾക്കറിഞ്ഞുകൂട എന്ന ഒരു മറുപ ടിമാത്രമേ ഈ വിദഗ്ധന്റെ കൈയിലുള്ളൂ.

എലികളെയും കീടങ്ങളെയും മറ്റു ക്ഷുദ്രജീവികളെയും നിയന്ത്രി ക്കാൻ ഉപയോഗിക്കുന്ന കാർബണികമാലിന്യങ്ങളാണ് ഇതിന്റെയെല്ലാം സ്രോതസെന്നു പക്ഷേ, ആർക്കാണറിഞ്ഞുകൂടാത്തത്. ഇവയുടെ പ്രയോ ഗമാണെങ്കിൽ ദിവസവുമെന്നോണം കൂടിവരികയും ചെയ്യുന്നു. ജല സസ്യങ്ങളെയും ഷഡ്പദലാർവകളെയും ആർക്കും വേണ്ടാത്ത മത്സ്യ ജാതികളെയും കൊല്ലാൻ ഇതൊക്കെ ഉപയോഗിക്കാതിരിക്കുന്നതെങ്ങ നെയെന്നാണ് ചോദ്യം. ഒരൊറ്റ സംസ്ഥാനത്തിനുകീഴിൽവരുന്ന രണ്ടോ മൂന്നോ ദശലക്ഷം ഏക്കർ സ്ഥലത്തെ വനമേഖലയിൽ നടന്ന വിഷം തളിക്കൽ യജ്ഞത്തിന്റെ പരിണതഫലമാണ് മറ്റൊന്ന്. ഈ വിഷത്തിന്റെ അധികഭാഗവും നേരിട്ടുചെന്നുവീഴുന്നതോ അരുവികളിലും പുഴകളിലും മറ്റു ജലസ്രോതസുകളിലും. ഒരൊറ്റ കീടജാതിയെ ലക്ഷ്യംവച്ച് എത്രയും വിശാലമായ മേഖലകളിലെല്ലാം വിഷം തളി നടക്കുന്നു. ഇലച്ചാർത്തു കളിൽ തട്ടി മണ്ണിൽ വീണ് ഒരേസമയം മണ്ണിനെയും വെള്ളത്തെയും കൊല്ലുന്നു. കൃഷിയുടെ പേരിലാണ് എല്ലാം. കൃഷിയെന്നാൽ ധാന്യ ങ്ങളും പയറുകളും ഫലവർഗ്ഗങ്ങളും വിദേശത്തേക്കു കയറ്റിയയച്ച് പണ മുണ്ടാക്കാനുള്ള കൃഷി. ഉപഭോക്താക്കളായ അന്യനാട്ടുകാരുടെ ആരോ ഗ്യത്തെക്കുറിച്ച് ഉല്പാദകർ ഉൽക്കണ്ഠപ്പെടേണ്ട കാര്യമെന്ത്! സത്യ ത്തിൽ ഇതായിരുന്നു യുദ്ധാനന്തര അമേരിക്ക തുടങ്ങിവച്ച മാതൃക. നമ്മു ടേതടക്കമുള്ള അവികസിതരാഷ്ട്രങ്ങൾ ആപൽക്കരമായ ഈ മാതൃക കണ്ണടച്ച് ഇവിടെയും നടപ്പിലാക്കുകയായിരുന്നു.

ഇത്തരം മാരകവിഷങ്ങളുടെ സാന്നിദ്ധ്യമറിയിക്കാൻ പാകത്തിലുള്ള ഒട്ടനേകം തെളിവുകൾ കാഴ്സൺ ശേഖരിക്കുകയുണ്ടായി. ഉദാഹരണ ത്തിന് പെൻസിൽ വാനിയയിലെ ഒരു പൂന്തോട്ടമേഖലയിൽനിന്നു ശേഖ രിച്ച കുടിവെള്ളത്തിൽ മീനുകളെയിട്ടപ്പോൾ നാലുമണിക്കൂറിനകം അവ യെല്ലാം ചത്തുപൊന്തി. വിഷം തളിച്ച പരുത്തികൃഷി മേഖലയിൽനിന്നു ശേഖരിച്ച വെള്ളം ശുദ്ധീകരിച്ചശേഷം മത്സ്യങ്ങളെയിട്ടപ്പോഴും അവയ്ക്ക തിൽ അധികനേരം ജീവിക്കാൻ കഴിഞ്ഞില്ല. ടെന്നിസി നദിയുടെ അൽ ബാമയിലുള്ള പതിനഞ്ചോളം പോഷകച്ചാലുകളിൽ ടോക്ലോഫീൻ, ക്ലോറി നേറ്റഡ് ഹൈഡ്രോ കാർബണുകൾ എന്നിവ ഒലിച്ചിറങ്ങി മത്സ്യങ്ങൾ കൂട്ടത്തോടെ ചത്തുപൊന്തി. ഈ ചാലുകളിൽ രണ്ടെണ്ണം മുനിസിപ്പാ

ലിറ്റിയുടെ കുടിവെള്ള സ്രോതസിന്റെ മുഖ്യ കൈവഴികളായിരുന്നു. ഇങ്ങനെ എത്രയെത്ര സംഭവങ്ങൾ! സത്യം കെട്ടുകഥയെക്കാൾ വിചി ത്രമെന്ന് ഉറപ്പിക്കാൻ പര്യാപ്തമായ അനുഭവങ്ങൾ.

മിക്കപ്പോഴും ഇത്തരം മലിനീകരണങ്ങൾ ആരും കാണാതെ പോകുന്നു. അഥവാ അതൊന്നും ആരുടെയും കണ്ണിൽപ്പെടുക യില്ല. മത്സ്യങ്ങൾ കൂട്ടത്തോടെ ചത്തുപൊന്തുമ്പോൾ മാത്രം ആളുകൾക്കതു മനസ്സിലാകും. ഇത്തരം കാർബണികവസ്തു ക്കളെ കൃത്യമായി കണ്ടെത്താനുള്ള സംവിധാനങ്ങളൊന്നും ജല ശുദ്ധിയുടെ കാവലാളന്മാരെന്നു വീമ്പടിക്കുന്ന കെമിസ്റ്റുകളുടെ കൈയിലില്ലെന്നതത്രെ സത്യം.

1960 ൽ യു എസിലെ മത്സ്യ-വന്യജീവി സേവന വിഭാഗം പുറത്തു വിട്ട പഠനറിപ്പോർട്ടിലേക്ക് തുടർന്നുള്ള ഭാഗങ്ങളിൽ ഗ്രന്ഥകർത്രി നമ്മെ കൂട്ടിക്കൊണ്ടുപോകുന്നു. ഉഷ്ണരക്തജീവികളെപ്പോലെ മത്സ്യങ്ങളും രാസവിഷങ്ങളെ അവയുടെ ശരീരകലകളിൽ സംഭരിച്ചുവെക്കാറുണ്ടോ എന്നറിയാനുള്ള ഒരന്വേഷണമായിരുന്നു അത്. സ്പ്രൂസ് മത്സ്യങ്ങളെ ബാധിച്ച ഖഡ്വേമുകളെ കൊല്ലാൻ പരക്കെ ഡി ഡി ടി തളിച്ച സമയമാ യിരുന്നു. പ്രതീക്ഷിച്ചതുപോലെ പരീക്ഷണവിധേയമായ മത്സ്യജാതി കളുടെയെല്ലാം ശരീരത്തിൽ ഡി ഡി ടി ഉണ്ടായിരുന്നു. മുപ്പതുനാഴിക മുകളിലോട്ടുമാറി ആദിമ പ്രകൃതിയിലുള്ള ഒരു വന്യമേഖലയിലെ ചെറിയ അരുവിയിലെ മീനുകളിൽപ്പോലും ഡി ഡി ടി ഉണ്ടായിരുന്നു. ഉന്നതമായ ഒരു വെള്ളച്ചാട്ടം ഈ അരുവിയെ മറ്റു ഭാഗങ്ങളിൽനിന്നു വേർതിരിക്കു ന്നു. ആ ഭാഗത്തൊന്നും കീടനാശിനി തളിച്ചിട്ടേയില്ല. പിന്നെയെങ്ങനെ മത്സ്യങ്ങളുടെ ശരീരകലകളിൽ ഡി ഡി ടി അടിഞ്ഞുകൂടി? ഈ രീതി യിൽ ഒറ്റപ്പെട്ട, കീടനാശിനി പ്രയോഗത്തിൽനിന്ന് ഒഴിഞ്ഞുമാറിനിൽ ക്കുന്ന മറ്റുചില സ്രോതസുകളിലെ അന്തേവാസികളിലും ഡി ഡി ടിയുടെ അംശം കണ്ടെത്താൻ കഴിഞ്ഞു. ഭൂഗർഭജലംവഴി വിഷം മറ്റു വിദൂരഭാഗ ങ്ങളിൽനിന്ന് അവിടെ എത്തിയതാകാനേ സാധ്യത ഉണ്ടായിരുന്നുള്ളൂ. നാം പക്ഷേ, പലപ്പോഴും ഉപരിതല മലിനീകരണം മാത്രം കണക്കിലെടു ത്താണല്ലോ പഠനങ്ങൾ തയ്യാറാക്കുന്നത്. ലോകത്തിന്റെ ഒരു ഭാഗത്തു പയോഗിക്കുന്ന വിഷം ഭൂഗർഭജലസ്രോതസുകളിലൂടെയത് ലോകത്താക മാനമുള്ള വെള്ളത്തിന്റെ ശുദ്ധതയെ ബാധിക്കാനിടയുണ്ടെന്ന അറിവ് എത്രമാത്രം ഉൽക്കണ്ഠാജനകമാണ്! ഇക്കാര്യം ആദ്യം വിളിച്ചുപറഞ്ഞ വ്യക്തിയാണ് റേച്ചൽ കാഴ്സൺ. 'തലയ്ക്കുമേടിയാൽ ചന്തിക്കു മുഴയ് ക്കുന്ന' തരത്തിലുള്ള ഇത്തരം പ്രത്യാഘാതങ്ങൾക്ക് വിചിത്രവും അവി ശ്വസനീയവുമായ ഒട്ടേറെ തെളിവുകൾ അവർ തന്റെ പുസ്തകത്തിൽ നിരത്തുന്നുമുണ്ട്.

ജലനിർഗമനത്തിന്റെയും വ്യാപനത്തിന്റെയും രീതികൾ പഠിച്ചാൽ ഇത്തരം വാർത്തകളിൽ ഒട്ടും അത്ഭുതം തോന്നാനിടയില്ല. അടഞ്ഞതും

വേർതിരിഞ്ഞു നില്ക്കുന്നതുമായ ഒരു സംവിധാനം പ്രകൃതിക്ക് അന്യ മാണെന്ന് കാഴ്സൺ ചൂണ്ടിക്കാട്ടുന്നു. ഭൂമിയിലെ ജലവിതാനത്തെ വിഘ്നപ്പെടുത്താൻ കാരണമാകുന്ന യാതൊന്നും പ്രകൃതി സാധാരണ ഗതിയിൽ ചെയ്യാറില്ല. മഴ ഭൂമിയിൽ വീണ് മണ്ണിലും പാറകളിലുമുള്ള ചെറു സുഷിരങ്ങളിൽ വെള്ളം നിറയുന്നു. ആഴത്തിലാഴത്തിലിറങ്ങി ച്ചെന്ന് ഉള്ളിലെ സുഷിരങ്ങളും നിറയും. അങ്ങനെ ഇരുണ്ട ഉപരിതലാ ന്തർഭാഗമെല്ലാം നിറയും. ഒന്നുകിൽ ഉയർന്നും താഴ്വാരങ്ങൾക്കടിയിൽ താണും അതങ്ങനെ ഒഴുകിക്കൊണ്ടിരിക്കും. ആന്തരികമായി അതങ്ങനെ നിരന്തരം പ്രവഹിച്ചുകൊണ്ടിരിക്കും. ചിലപ്പോൾ തീരെ സാവധാനത്തിൽ — ഒരു വർഷംകൊണ്ട് 50 അടിയിലേറെ നീങ്ങില്ല. ചിലപ്പോൾ അതി വേഗതയിൽ – താരതമ്യം ചെയ്തു പറഞ്ഞാൽ ദിവസം ഏതാണ്ട് ഒരു നാഴികയുടെ പത്തിലൊന്ന് എന്ന തോതിൽ. ഈ അദൃശ്യ പ്രവാഹങ്ങൾ ചില സ്ഥലങ്ങളിൽ നീരുറവകളായി പൊങ്ങും. കിണറുകുഴിച്ചാൽ നിറ യുന്നത് ഈ പ്രവാഹമാണ്. എങ്കിലും കൂടുതലും അരുവികൾക്കും പുഴ കൾക്കും ജന്മം നൽകും. മഴവെള്ളമായോ ഉപരിതലപ്രവാഹമായോ നേരിട്ട് അരുവികളിൽ എത്തിച്ചേരുന്നതൊഴിച്ച് ബാക്കിയെല്ലാം ഒരിക്കൽ ഈ ഉപരിതലാന്തര ജലമായിരുന്നു. അതുകൊണ്ടാണ് പറയുന്നത്, ഉപരി തലജലത്തിന് ഒരിടത്തു സംഭവിക്കുന്ന മലിനീകരണം ലോകമെങ്ങും സംഭവിക്കുന്ന ജലമലിനീകരണം തന്നെയാണ്.

ഇതു തെളിയിക്കാൻ കാഴ്സൺ നിരത്തുന്ന ഒന്നാന്തരമൊരുദാഹ രണം കൊളറാഡൊയിൽ അക്കാലത്ത് യഥാർത്ഥത്തിൽ സംഭവിച്ചതാണ്. ആയിടെ ഭൂഗർഭത്തിൽ ആരുമറിയാതെ രൂപംകൊണ്ട ഒരു വിഷക്കട ലിന്റെ കഥയാണിത്. സ്ഥലത്തെ ഒരു കാർഷികമേഖലയിൽ ഈ പുസ്ത കത്തിന്റെ ആമുഖാദ്ധ്യായത്തിൽ സൂചിപ്പിച്ചപോലെയുള്ള ചില സംഭവ ങ്ങൾ പൊടുന്നനവെ അരങ്ങേറുന്നു. കിണറുകളിൽ വിഷജലം. മനു ഷ്യരും വളർത്തുമൃഗങ്ങളും വിഷജലം കുടിച്ച് രോഗികളായി. ശാലീന സുന്ദരമായ നാട്ടിൻപുറമാണ്. കൃഷിയിടങ്ങളിൽ അടുത്തൊന്നും വിഷം തെളിച്ചിട്ടില്ല. പിന്നെയെങ്ങനെ ഇതെല്ലാം സംഭവിച്ചു? അന്വേഷണം നീണ്ടുചെന്നത് അനേകനാഴികയകലെ ഡെനവറിനടുത്തുള്ള ഒരായുധ നിർമ്മാണശാലയിലേക്കാണ്. റോക്കിമൗണ്ടൻ ആർസനെൽ എന്ന പേരിൽ അറിയപ്പെടുന്നു. 1943 ൽ അവിടെ ആയുധനിർമ്മാണം ആരംഭി ച്ചു. ഏഴുവർഷം കഴിഞ്ഞ് ആയുധനിർമ്മാണം നിർത്തി രാസകീടനാശിനി കൾ നിർമ്മിക്കാൻ സ്ഥാപനത്തിലെ സൗകര്യങ്ങൾ ഒരു സ്വകാര്യകമ്പ നിക്കു വിട്ടുകൊടുത്തു. എന്നാൽ ഈ മാറ്റമുണ്ടാകുന്നതിനുമുമ്പുതന്നെ നേരത്തെപ്പറഞ്ഞ നാട്ടിൻപുറത്ത് വൻതോതിൽ കൃഷിനാശമുണ്ടായി. മനുഷ്യരിലും മൃഗങ്ങളിലും വിശദീകരിക്കാനാകാത്ത രോഗങ്ങൾ പ്രത്യ ക്ഷപ്പെട്ടു. ഇലകൾ മഞ്ഞയാകുന്നതും ചെടികൾ വളർച്ചയെത്തുന്നതി നുമുമ്പു മുരടിക്കുന്നതും സാധാരണയായി.

ഈ കൃഷിയിടങ്ങളിൽ വെള്ളമെത്തിക്കുന്നത് ആഴംകുറഞ്ഞ കിണ

റുകളിൽനിന്നാണ്. അമ്പതുകളുടെ ആരംഭത്തിൽ കണ്ടുതുടങ്ങിയ ദുഃസൂചനകളെക്കുറിച്ച് 1957 ൽ വിശദമായ പഠനം നടന്നു. കിണർ വെള്ള ത്തിൽ അനേകജാതി രാസവസ്തുക്കൾ അടിഞ്ഞുകൂടിയതായി കണ്ടു. പേരെടുത്തുപറഞ്ഞാൽ, ക്ലോറേറ്റുകൾ, ഫോസ്ഫേറ്റുകൾ, ഫ്ളൂറൈഡു കൾ, ആർസെനിക്കിന്റെ സംയുക്തങ്ങൾ....... ഒന്നും ആ നാട്ടിൽ ഉപ യോഗിക്കാറില്ല. പിന്നെയിവ കിണറുകളിലെത്തിയതെങ്ങനെ? ആയുധ പ്പുര പ്രവർത്തിച്ചിരുന്ന കാലത്ത് അവിടത്തെ മലിനജലം പ്രത്യേക നിർമ്മിതമായ ഒരു കുളത്തിലേക്ക് ഒഴുക്കിവിടാറുണ്ടായിരുന്നു. ഈ കുള ത്തിൽനിന്ന് വിഷംകലർന്ന വെള്ളം ഭൂഗർഭത്തിലൂടെ ഒഴുകിവർഷ ങ്ങൾകൊണ്ട് കൃഷിയിടത്തിലെ കിണറുകളിൽ എത്തിച്ചേരുകയായി രുന്നു! മൂന്നുനാഴികദൂരം സഞ്ചരിക്കാൻ ഏഴെട്ടുവർഷം വേണ്ടിവന്നു എന്നു മാത്രം!

എന്നാൽ കൂടുതൽ നിഗൂഢവും അവിശ്വസനീയവുമായ കാര്യങ്ങൾ തെളിയാനിരിക്കുന്നേയുണ്ടായിരുന്നുള്ളൂ. അങ്ങനെയിരിക്കെ ആയുധപ്പുര യുടെ ചുറ്റുമുള്ള ജലസംഭരണികളിൽ 2, 4 – D യുടെ അംശം കണ്ടെ ത്തുന്നു. ആ ഭാഗത്തൊന്നും മാരകമായ ഈ കളനാശിനി തീരെ ഉപ യോഗിച്ചിട്ടില്ലെന്നിരിക്കെ പുതിയ രാസശാലയിൽ അത് ഉൽപ്പാദിപ്പിച്ചിട്ടി ല്ലെന്നിരിക്കെ, എങ്ങനെയതു സംഭവിച്ചു? സംഗതിയെന്തെന്നാൽ 2,4-D ഉപയോഗിക്കാതെയും സ്രോതസുകളിൽ ആ വിഷം ഉണ്ടാകാം. മാലി ന്യക്കുളത്തിലെ 'കോക്ക്ടെയിലിൽനിന്ന് പരപ്രേരണ കൂടാതെ 2, 4-D എന്ന കളനാശിനി രാസപ്രവർത്തനംവഴി ഉണ്ടാവുകയായിരുന്നു. ഫാക്ട റിയുടെ മലിനജലസംഭരണി പുതിയ രാസപദാർത്ഥത്തിന്റെ നിർമ്മിതിക്ക് പരീക്ഷണശാലകളായി മാറുകയായിരുന്നു. ഈ ജലം സ്പർശിച്ച സ്ഥല ങ്ങളിലെല്ലാം പച്ചപ്പ് പൂർണ്ണമായും ഇല്ലാതായി. ഭൂഗർഭ സ്രോതസുകൾക്ക് ദേശാതിർത്തികളൊന്നും ബാധകമല്ല. കൊളറാഡൊയിൽ മാത്രമല്ല, ലോകമെങ്ങും ഈ അനുഭവം ആവർത്തിച്ചുകൊണ്ടിരിക്കും. വായുവും സൂര്യപ്രകാശവും രാസത്വരകമായി നില്ക്കും. അപകടമില്ലാത്തത് എന്ന് ലേബലൊട്ടിച്ചുനിർത്ത പല മൂല രാസയൗഗികങ്ങളും എന്തെല്ലാം പുതിയ വിഷങ്ങളാണ് പുറത്തുവിടുകയെന്ന് തിട്ടമായി ആർക്കു പറയാനാകും? 'സാലഡ് പ്രഭാവ'ത്തിന്റെ വികസിതവും കൂടുതൽ അപകടകരവുമായ ആവർത്തനമാണ് പ്രകൃതിയിലെങ്ങും നാം കാണുന്നത്. ലബോറട്ടറി യിൽ പ്രതീക്ഷിക്കാത്തതും സംഭവിക്കാത്തതും പ്രകൃതിയിൽ സംഭവി ക്കുന്നു. കുടിക്കാനുള്ള ഒരു ഗ്ലാസ് വെള്ളത്തിൽപ്പോലും സംഭവിക്കുന്നു. പ്രതിപ്രവർത്തനം രാസവസ്തുക്കളും ആണവവികിരണമുണ്ടാക്കുന്ന വിസർജ്യവസ്തുക്കളും തമ്മിലാകാം. അയണീകരണപ്രവർത്തനം നട ക്കുമ്പോൾ ആറ്റങ്ങളുടെ പുനഃക്രമീകരണം അനായാസമായി നടക്കും. രാസപദാർഥങ്ങളിൽ അതുകൊണ്ട് പ്രവചനാതീതമായ പരിണാമങ്ങളു ണ്ടാകും.

1960 ലെ വേനൽക്കാലത്ത് ടുൽക്കെ തടാകത്തിലും ക്ലമത്തിലെ

അഭയാരണ്യത്തിലും വന്യജീവി സങ്കേതത്തിലും സംഭവിച്ചതു നോക്കു: ചത്തുവീണ നവൂറുകണക്കിനു പക്ഷികളെ സംരക്ഷണോദ്യോഗസ്ഥർ പെറുക്കികൂട്ടി. കീറിമുറിച്ചു നോക്കിയപ്പോൾ ടോക്സാഫീൻ, ഡി ഡി ടി, ഡി ഡി ഇ എന്നിവയുടെ അംശം കണ്ടെത്തി. പ്ലവജീവികളെ ആഹാര മാക്കുന്ന മത്സ്യങ്ങൾക്കും കുഴപ്പമുണ്ടായി. നോക്കണേ, പരിരക്ഷണത്തി നായി നീക്കിവച്ച ജലപ്പരപ്പുകളുടെ അവസ്ഥ. അപ്പർ ക്ലമത്തും മറ്റുമട ങ്ങുന്ന പ്രദേശം വിശാലമായ ഒരു പരിസ്ഥിതി ശൃംഖലയുടെ ഭാഗമാണ്. ഒരേ ജലപ്രവാഹം പങ്കുവച്ച് വൻസമുദ്രത്തിനുനടുവിൽ സ്ഥിതിചെയ്യുന്ന ചെറുദ്വീപുകളുമായി വിധിനിർണ്ണയകമാംവിധം ഇവയെല്ലാം ബന്ധപ്പെ ടുന്നു. ചതുപ്പുകളും തുറന്ന ജലപ്പരപ്പുകളുമെല്ലാം നിറഞ്ഞ് ജലപ്പക്ഷി കളുടെ പറുദീസയായി വിളങ്ങിയ പ്രദേശമായിരുന്നു ഒരിക്കലിത്. പടി ഞ്ഞാറൻ ജലപ്പക്ഷികളുടെ പരിരക്ഷണത്തിൽ നിർണായകസ്ഥാനം തന്നെയുണ്ട്. ഈ അഭയാരണ്യങ്ങൾക്കെന്നോർമ്മവേണം. പസിഫിക്ക് ഫ്ളൈവേ എന്ന് പേരിൽ പക്ഷികളുടെ പല ദേശാടനമാർഗ്ഗങ്ങളെല്ലാം ഒന്നിക്കുന്ന ഈ ഭാഗം ഒരു ചോർപ്പിന്റെ ഇടുങ്ങിയ കഴുത്തിനെയാണോര മിപ്പിക്കുക. ശരത്ക്കാലമവസാനിക്കുന്നതും ദേശാടനക്കിളികളുടെ പ്രവാ ഹമായി ഈ വഴി. ബെറിങ്ങിന്റെ കിഴക്കെ കടൽത്തീരംതൊട്ട് ഹഡ്സൺ ഉൾക്കടൽ വരെയുള്ള അതിവിസ്തൃത സങ്കേതങ്ങളിൽ നിന്നെല്ലാമായി കോടിക്കണക്കിനു വാത്തകളും താറാവുകളും ഇവിടെയെത്താറുണ്ട്. തെക്കൻ പസിഫിക്ക് തീരത്തേക്കു നീങ്ങുന്ന പക്ഷികളുടെ ഏതാണ്ട് നാലിൽ മൂന്നു ഭാഗമെങ്കിലും വരുമിത്. വേനൽ തികച്ചും ഇവിടെ കഴിച്ചു കൂട്ടും. മുട്ടയിടും. വംശനാശ ഭീഷണി നേരിടുന്ന രണ്ടു മുഖ്യയിനങ്ങൾ ഇക്കൂട്ടത്തിലുണ്ട്. ചോപ്പുതലയനും ചക്രവാകവും. ജലദൂഷണം ഈവിധം തുടങ്ങുന്നപക്ഷം ജലപ്പക്ഷികളുടെ എണ്ണത്തിൽ ഉണ്ടാകുന്ന കുറവ് അപരിഹാര്യമായിരിക്കുമെന്ന് ഇത്തരം ആധികാരിക വിവരങ്ങൾ നിരത്തി ഗ്രന്ഥകർത്രി സ്ഥാപിക്കുന്നു.

ജലജൈവ ശൃംഖലയുടെ നൈരന്തര്യത്തിന്റെ പ്രാധാന്യം വ്യക്ത മാക്കത്തക്കവിധം കാലിഫോർണിയയിലെ ക്ലിയർ തടാകത്തിന്റെ കഥ യും നമുക്കിവിടെ വായിക്കാം. സാൻഫ്രാൻസിസ്ക്കോയിൽനിന്ന് 90 നാഴിക വടക്കോട്ടു പോയാൽ തടാകതീരത്തെത്താം. ചുറ്റും കുന്നുക ളുടെ നിരകൾ. ചൂണ്ടക്കാരുടെ പറുദീസ. ക്ലിയർ തടാകമെന്ന പേരുതന്നെ അസംബന്ധമാക്കുമാറ് കലക്കുവെള്ളമാണിപ്പോഴിതിൽ. ആഴംകുറഞ്ഞ അടിത്തട്ടിൽ ഒരുതരം കറുത്ത ചേറു അടിഞ്ഞുകൂടാൻ തുടങ്ങിയത് അടു ത്തകാലത്താണ്. മീൻപിടുത്തക്കാർക്കും ട്യൂറിസ്റ്റുകൾക്കും ശല്യമായി ഒരു ജാതി ചെറിയ കൊതുക് കണ്ടമാനം പെരുകി. ചവൊബറസ് അസ റ്റിക്ടോപ്പസ് എന്ന് ഇതിന്റെ ജീവശാസ്ത്രനാമം. കൊതുകിന്റെ ബന്ധു വാണെന്നേയുള്ളൂ. ചോരകുടിക്കില്ല. എന്നാൽ എണ്ണപ്പെരുപ്പം മനുഷ്യനും മൃഗത്തിനും നിത്യശല്യമാണിപ്പോൾ. നാൽപ്പതുകളുടെ അവസാനത്തിൽ തന്നെ ഡി ഡി ടി പ്രയോഗം തുടങ്ങി. പിന്നീട് D D D ഉപയോഗിക്കാൻ

തുടങ്ങി. ഡി ഡി റ്റിയുടെ ഉറ്റബന്ധുവാണെങ്കിലും മത്സ്യങ്ങൾക്കു ദോഷം ചെയ്യില്ലെന്നായിരുന്നു പ്രചാരണം. എല്ലാം വളരെ കൃത്യമായി ചെയ്തു. നിഷ്കൃഷ്ടമായ മേൽനോട്ടവും പരിശോധനയുമൊക്കെ ഉണ്ടായിരുന്നു. ആദ്യം എല്ലാം ഭംഗിയായി നടന്നു. കൊതുകുകൾ നിയന്ത്രണവിധേയ മായെന്നുതന്നെ തോന്നി. എന്നാൽ. 1954 ൽ കീടനാശിനി പ്രയോഗം ആവർത്തിക്കേണ്ടിവന്നു. ഇക്കുറി കുറേക്കൂടി കൂടിയ ഗാഢതയിൽ. അങ്ങനെയിരിക്കെ ശിശിരം വന്നു. കൊതുകുകളെയൊന്നും കണ്ടില്ല. എന്നാൽ തടാകത്തിലെ താമസക്കാരായ വെസ്റ്റേൺ ഗ്രീവ് പക്ഷികൾ (നീണ്ട കൊക്കുള്ള ഒരുതരം വാലില്ലാജലപ്പക്ഷി) ചാകാൻ തുടങ്ങി. ചുരു ങ്ങിയ സമയത്തിനകം നൂറോളം പക്ഷികൾ ചത്തു. ക്ലിയർ തടാകമാണ് ഈ ദേശാടനപ്പക്ഷിയുടെ പ്രജനനകേന്ദ്രം. ഇവിടത്തെ മത്സ്യസമൃദ്ധി യാണ് മുഖ്യാകർഷണം. കൂടുകളങ്ങനെ വെള്ളത്തിൽ പൊന്തിക്കിടന്നൊ ഴുകുന്നതുതന്നെ ഒരു കാഴ്ചയാണ്. അരയന്നങ്ങളെപ്പോലെ അതിശയ കരമായ രൂപസൗകുമാര്യമുള്ള പക്ഷികളാണ്.

അങ്ങനെയിരിക്കെ 1957 ൽ കൊതുകുനശീകരണത്തിന്റെ മൂന്നാം ഘട്ടം അരങ്ങേറി. പക്ഷിമരണം നിയന്ത്രണാതീതമായി വില്ലനെ കണ്ടെ ത്താൻ ചത്ത പക്ഷികളെ കീറിമുറിച്ച് കൊഴുപ്പു കോശങ്ങളെടുത്തു പഠി ച്ചു. ഡി ഡി ഡി അടിഞ്ഞുകൂടിയത് ഒരു ദശലക്ഷത്തിൽ 1600 അംശം എന്ന തോതിലായിരുന്നു. വെള്ളത്തിൽ തളിച്ചതോ ദശലക്ഷത്തിൽ 50 അംശം എന്ന കണക്കിനും. വിഷം ഭക്ഷ്യശൃംഖലയിലൂടെ കടന്ന് ഗ്രീവ് പക്ഷിയിലെത്തിയപ്പോൾ സാന്ദ്രീകരണം എത്ര ഇരട്ടിയായി മാറി എന്നു നോക്കൂ. വിഷം ആദ്യം പ്ലവജീവികൾക്കു കിട്ടി. അവയത് മത്സ്യങ്ങൾക്കു കൊടുത്തു. മത്സ്യങ്ങൾ ഗ്രീബ് പക്ഷികൾക്കു കൈമാറി. അപ്പോഴേക്കും ജൈവസാന്ദ്രീകരണം ആയിരക്കണക്കിനു മടങ്ങുകളായി വർദ്ധിച്ചു. ജല ത്തിൽ കലർന്നതിന്റെ 25 ഇരട്ടി പ്ലവങ്ങളിലടിഞ്ഞുകൂടിയപ്പോൾ മത്സ്യ ങ്ങളിലത് 40 – 300 ഇരട്ടിയായി ഉയർന്നു. മാംസഭോജി മത്സ്യങ്ങളിലിത് പിന്നെയും വർദ്ധിച്ച് (ഉദാഹരണമായി ബ്രൗൺബുൾ ഹെഡ് എന്ന മത്സ്യം) ദശലക്ഷത്തിന്റെ 2500 അംഗങ്ങളോളമായത്രെ. ഭക്ഷ്യശൃംഖല കളിലൂടെ വിഷസാന്ദ്രീകരണം പെരുകുന്നതിന്റെ അത്യാകർഷകവും അതേസമയം അതീവ ഭീതിദവുമായ ചിത്രമാണിവിടെ കാഴ്സൺ കാഴ്ച വെക്കുന്നത്.

പ്രകൃതിയിൽ ഒന്നിനും ഒറ്റക്കൊരു നിലനില്പില്ല. എല്ലാം പരസ്പര ബന്ധിതമായി പ്രവർത്തിക്കുന്നു. മറ്റൊരടിസ്ഥാന വിഭവമായ മണ്ണിന്റെ മലിനീകരണവും ഇതിലേക്കാണ് വിരൽച്ചൂണ്ടുന്നത്. മണ്ണിന്റെയൊരു നേർത്ത പടലം അപൂർണ്ണമായ ഒരാവരണമായി ഭൂഖണ്ഡങ്ങളെയെല്ലാം പൊതിയുന്നു. മനുഷ്യരുടെയും മറ്റു ജീവജാലങ്ങളുടെയും നിലനില്പ് ഈ പടലത്തെ ആശ്രയിച്ചിരിക്കുന്നു. മണ്ണില്ലെങ്കിൽ കരയിലെ സസ്യ ങ്ങൾക്കൊന്നും അസ്തിത്വമില്ല. സസ്യങ്ങളില്ലെങ്കിൽ പിന്നെ ജന്തുക്കൾ എങ്ങനെ ജീവിക്കും?

മണ്ണിന്റെ ഉല്പത്തിയും അതിന്റെ തനതു സ്വഭാവം നിലനിർത്തുന്ന പ്രക്രിയകളുമെല്ലാം സസ്യ-ജന്തു ജീവജാലങ്ങളുടെ ജീവിതവുമായ അഭേദ്യമാംവിധം ബന്ധപ്പെട്ടിരിക്കുന്നു. മണ്ണന്നു പറയുന്നത് ഭാഗിക മായി ജീവന്റെ തന്നെ സൃഷ്ടിയാണ്. ജീവനുള്ളവയും ഇല്ലാത്തവയും തമ്മിൽ പണ്ടുകാലംതൊട്ടു നടന്ന വിസ്മയാവഹമായ പരസ്പര പ്രവർ ത്തനങ്ങളുടെ ഉല്പന്നമാണത്.

അഗ്നിശൈലങ്ങൾ ചുട്ടുപൊള്ളുന്ന ലാഹാ പ്രവാഹങ്ങൾ ഒഴുക്കി അതിന്റെ മൂലവസ്തുക്കളെ സൃഷ്ടിച്ചു. മൊട്ടപ്പാറകളുടെ വിജന തയിലൂടെ ഒഴുകിയവെള്ളം കഠിനമായ കരിങ്കല്ലിനെപ്പോലും അലിയിപ്പിച്ച് ചെറുതരികളായി മാറ്റിയെടുത്തു. ഹിമത്തിന്റെ ഉളി പ്രയോഗങ്ങൾ ശിലകളെ ശിഥിലമാക്കി. പിന്നീട് ഇവിടെയെല്ലാം പല തരത്തിലുള്ള ജീവികൾ അവയുടെ സൃഷ്ടിപരമായ മായാ ജാലം നടത്താൻ തുടങ്ങി.

എന്നിങ്ങനെ കാവ്യാത്മകമായ ഭാഷയിൽ ഗ്രന്ഥകർത്രി ഈ പ്രക്രിയ കളെ വിവരിക്കുന്നു. ശിലകളിൽ ആദ്യമുണ്ടായ ആവരണം ശൈവാല ങ്ങളുടെ (lichens - ആൽഗയും ഫംഗസും ചേർന്നുണ്ടായ മിശ്ര സസ്യം)തായിരുന്നു. അമ്ലമൊഴുക്കി അവ പാറകളെ അവ ദുർബലമാക്കി. ഇങ്ങനെയുണ്ടായ മണ്ണിന്റെ ലളിതമായ തുരുത്തുകളിൽ മോസുകൾ (പായലുകൾ) ആധിപത്യമുറപ്പിച്ചു. ശിലാശൈവാലങ്ങൾ പൊടിഞ്ഞും അതിൽ ചെറുകീടങ്ങളുടെയും മറ്റും അവശിഷ്ടങ്ങൾ ചേർന്നും ഉണ്ടാ യതായിരുന്നു ആദ്യകാല മണ്ണ്. അങ്ങനെ മണ്ണുണ്ടാക്കിയതും ജീവനാ ണെന്നു വരുന്നു. മണ്ണ് നിരന്തരമായി മാറിക്കൊണ്ടിരിക്കുന്നു. ആദിയുമ ന്തവുമില്ലാത്ത പരിക്രമണങ്ങളിൽ അതു ഭാഗഭാക്കാകുന്നു. പുതിയ പദാർത്ഥങ്ങൾ തുടർച്ചയായി അതിനോടു ചേർക്കപ്പെടുന്നു. പാറകൾ പൊടിയും. ജൈവവസ്തുക്കൾ അളിയും. മഴ താഴോട്ടിറങ്ങിവന്ന് നൈട്ര ജനും മറ്റു വാതകങ്ങളും നൽകും. അതേസമയം വേറെ പല പദാർത്ഥ ങ്ങളെയും അതിൽ താമസിക്കുന്ന ജീവികൾ മണ്ണിൽനിന്ന് എടുത്തുകൊ ണ്ടുപോകുന്നുണ്ടാകും. ഇത് താല്ക്കാലികമായ ഒരു പ്രക്രിയ മാത്ര മാണ് കേട്ടോ. എടുക്കുന്നതെല്ലാം പിന്നീട് കൃത്യമായി തിരിച്ചേല്പിക്കും. ലോലമെങ്കിലും അത്യന്തം പ്രധാനമായ രാസപ്രക്രിയകൾ നിരന്തരമ ങ്ങനെ ആരുമറിയാതെ സംഭവിച്ചുകൊണ്ടിരിക്കും. വായുവിൽനിന്നും വെള്ളത്തിൽനിന്നും സ്വീകരിക്കപ്പെടുന്ന മൂലകങ്ങൾ സസ്യങ്ങൾക്ക് ഉപ യോഗപ്രദമായിത്തീരുന്നത് ഇത്തരം പ്രക്രിയകളിലൂടെയത്രെ. ഈ പ്രവർത്തനങ്ങളിലെല്ലാം മുന്നണിപ്പോരാളികളെപ്പോഴും മണ്ണിലെ ജീവ ജാലങ്ങളായിരിക്കും. മണ്ണിന്റെ ഇരുണ്ട ലോകത്ത് അധിവസിക്കുന്ന കോടാനുകോടി ചെറുജീവികളുണ്ടല്ലോ, ഏറ്റവും വിസ്മയകരമാണ് അവ യെക്കുറിച്ചുള്ള പഠനങ്ങൾ. മണ്ണിലെ ഏറ്റവും അനുപേക്ഷണീയമായ ജൈവഘടകം ഏതെന്നു ചോദിച്ചാൽ ഒരുത്തരമേയുള്ളൂ – സൂക്ഷ്മജീ

വികലായ ബാക്ടീരിയകളും നൂലുപോലെയുള്ള കുമിളുകളും ഇവയുടെ എണ്ണം കേട്ടാല്‍ ആരും അമ്പരന്നുപോകും. ഒരു ടീസ്പൂണ്‍ ഉപരിമണ്ണില്‍ കോടാനുകോടി. ഒരേക്കര്‍ ഫലപുഷ്ടിയുള്ള മണ്ണില്‍ ആയിരം റാത്തല്‍ സൂക്ഷ്മജീവികളെങ്കിലുമുണ്ടാകും. (ഒരു റാത്തല്‍ = 450 ഗ്രാം) രശ്മി ഫംഗസ് എന്ന ഒരു ജാതി കുമിളുകളുണ്ട്. എണ്ണത്തില്‍ ബാക്ടീരിയക ളെക്കാള്‍ കുറവായിരിക്കും. എന്നാല്‍ വലിപ്പക്കൂടുതല്‍ ഉള്ളതുകൊണ്ട് ഭാരംകൊണ്ട് തുല്യം തന്നെയാകും. പിന്നെ ആല്‍ഗവിഭാഗം ജീവികളുടെ ഹരിതകോശങ്ങള്‍. ഇതെല്ലാം ചേര്‍ന്നതത്രെ മണ്ണിലെ സൂക്ഷ്മലോകം. ജീര്‍ണ്ണന പ്രവര്‍ത്തനങ്ങളില്‍ ഇവയെല്ലാം മുഖ്യപങ്കുവഹിക്കുന്നു. മാലി ന്യങ്ങളെ ജീവന്റെ നിലനില്‍പ്പിനും തുടര്‍ച്ചയ്ക്കുമുള്ള പദാര്‍ത്ഥങ്ങളാക്കി മാറ്റുന്നു. വിപുലമായ ചാക്രികമാറ്റങ്ങള്‍ക്കു വിധേയമായി. കാര്‍ബണ്‍, നൈട്രജന്‍, ഓക്സിജന്‍ തുടങ്ങിയവയുടെ ലഭ്യത അനുവരതം തുടര്‍ന്നു കൊണ്ടിരിക്കുന്നു. ഉദാഹരണമായി നൈട്രജന്‍ സ്ഥിരീകരണ ബാക്ടീ രിയകള്‍ ഇല്ലാതായാല്‍ എന്തു സംഭവിക്കുമെന്നു നോക്കൂ. നൈട്രജന്‍ കിട്ടാതായാല്‍ സസ്യങ്ങളെല്ലാം നശിച്ചു പോകും. ഇവയ്ക്കു പുറമെ കാര്‍ബണ്‍ ഡൈ ഓക്സൈഡ് ഉണ്ടാക്കാന്‍ സഹായിക്കുന്ന ജീവികളു മുണ്ട്. ഇത് മഴ വെള്ളത്തില്‍ ലയിച്ച് കാര്‍ബോണിക് ആസിഡായി മാറി പാറകളെ അലിയിക്കും. ഇതുകൂടാതെ പലതരം ഓക്സീകരണവും നിരോക്സീകരണവും നടത്തുന്ന ബാക്ടീരിയകളും മണ്ണിലുണ്ട്.

തീര്‍ന്നില്ല, മണ്ണിലെ ചെറുജീവികളുടെ കണക്ക്. സൂക്ഷ്മ ശരീരി കളായ മണ്ണിരകളും മറ്റു ചെറുജീവികളും പ്രാണികളും എത്ര വേണ മെങ്കിലുമുണ്ട്. സ്പ്രിങ് ടെയില്‍ എന്നു പേരുള്ള ചിറകില്ലാത്ത ഒരുതരം പ്രാകൃത ജീവിയുണ്ട് ഇവയുടെ കൂട്ടത്തില്‍. സസ്യാവശിഷ്ടങ്ങളുടെ വിഘടനത്തില്‍ നിസ്തുലമായ പങ്കുതന്നെയുള്ള ജീവികളാണിവ. പ്രത ലത്തിലെ സസ്യാവശിഷ്ടങ്ങളെയെല്ലാം മണ്ണിന്റെ ഭാഗമാക്കി മാറ്റും. ചില ജാതി മണ്ണിരകള്‍ സ്പ്രൂസ് മരത്തിന്റെ കൊഴിഞ്ഞുവീണ സൂചി ഇലക ളില്‍ മാത്രമേ മുട്ടയിടുകയുള്ളൂ. മുട്ട വിരിഞ്ഞുണ്ടാകുന്ന ലാര്‍വകള്‍ ഇലകളുടെ ആന്തരകലകളെല്ലാം കാര്‍ന്നെടുത്ത് ദഹിപ്പിക്കും. ശരത് ക്കാലത്തു പൊഴിഞ്ഞുവീഴുന്ന സ്പ്രൂസ് ഇലകളുടെ സമൃദ്ധി നമുക്കു സങ്കല്‍പിക്കാവുന്നതിലും എത്രയോ കൂടുതലാണ്. ഇവയെല്ലാം ദഹി പ്പിച്ചു തീര്‍ക്കുകയെന്ന ദുഷ്കരവും അതിശയകരവുമായ ജോലി സൂചി യില പ്രാണികള്‍ക്കല്ലാതെ മറ്റാര്‍ക്കു നിര്‍വ്വഹിക്കാനാകും?

ഈ അശ്രാന്തപരിശ്രമശാലികളെ കൂടാതെ കൂടുതല്‍ വലിപ്പമുള്ള മറ്റനേകം ജീവികളും മണ്ണിലുണ്ട്. സ്ഥിരവാസികളും വിരുന്നുകാരും പന്നേരികളുലെല്ലാം കൂട്ടത്തിലുണ്ടാകും. ശിശിരനിദ്രയെന്ന വിശ്രമകാലം മണ്ണിനടിയില്‍ ചെലവഴിക്കും. ജീവിതചക്രത്തിന്റെ ഒരു ഭാഗം ഈ രീതി യില്‍ കടന്നുപോകും. മണ്ണില്‍ കൂടുതല്‍ വായു സമ്പര്‍ക്കമുണ്ടാകാന്‍ വേരുകള്‍ കൂടുതലാഴത്തിലിറങ്ങിച്ചെല്ലാന്‍ സഹായിക്കും. ബാക്ടീരിയ കളുടെ നൈട്രീകരണപ്രവര്‍ത്തനം കൂടുതല്‍ കാര്യക്ഷമമമാക്കും. മണ്ണിര

കളുടെ സേവനത്തെക്കുറിച്ച് കൂടുതലൊന്നും പറയേണ്ടതില്ലല്ലൊ. എല്ലാം ചേർന്ന് അതിസങ്കീർണ്ണമായ ഒരു ജൈവജാലിക രൂപംകൊള്ളുന്നു. അതേസമയം മണ്ണെന്നു പറയുന്ന സാധനം ജൈവികതയുടെ സജീവ ഭാഗമായി നിലനിൽക്കുന്നത് അതിൽ വളരുന്ന ജീവജാതികൾ പുഷ്ടി പ്പെടുന്ന കാലത്തോളം മാത്രമാണു താനും.

സമ്പന്നമായ ഈ ജൈവലോകത്തിലേക്ക് രാസവിഷങ്ങൾ കടത്തി വിട്ടതോടെ സത്യത്തിൽ എന്താണ് സംഭവിച്ചുകൊണ്ടിരിക്കുന്നത്? മണ്ണി ലെ പ്രാണിലോകത്തിനു ഹേമമല്പ്പിക്കാതെ ഈ രാസവസ്തുക്കൾക്കു പ്രവർത്തിക്കാൻ കഴിയുമെന്നു നിങ്ങൾ വിചാരിക്കുന്നുണ്ടോ? മണ്ണിലെ ഉപകാരികളായ പ്രാണികളെ നിലനിർത്തി ഉപദ്രവകാരികളെ നശിപ്പിക്കു വാൻ കഴിവുള്ള ഏതെങ്കിലും രാസയൗഗികം എന്നെങ്കിലും അവതരിക്കു മെന്നു നിങ്ങൾ കരുതുന്നുണ്ടോ? പിന്നെ ഉപദ്രവകാരി നിരുപദ്രവകാരി എന്ന രീതിയിലുള്ള ഒരു ദ്വന്ദ്വം പ്രകൃതിക്ക് അപരിചിതമാണെന്ന സത്യം നാമെന്നാണ് തിരിച്ചറിയുക? ആ രീതിയിലൂടെ ഒന്നിനെയും വെള്ളം കട ക്കാത്ത അറകളിലായി വേർതിരിച്ചു മാറ്റിനിർത്താനാവില്ല. പരസ്പര പ്രവർത്തനങ്ങളിൽനിന്നുണ്ടാകുന്ന പ്രഭാവമാണ് പ്രധാനം. ഈയൊരാ ശയം വായനക്കാരിലെത്തിക്കാൻ റെയ്ച്ചൽ കാഴ്സൺ തന്റെ പുസ്തക ത്തിന്റെ ഈ ഭാഗം ഫലപ്രദമായി ഉപയോഗിക്കുന്നു.

മണ്ണിന്റെ പരിസ്ഥിതിശാസ്ത്രമെന്നതിനെ ശാസ്ത്രീയമായ രീതി യിൽ കാര്യങ്ങളെ കാണുന്നവർതന്നെ നിഷേധിക്കുന്നതിൽ കാഴ്സൺ ശക്തിയായ പ്രതിഷേധമുണ്ട്. കീടനിയന്ത്രണത്തിനുത്തരവാദപ്പെട്ടവർ ഏതാണ്ട് പൂർണ്ണമായും അതിനെ അവഗണിച്ചു. എത്ര പീഡിപ്പിച്ചാലും മണ്ണു സഹിക്കും എന്ന മനോഭാവം കൊടികുത്തിവാഴുന്നു. ഒരേതരം രാസവസ്തുതന്നെ പലതരം മണ്ണിൽ ഉപയോഗിക്കുന്നതിന്റെ സാംഗത്യ ത്തെയും അവർ ചോദ്യം ചെയ്യുന്നു. എല്ലാ മണ്ണും ഒരേ രീതിയിലാണോ പലതരം രാസവസ്തുക്കളോട് പ്രതികരിക്കുന്നത്? അല്ലല്ലോ. ഒന്നിനു ദോഷം ചെയ്യുന്നത് മറ്റൊന്നിനെ ഒരു തരത്തിലും ബാധിച്ചില്ലെന്നുവരാം. ഉദാഹരണമായി കീടനാശിനികൾ നേർത്ത പുഴിമണലിലേൽപ്പിക്കുന്ന ദോഷം ജൈവവസ്തുക്കളടങ്ങിയ മണ്ണിനെയപേക്ഷിച്ച് ഏറെ കൂടുത ലായിരിക്കും. വിവിധതരം കീടനാശിനികൾ മണ്ണിൽ നാശമില്ലാതെ നില നിൽക്കുന്നത് വിവിധ കാലങ്ങളോളമായിരിക്കും. ഉദാഹരണമായി ചിത ലിനെക്കൊല്ലുന്ന ബെൻസീൻ ഹെക്സാ ക്ലോറൈഡ് (BHC) മണ്ണിൽ ടൊക്സാഫീൻ പത്തുകൊല്ലം വരെ നിൽക്കും. ആൽഡ്രിൻ നാലുകൊല്ലം കഴിഞ്ഞും വീര്യം പോകാതെ കിടക്കുന്നതായി തെളിഞ്ഞിട്ടുണ്ട്. ഹെപ്റ്റാക്ലോർ 9 വർഷവും ക്ലോർഡേൻ 12 വർഷവുമുണ്ടാകും. എന്താണി തിന്റെ പ്രത്യാഘാതം? കീടനാശിനി ഉപയോഗിക്കുമ്പോൾ നേരത്തെ മണ്ണിൽ കടന്നുകൂടിയതിന്റെ കണക്ക് ഏതെങ്കിലും വിദഗ്ധൻ ഓർമ്മി പ്പിക്കാറുണ്ടോ? നിസ്സാരമായ അളവിലേ ഉപയോഗിക്കുന്നുള്ളൂ എന്നു പറ യും. എന്നാൽ മുൻ വർഷങ്ങളിൽ ഉപയോഗിച്ചതിന്റെ, മണ്ണിൽ ബാക്കി

ക്കിടക്കുന്നതിന്റെ, അളവിനോട് പുതുതായി വീഴുന്ന ഈ 'നിസ്സാര' അളവു കൂടി കൂട്ടി ചിന്തിച്ചാലോ? പരിസ്ഥിതിയിൽ അവയുണ്ടാക്കുന്ന ദോഷത്തിന്റെ ഒരേകദേശ ചിത്രമെങ്കിലും കിട്ടാൻ ഇതുകൂടി പരിഗണി ക്കണം. കാഴ്സന്റെ ഈ മാതിരിചിന്തകൾ വിദഗ്ദ്ധരെപ്പോലും ഞെട്ടിച്ചു. ആരും കാണാത്ത, കണ്ടവരിൽ പലരും പറയാൻ മടിച്ച ഒരു യാഥാർത്ഥ്യം അവർ ഉറക്കെ വിളിച്ചു പറയുകയായിരുന്നു. ഉപോൽബലകമായി അമേ രിക്കയിലെ വിവിധ പഴതോട്ടങ്ങളിൽനിന്നുള്ള ലഭ്യമായ ചില കണക്കു കളും അവർ പരസ്യപ്പെടുത്തുന്നുണ്ട്. പുകയിലത്തോട്ടങ്ങളിൽ പണ്ടെ ന്നോ തളിച്ച ആർസനിക്ക് അധിഷ്ഠിത കീടനാശിനികളുടെ അംശംപോ ലും, പുതിയവ മാറി ഉപയോഗിച്ചിട്ടും, പുകയിലച്ചെടികളിൽ ഇന്നും വർധ മാനമായ തോതിൽ കാണപ്പെടുന്നതിനെക്കുറിച്ച് പ്രസിദ്ധ ആർസനിക് വിദഗ്ധനായ ഡോ. ഹെൻറി എസ്. സിയാറ്റിൽ കണ്ടെത്തിയ കാര്യങ്ങൾ ആരുടെയും കണ്ണുതുറപ്പിക്കാൻ പോന്നതാണ്. ആർസനിക് കീടനാശിനി കളുടെ ഉപയോഗം നിർത്തിയിട്ടും ചില അമേരിക്കൻ സിഗരറ്റുകളിലെ ആർസനിക് വിഷത്തിന്റെ അളവ് 1932 ൽ 300 ശതമാനത്തിൽനിന്ന് 600 ശതമാനത്തിലേക്കു വർദിക്കുകയാണുണ്ടായത്. 'ഉത്തരോത്തരം വർദി ക്കുന്ന വിഷബാധ (cumulative poisoning) എന്ന് സിയാറ്റിൽ വിശേഷിപ്പി ക്കുന്നത് ഇതിനെയാണ്.

ഈ രീതിയിൽ മണ്ണ് സ്വരുപിക്കുന്ന കീടനാശിനികളിൽ എത്രഭാഗം സസ്യങ്ങൾ സ്വീകരിച്ച് സ്വന്തം ജൈവഘടനയുടെ ഭാഗമാക്കുമെന്നതാണ് അടുത്ത പ്രശ്നം. മണ്ണിന്റെ തരവും വിളയുടെ സ്വഭാവവും അനുസരിച്ച് ഇതിലും മാറ്റമുണ്ടാകുമെന്ന് വിദഗ്ദ്ധപഠനങ്ങൾ ഉദ്ധരിച്ച് കാഴ്സൺ വെളിപ്പെടുത്തുന്നു. ഉദാഹരണമായി ജൈവാംശം കൂടുതലുള്ള മണ്ണ് വിഷാംശത്തെ തീരെ ചെറിയ അളവുകളായേ വിട്ടുകൊടുക്കുകയുള്ളൂ. പഠനവിധേയമാക്കിയ പച്ചക്കറി വിളകളിലെല്ലാം വച്ച് വിഷാഗിരണത്തിൽ ഏറ്റവും മുമ്പിൽ കാരറ്റാണ്. വിഷം ഇൻഡേൻ ആണെങ്കിൽ മണ്ണിൽ സാന്ദ്രീകരിച്ചതിലും കൂടിയ സാന്ദ്രീകരണംതന്നെ കാരറ്റിലുണ്ടാകും. ഈ രീതിയിൽ ഓരോ വിളിയുടെയും പ്രതികരണം കൃത്യമായി പഠിക്കേണ്ട തുണ്ട്. വിഷം തളിക്കാത്ത വയലുകളിൽ വിളയുന്ന ഉല്പന്നങ്ങളിൽ പ്പോലും കൂടിയ അളവിൽ കീടനാശിനി വിഷം കടന്നുകൂടിയതായി തെളി യിക്കപ്പെട്ടിട്ടുള്ളതു കൂടി ഇവിടെ ഓർക്കാം.

അമേരിക്കയിലെ ബേബി ഫുഡ് നിർമ്മാതാക്കൾക്കിടയിൽ ഇതൊരു വൻ പ്രശ്നമായി വളരുകയുണ്ടായി. 'ഞങ്ങളുടെ ഉല്പന്നത്തിൽ കീട നാശിനിയുടെ അംശമില്ലെ'ന്ന് ബേബി ഫുഡ് നിർമാതാക്കൾ ആണയി ടുന്നു. അപഗ്രഥനം ചെയ്യുമ്പോഴാകട്ടെ കീടനാശിനികളുടെ അംശം കണ്ടെത്തുന്നു. ഒരു പ്രത്യേക നിർമ്മാതാവിന്റെ കാര്യം നോക്കൂ. ഇവർ ഇറക്കിയ കുട്ടിയാഹാരത്തിന് ചെറിയൊരു രസപ്പിഴയും ചീത്തമണവും. പരിശോധിച്ചപ്പോൾ ബെൻസീൻ ഹെക്സാ ക്ലോറൈഡിന്റെ അംശം കണ്ടെത്തി. കാലിഫോർണിയയിൽ വിളഞ്ഞ ഉരുളക്കിഴങ്ങാണ് ഉപയോഗി

ച്ചത്. പല ഫാമുകളിൽനിന്നായി ഉൽപ്പന്നങ്ങൾ മാറി മാറി പരീക്ഷിച്ചിട്ടു.

പ്രശ്നം തീർന്നില്ല. തുറന്ന വിപണിയിൽനിന്നു വാങ്ങിയിട്ടും ഫല മുണ്ടായില്ല. നേരത്തെ ഉപയോഗിച്ച BHC യുടെ നീക്കി ബാക്കിയാണ് പ്രശ്നമുണ്ടാക്കുന്നത്. നിലക്കടലയുടെ കാര്യത്തിൽ പ്രശ്നം കൂടുതൽ ഗുരുതരമായി. ആവർത്തനകൃഷി എന്ന നിലയിൽ നിലക്കടല പരുത്തി ച്ചെടികൾക്കിടയിൽ വിളയുന്നു. കോട്ടനുതളിച്ച വിഷം നിലക്കടലയിലു മെത്തുന്നു. പല കീടനാശിനികളും ബീൻസ്, ബാർലി, ഗോതമ്പ്, റൈ തുടങ്ങിയ വിളകളുടെ വേരു വളർച്ചയെ പ്രതികൂലമായി ബാധിക്കാറുണ്ട്. അഥവാ ഇളംചെടികളുടെ വളർച്ച നിലച്ചുപോകും. ബിയറിന് രുചിയും മണവും നൽകാനായി ഉപയോഗിക്കുന്ന ഹോപ് എന്ന വള്ളിച്ചെടിത്തോട്ട ങ്ങളിൽ ഈയനുഭവമുണ്ടായി. 1955 ൽ സ്ട്രോബെറി റൂട്ട് വീവിൽ എന്ന പ്രാണിയെ നശിപ്പിക്കാൻ ഹെപ്റ്റാക്ലോർ ഉപയോഗിച്ചതാണ് പ്രശ്നമാ യത്. വള്ളികൾ ഉണങ്ങാൻ തുടങ്ങി. മരുന്നു തളിക്കാത്ത പാടങ്ങളിൽ പ്രശ്നമേതുമുണ്ടായതുമില്ല. പഴയ ചെടികളെല്ലാം നശിപ്പിച്ച് പുതിയവ വളർത്തിയിട്ടും പ്രശ്നം തീർന്നില്ല. വളർച്ച മുരടിപ്പും വാട്ടവും ആവർത്തി ച്ചു. മണ്ണിലെ ഹെപ്റ്റാക്ലോർ വീര്യം അതിന്റെ പ്രവർത്തനം ആവർത്തി ക്കുകയുണ്ടായിരുന്നു. ഹെപ്റ്റാക്ലോർ പിന്നെയുമെത്രകാലം നിലനിൽക്കു മെന്നു ശാസ്ത്രജ്ഞർക്കൊട്ടും പ്രവചിക്കാനുമായില്ല.

'ആയുസെത്താത്ത' ഈ അവശിഷ്ടങ്ങളുയർന്ന ഭീഷണി നേരി ടാൻ ഒരു വഴിയും കാണാതെ ഉഴറുകയാണ് വിദഗ്ദ്ധർ. മണ്ണിന്റെ പരി സ്ഥിതി ശാസ്ത്രത്തെക്കുറിച്ചു പഠിക്കാൻ സിറാക്കൂസ് സർവകലാശാല യിൽച്ചേർന്ന വിദഗ്ധർ പ്രശ്നം വിലയിരുത്തിപ്പറഞ്ഞത് ഇങ്ങനെയാണ്: മനുഷ്യന്റെ ഭാഗത്തുനിന്നുണ്ടാകുന്ന ചില തെറ്റായ നീക്കങ്ങൾ മതി മണ്ണിന്റെ ഉല്പാദനക്ഷമതയെ ഇല്ലാതാക്കാൻ; കീടവർഗ്ഗങ്ങൾ നിയന്ത്ര ണാതീതമായി പെരുകാനും.

6

കാട്ടുകർപ്പൂരവും കാട്ടുകോഴിയും പിന്നെ കണ്ടകമാനും

ഹരിതസമൃദ്ധിയുടെ ആവരണം, മണ്ണിനും ജലത്തിനുമൊപ്പം ഇത് ഭൂമിയിലെ ജന്തുലോകത്തെ നിലനിർത്തുകയും പുഷ്ടിപ്പെടുത്തുകയും ചെയ്യുന്നു. ഹരിതസസ്യങ്ങൾ സൗരോർജത്തെ സ്വീകരിച്ച് ആഹാരനിർ മിതിനടത്താതെ ഒരു ജന്തുവിനും നിലനില്ക്കാനാകില്ലെന്നു മനുഷ്യ നറിയാം. എന്നാൽ സ്വന്തം ആവശ്യം വരുമ്പോഴെല്ലാം അവളെ ബോധ പൂർവ്വം മറന്നുകളയും. സസ്യപ്രകൃതിയുടെ വിനാശം അഭംഗുരം നടന്നു കൊണ്ടിരിക്കുന്നു. ഓരോ കാരണം പറഞ്ഞ് ഓരോന്നിനെയും നശിപ്പി ക്കുന്നു. ഇതു വിഷം; അതുകള; ഇതെന്റെ കന്നുകാലികളെ ഉപദ്രവി ക്കും; ഇത് ഇവിടെ വളരേണ്ടതല്ല, ഇത് വേണ്ടതുതന്നെ, എന്നാൽ ഇത് അതിന്റെ സമയമല്ല – ഇങ്ങനെ നശീകരണത്തിന് എന്തെല്ലാം ഞൊട്ടു ഞായങ്ങൾ! ഭൂമിയുടെ ഹരിതാവരണം' എന്ന അദ്ധ്യായം ഇതിനെക്കുറി ച്ചുള്ള ചർച്ചകൾക്കായി നീക്കിവച്ചിരിക്കുന്നു.

പ്രകൃതിപീഡനത്തിന് ഏറ്റവും മികച്ച ഉദാഹരണം കാണാൻ കാഴ് സൺ നമ്മെ പശ്ചിമതീരങ്ങളിലെ കാഴ്ച കർപ്പൂര നിരകളിലേക്കു കൂട്ടി ക്കൊണ്ടു പോകുന്നു. കർപ്പൂരച്ചെടികളെയെല്ലാം നശിപ്പിച്ച് പകരം പുല്ലു വളർത്തിയതുമൂലമുണ്ടായ തിരിച്ചടികൾ. ഉന്നതങ്ങളായ പശ്ചിതസമതല ങ്ങളും അവയ്ക്കു മുകളിൽ തലയുയർത്തിനിൽക്കുന്ന പർവതനിരക ളുടെ താണചരിവുകളുമെല്ലാം കർപ്പൂരക്കാടുകളാണ്. പ്രകൃതിയുടെ വര ദാനമായി നൂറ്റാണ്ടുകളായി നിലനിന്നു പോരുന്നു ഈ കാടുകൾ. പ്രതി സന്ധികളുടെയും പ്രമാദങ്ങളുടെയും നീണ്ട പരീക്ഷണകാലങ്ങളെ അതി ജീവിച്ച് നിലനിന്നുപോരുന്ന ജീവികളാണിവ. മറ്റു സസ്യങ്ങളെല്ലാം പിന്മാ റിയ സ്ഥലങ്ങളിൽ വാശിയോടെ പിടിച്ചുനിന്ന് അതിജീവനം സാധ്യമാക്കി യവ. ഈ മേഖല മുഴുവൻ ഈയൊരു സസ്യത്തിനു മാത്രമായി പതിച്ചു

നല്കിയപോലെയാണ്. അങ്ങനെയിരിക്കെ ഞങ്ങൾക്കു കാട്ടുകർപ്പൂരം വേണ്ട, ഞങ്ങളുടെ കന്നുകാലികൾക്കുമേയാൻ പുൽമേടുകൾ മതിയെന്ന് കുറേ മനുഷ്യൻ തീരുമാനിക്കുന്നു.

അതിനിടയിൽ ഈ ചെടികളുമായും ഇവിടത്തെ ഭൂപ്രകൃതിയുമായും ഇണങ്ങിജീവിക്കുന്ന ചില ജന്തുക്കളെ അവരാരും കണ്ടില്ല. ഒന്നൊരു സസ്തനി. പേര് കണ്ടകമാൻ (Prong horn antelope). പിന്നെയൊരു പക്ഷി, കർപ്പൂരക്കോഴി. കർപ്പൂര തുളസിയും കർപ്പൂരക്കോഴിയും ഒന്നു മറ്റൊന്നിനുവേണ്ടി സൃഷ്ടിക്കപ്പെട്ടവയാണെന്ന് രണ്ടിന്റെയും ജീവിതം നിരീക്ഷിച്ചാൽ മനസിലാവും. കാട്ടുകർപ്പൂരപ്പടപ്പുകളുടെ മുരടുവിസ്താരം കുറയുന്നതിനനുസരിച്ച് കോഴികളുടെ എണ്ണത്തിൽ കുറവുണ്ടായി. കുന്ന ടിവാരത്തിലെ പടർപ്പുകൾക്കടിയിലാണ് താമസം. ഇവിടെ കൂടുണ്ടാക്കും. കുട്ടികളുടെ അഭയാരണ്യങ്ങൾ. പടർപ്പിനു കൂടുതൽ വിസ്തൃതിയെങ്കിൽ പിന്നെ പറയാനില്ല. കട്ടികൂടുമെങ്കിൽ അതിലും കേമമാകും ജീവിതം. കുഞ്ഞിപ്പക്ഷികൾക്ക് അലയാനും ചേക്കേറാനും ഒന്നാന്തരമിടങ്ങൾ ഇതിന്റെ വിസ്തൃതിക്കുള്ളിലുണ്ടാകും. കർപ്പൂര ഇലകളാണ് മുഖ്യഭക്ഷ ണം. കർപ്പൂരച്ചെടികൾക്ക് ഇവയെക്കൊണ്ട് എന്തുപകാരമെന്ന് ചോദി ക്കുന്നവർ ഇവയുടെ ഇണചേരൽ ലീലകളൊന്നു കാണണം. പൂവൻ അത്യാകർഷകമായ രീതിയിൽ ഇളകിയാടി ചെടികളുടെ ചുറ്റും ഇളക്കി മറിക്കും. വായുസഞ്ചാരം വർദ്ധിക്കുന്നതോടെ ചെടിയൊന്നു കൊഴുക്കും. ചുവട്ടിൽ ചുറ്റും പുല്ലുമുളയ്ക്കും.

കണ്ടകമാനുകളുടെ കാലം വേനലറുതിയോടെ ആരംഭിക്കും. അതു വരെയവ കുന്നുകളിലായിരിക്കും. മഞ്ഞു വീഴുന്നതോടെ കൂട്ടം കൂട്ടമായി കുന്നിറങ്ങാൻ തുടങ്ങും. ശീതകാലത്തുപിടിച്ചു നില്ക്കാനുള്ള ഭക്ഷണം മുഴുവൻ കർപ്പൂരച്ചെടിയിൽനിന്നു കിട്ടും. മറ്റുവല്ല സസ്യജാലവുമുണ്ടെ ങ്കിൽ അതെല്ലാം ഇലപൊഴിച്ച് വികൃതരൂപികളായിനിൽക്കുമ്പോൾ കർപ്പൂരം പച്ചിലകൾ വിരിച്ച് കൊഴുകൊഴുത്തങ്ങനെ വിരാജിക്കുകയാ വും. ആകർഷകമായ മണമുള്ള ഇതിന്റെ ഇലകൾ പോഷകഗുണത്തിൽ മുൻപന്തിയിലാണ്. ഔഷധഗുണത്തിലും മികച്ചത്. എത്ര ഭയങ്കരമായ മഞ്ഞുവീഴ്ചയിലും ഈ കുറ്റിച്ചെടിയുടെ ഉച്ചി നഗ്നമായി നില്ക്കും. അഥവാ മഞ്ഞുവീണാൽത്തന്നെ കണ്ടകമാനുകൾ അവയുടെ കുളമ്പുക ളിൽ എഴുന്നുനിന്ന് എത്തിപ്പിടിച്ച് മഞ്ഞുപാളികൾ മാറ്റി ഇലകൾ തിന്നും. മാനിനൊപ്പം കോഴിക്കും കുശാൽ! ചില സമയങ്ങളിൽ കോവർക്കഴുത കളുമെത്തും പങ്കുചേരാൻ. ഈ രീതിയിൽ യുഗങ്ങളായി നിലനിന്ന അന ന്യമായ ഒരു ജൈവവ്യവസ്ഥയെയാണ് മനുഷ്യൻ ഒരുദിവസം പെട്ടെന്ന് തകിടം മറിച്ചത്. പ്രകൃത്യാതന്നെ പുല്ലുവളരുന്ന ഒരു സ്ഥലം കൂടിയാ ണിത്. മനുഷ്യൻ ആഗ്രഹിക്കുന്നതുപോലെ നോക്കെത്താദൂരം വരെയൊ ന്നുമില്ലെന്നുമാത്രം. മനുഷ്യന് അതാണല്ലോ വേണ്ടത്. ഒറ്റ കർപ്പൂരപ്പട പ്പുപോലും വേണ്ടെന്ന് അതുകൊണ്ട് നിശ്ചയിച്ചു. പൊന്മുട്ടയിടുന്ന താറാ വിനെ കശാപ്പു ചെയ്തു. എല്ലായിടത്തും പുല്ലുനിറഞ്ഞു. കൂട്ടം കൂട്ട

മായി ആടുകളെ മേയാൻ വിട്ടു. എന്നാൽ ഒട്ടും വൈകാതെ പ്രകൃതി തിരിച്ചടിക്കാൻ തുടങ്ങി. അപൂർവ്വമായി മാത്രം മഴപെയ്യാറുള്ള ഈ പ്രദേ ശത്ത് മേടുകളിൽ തഴയ്ക്കുന്ന രീതിയിലുള്ള പുല്ലുകൾ അധികം നില നിൽക്കില്ലെന്ന് അധികം താമസിയാതെ മനസ്സിലായി. കർപ്പൂരപ്പടർപ്പുക ളുടെ നിഴലുകളിൽ മുളയ്ക്കുന്ന കുലപുല്ലുകൾക്കുമാത്രം പറ്റിയ പ്രകൃ തിയാണിവിടെയുള്ളത്. എങ്കിലും കർപ്പൂരച്ചെടി നിർമ്മാർജനം തുടർന്നു കൊണ്ടിരുന്നു. കോടിക്കണക്കിനുറുപ്പിക അതിനുവേണ്ടി ചെലവഴിച്ചു. കളനാശിനികൾ ധാരാളമായി ഉപയോഗിച്ചു. ഈർപ്പത്തെ പിടിച്ചുനിർ ത്താൻ കഴിവുള്ള കർപ്പൂരച്ചെടികൾ ഒന്നൊഴിയാതെ നാടുനീങ്ങിയപ്പോൾ നാട് കൂടുതൽ വരണ്ടു. കണ്ടകമാനും കർപ്പൂരക്കോഴിയും ആരും ഒന്നും ചെയ്യാതെ തന്നെ കർപ്പൂരച്ചെടികൾക്കൊപ്പം എങ്ങോ അന്തർദ്ധാനം ചെയ്തു. ആടുകൾക്കാകട്ടെ പുല്ലൊട്ടു കിട്ടിയതുമില്ല. പ്രകൃതിയുടെ സൂക്ഷ്മസംവേദനരീതികൾക്കു വിലകല്പിക്കാതെ അഹന്തകാട്ടിയ തിന്റെ പരിണതഫലം.

ഇനി അജപാലകരുടെ സമ്മർദ്ദത്തിന്റെ ഫലമായി 1000 ഏക്കറോളം വരുന്ന കർപ്പൂരച്ചെടി മേഖലയിൽ തുടർച്ചയായി വിഷം തളിച്ചപ്പോൾ മറ്റെന്തെല്ലാം സംഭവിച്ചെന്നുകൂടിക്കാണുക. വിഷം പുഴക്കരയിലെ വില്ലോ മരങ്ങളെയും ഒടുക്കി. മസ്ക്മാനുകളുടെ ആവാസ ഭൂമിയായിരുന്നു ഈ വില്ലോ മേഖല. എഞ്ചിനീയർമാരായ ബീവറുകളും സുലഭമായിരുന്നു. ബീവറുകൾ 'അണ'കെട്ടാൻ മരം മുറിച്ചിരുന്നത് ഇവിടെ നിന്നായിരുന്നു. പല്ലുകൊണ്ട് രാകിമുറിച്ച് ഒഴുക്കിലൂടെ ലക്ഷ്യസ്ഥാനത്തെത്തിക്കും, കുഞ്ഞുചാലുകൾക്കു കുറുകെ അണകെട്ടും. പുഴയിൽ ട്രൗട്ട് മീനുകൾ സുലഭമായിരുന്നു. ഈ രീതിയിൽ അണകെട്ടി വെള്ളം കെട്ടിനിർത്തു മ്പോൾ പുഴത്തടാകമായി മാറും. പുഴയിലെ ട്രൗട്ടുമീനുകൾ സാധാരണ ആറിഞ്ചിലേറെ വലിപ്പം വെക്കാറില്ല. എന്നാൽ തടാകങ്ങളിലിവ വലിപ്പം വച്ച് അഞ്ചുറാത്തലോളം തൂങ്ങി. തടാകത്തിൽ പലതരം ജലപ്പക്ഷികൾ താവളമടിച്ചു. ഇതെല്ലാം ചേർന്ന് ഇതൊരുല്ലാസകേന്ദ്രവും ടൂറിസ്റ്റുകളുടെ ആകർഷണകേന്ദ്രവുമായി അറിയപ്പെട്ടു. എന്നാൽ കർപ്പൂരച്ചെടികളെ ഉന്മൂലനം ചെയ്യാൻ കളനാശിനി തളിച്ചപ്പോൾ ഈ പ്രകൃതിയാകെ മാറി. ബീവറും മുഴുത്ത ട്രൗട്ട് മീനുകളുമെല്ലാം ഓർമകൾ മാത്രമായി. ജന്തു ലോകത്തിലെ എഞ്ചിനീയർമാർ സ്ഥലംവിട്ടതോടെ തടാകം ഉണങ്ങിവര ണ്ടു. ആടുകൾക്ക് മേച്ചിൽപുറം കിട്ടിയോ? അതുമില്ല. അതിസുന്ദരമായ ഒരാവസവ്യവസ്ഥയാകെ തകിടംമറിഞ്ഞു. ഈ രീതിയിൽ ഒറ്റയടിക്ക് ഒരു ജീവികളുടെ കഥകഴിക്കാൻ മറ്റാർക്കു കഴിയും?

കളനാശിനികളെ പുതിയൊരു കളിപ്പാട്ടം പോലെ എടുത്തുപയോ ഗിക്കുകയായിരുന്നു. പ്രകൃതിയുടെമേൽ അമിതമായ അധികാരം തങ്ങൾ ക്കുണ്ടെന്ന ഭാവത്തിൽ എല്ലാം കരിച്ചുമുടിക്കുകയായിരുന്നു. എന്തിനും എല്ലാറ്റിനും കളനാശിനികൾ.

കോണിഫറുകളെ കാതലുള്ള മരങ്ങളിൽനിന്നു നീക്കം ചെയ്യാൻ,

മെസ്കിറ്റ് പയർ കൃഷിക്ക് നിലമൊരുക്കാൻ, സ്വകാര്യ പുൽമെതാനി കളും പാർക്കുകളും ഗോൾഫ് ഗ്രൗണ്ടുകളും ഒരുക്കാൻ.... ഹെലിക്കോ പ്റ്ററുകൾ വിശ്രമമില്ലാതെ വിഷം ചാമ്പിക്കൊണ്ടിരുന്നു. ദൂരവ്യാപകഫല ങ്ങളെക്കുറിച്ച് ആരെങ്കിലും മിണ്ടിയാൽ ഉടനെവരും പരിഹാസം – എന്തി നും ദോഷംകാണുന്ന കുറച്ചാളുകളുടെ ഭാവനാസൃഷ്ടിയാണെല്ലാമെന്ന്. കളനാശിനികൾ കീടനാശിനികളെക്കാൾ ദോഷംകുറഞ്ഞവയാണെന്ന് ഇവർ പ്രചരിപ്പിച്ചു. 'വേണ്ടാത്ത' വർഗ്ഗങ്ങളെ തുടച്ചുമാറ്റുമ്പോൾ ഇടയ് ക്കു ചില വേണ്ടപ്പെട്ടവയും പോകുമായിരിക്കാം. അതിനിത്രയേറെ വേവ ലാതികൊള്ളാൻ എന്താണുള്ളതെന്നാണ് ചോദ്യം. കീടനാശിനികളു ടെയും കളനാശിനികളുടെയും കച്ചവടം നടത്തി ലാഭംകൊയ്യുന്നവർക്കു മാത്രമാണ് എല്ലാം പാഴ്ച്ചെടികളായി തോന്നുന്നത്. ചീത്ത കൂട്ടുകെട്ടിൽ പെട്ടതുകൊണ്ടുമാത്രം ചില നല്ല സസ്യങ്ങളെയും കൊല്ലേണ്ടിവരുമെ ന്നാണ് ഇതിന്റെയൊരു വക്താവു പറഞ്ഞത്. പാതയോരത്തെ കാട്ടുപൂച്ചെ ടികളെ നശിപ്പിക്കുന്നതിനെക്കുറിച്ച് പ്രതിഷേധവുമായി ഇറങ്ങിയവരെ ഇയാൾ ഉപമിച്ചത് കുട്ടികളുടെ ആരോഗ്യത്തെക്കാൾ തെണ്ടിപ്പട്ടികൾക്കു വില കല്പിക്കുന്ന ചില അഹിംസാ വാദികളോടാണ്.

കർപ്പൂരച്ചെടികളെ ഉന്മൂലനം ചെയ്യാൻ തീരുമാനമുണ്ടായപ്പോൾ അതിനെതിരെ പ്രതിഷേധവുമായി ഇറങ്ങിയവരെ ഒതുക്കാൻ പൊതു യോഗം വിളിച്ചു. കാട്ടുപൂക്കളെല്ലാം നശിച്ചുപോകുമെന്നും അതുകൊണ്ട് പരിപാടി ഉപേക്ഷിക്കണമെന്നും പ്രായംചെന്ന ഒരു സ്ത്രീ പറഞ്ഞപ്പോൾ അധികൃതരുടെ ഭാഗത്തുനിന്ന് പരിഹാസമുയർന്നു. "വരയും കുറിയു മുള്ള ഒരു കപ് പൂവോ, ടൈഗർ ലില്ലിയോ തേടി അലയാനുള്ള അവ രുടെ അവകാശം അജപാലകന് പുല്ലും വിറകുവെട്ടുകാരന് മരവും അന്വേ ഷിച്ചിറങ്ങാനുള്ള സ്വാതന്ത്ര്യത്തിനു തുല്യംതന്നെയല്ലേ?" എന്നാണ് പിന്നീട് ഇതിനെക്കുറിച്ച് പരിരക്ഷണവാദിയും *സൈലന്റ് സ്പ്രിങ്* മുൻ കൂട്ടി വായിച്ച് അഭിപ്രായം പറഞ്ഞവരിൽ പ്രമുഖനുമായ ജസ്റ്റിസ് ഡഗ്ലസ് പിന്നീടെഴുതിയത്.

പ്രയോജനവാദത്തിന്റെ പേരിലാണ് ഈ പാതയോരം നഗ്നമാക്കാൻ പരിപാടിയെല്ലാം അരങ്ങേറുന്നത്. നിയന്ത്രിതരീതിയിൽ ചെയ്യാമല്ലോ എന്നുപറഞ്ഞാൽ അതു സ്വീകാര്യമല്ല. എന്നിട്ട് മുഴുകെ നാടുനീളെയടി ച്ചിട്ട് എന്തുണ്ടായി? പരിപാടി എല്ലാ വർഷവും ആവർത്തിക്കേണ്ടിവരു ന്നു. ഏറെ സുരക്ഷിതമായ നിയന്ത്രിത തളിരീതികൾ വേണ്ടത്ര ലഭ്യമാ ണെന്നതാണ് മറ്റൊരു വിരോധാഭാസം.

തനിക്ക് അടുത്തു പരിചയമുള്ള, പ്രകൃതിതന്നെ രൂപകല്പന ചെയ്ത പലതരം മരങ്ങളുടെ ഒരതിർത്തിരേഖ ചമയം ചാർത്തിനിൽ ക്കുന്ന ഒരു പാത കാഴ്സൺ അവതരിപ്പിക്കുന്നതു കാണുക: ആൽഡർ, വിബർണം, മധുരപ്പന്നൽ, ജൂണിപ്പർ എന്നിങ്ങനെ വൈവിധ്യമാർന്ന സസ്യനിരകൾ. ഋതുമാറ്റമനുസരിച്ച് പലതരം പൂക്കൾ മാറി മാറി വിരിച്ച് അഴകുചാർത്തി നില്ക്കും. അഥവാ ശരത്ക്കാലമായെന്നു വിളിച്ചോതി

കൊണ്ട് രത്നക്കല്ലുകൾപോലെ പലതരം പഴക്കുലകൾ. റോഡിൽ ഗതാ
ഗതം കുറവെങ്കിലും, മരങ്ങൾ ഡ്രൈവറുടെ കാഴ്ച മറയ്ക്കുന്നുവെന്ന
കാരണം പറഞ്ഞാണ് വിഷം ചാമ്പിയത്. കളനാശിനികൾ ഡ്രൈവിങ്
സുഗമമാക്കുകതന്നെ ചെയ്തു. എന്നാൽ അധികാരികളുടെ ഒരു നോട്ട
ക്കുറവുകൊണ്ട് സൗന്ദര്യപ്പൊലിമയുടെ ചില ഒറ്റപ്പെട്ട തുരുത്തുകൾ
അങ്ങിങ്ങായി അവശേഷിച്ചു. സൗന്ദര്യത്തിന്റെ ഈ മരുപ്പച്ചകളാകട്ടെ,
ചുറ്റുപാടും ബോധപൂർവ്വം സൃഷ്ടിച്ചെടുത്ത വൈരൂപ്യങ്ങളെ കൂടുതൽ
പൊലിപ്പിച്ചുകാട്ടി കാഴ്ചയെപ്പോലും വേദനിപ്പിക്കുന്ന ഒരനുഭവമാക്കി
മാറ്റുകയായിരുന്നു. ലേഖിക ഒരിക്കൽക്കൂടി ജസ്റ്റിസ് ഡഗ്ളസിനെ ഉദ്ധരി
ക്കുന്നു. കുന്നുകൾക്കുള്ളിലെ ചെമ്പിന്റെയും സ്വർണ്ണത്തിന്റെയും സിരാ
പടലങ്ങൾപോലെ, പർവതനിരകളിലെ കാട്ടുപടർപ്പുകൾപോലെ, വന്യത
യുടെ സൗന്ദര്യാത്മകമാനങ്ങളും നമ്മുടെ പൈതൃകമത്രെ." സ്വന്തം
നാടിനു വിലപറഞ്ഞ അമേരിക്കൻ പ്രസിഡന്റിന് വികാരഭരിതമായ ഭാഷ
യിൽ കത്തെഴുതിയ സിയാറ്റിൽ മൂപ്പന്റെ വികാരം ജസ്റ്റിസിന്റെ വാക്കു
കളിലും നമുക്കനുഭവിച്ചറിയാനാകും, ഇല്ലേ?

(How can you buy and sell the sky, the warmth of the land ?
The idea is strange to us.
If we do not own the freshness of the air and the
sparkle of the water, how can you buy them ?

(chief seattle [1786–1866]) പസിഫിക്കിന് വടക്കുപടിഞ്ഞാറു ഭാഗ
ത്തായി സ്ഥിതിചെയ്യുന്ന ഡെവാനിഷ് തുടങ്ങിയ ചുവപ്പിന്ത്യൻ ആദി
വാസി ഗോത്രങ്ങളുടെ തലവൻ. അമേരിക്കയിൽ വാഷിങ്ടണ്ണിലെ സിയാ
റ്റിൽ നഗരത്തിന് പിന്നീട് ഇദ്ദേഹത്തിന്റെ പേരുനൽകി.)

അതേസമയം കാഴ്സണിലെ ശാസ്ത്രജ്ഞയാകട്ടെ, 'മഞ്ഞുമൂടിയ
ഒരു സായാഹ്നത്തിൽ കാടിനരികെ നിന്നുകൊണ്ട്' (stopping by the
woods on a snowy evening) എന്ന കവിതയെഴുതിയ റോബർട്ട് ഫ്രോസ്റ്റി
നെപ്പോലെ, സൗന്ദര്യാനുഭവങ്ങളുടെ അനുഭൂതി നുകർന്നുകൊണ്ടിരി
ക്കെത്തന്നെ ബോധപൂർവ്വം അവയിൽനിന്നു കുതറിമാറി സ്വന്തം കർത്ത
വ്യമെന്തെന്നു തിരിച്ചറിയുകയും സൗന്ദര്യവും കർത്തവ്യവും തമ്മിലുള്ള
ദ്വന്ദ്വാത്മകതയിൽ കർത്തവ്യത്തിന് പ്രാമുഖ്യം നൽകി അനുഭൂതികളെ
ചിന്തകളാക്കി പരിവർത്തനം ചെയ്തെടുക്കുകയും ചെയ്യുന്നു)

പ്രകൃതിസമ്പത്തിന്റെ വിനിമയക്രമത്തിൽ സ്വാഭാവികമായി വള
രുന്ന സസ്യങ്ങൾക്കുള്ള നിസ്തുലമായ സ്ഥാനത്തെക്കുറിച്ചുള്ള ആലോ
ചനകളിലേക്ക് പിന്നീടുള്ള ചർച്ചകൾ നീളുന്നു. ഈ രീതിയിൽ സന്ദർഭോ
ചിതമായി യാഥാർത്ഥ്യം ബോധത്തിലേക്കുണരുന്നുവെന്ന ഗുണവിശേഷ
മാണ് വിമൂകവസന്തത്തെ എല്ലുറപ്പുള്ള ഒരു പാരിസ്ഥിതിക രചനയാക്കി
ബലപ്പെടുത്തുന്നത്.

പാതയോരങ്ങളിലും വയലോരങ്ങളിലും അതിർത്തികളിലും നില
നില്ക്കുന്ന സസ്യ നിബിഡത സംരക്ഷണം നല്കുന്ന ജന്തുവൈവിധ്യ

ത്തെക്കുറിച്ച് വിലപ്പെട്ട പല വിവരങ്ങളും ഈ ഭാഗങ്ങളിൽ ലഭ്യമാണ്. ഉദാഹരണമായി, ആ രാജ്യത്തിലെ പൂർവ്വസംസ്ഥാനങ്ങളെമാത്രം കണ ക്കിലെടുത്താൽ, വള്ളിച്ചെടികളുടെയും കുറ്റിച്ചെടികളുടെയും എഴുപ തോളം സ്പീഷീസുകൾ ആ ഭാഗങ്ങളിൽ തഴച്ചു വളരുന്നു. ഇതിൽ ഏതാണ്ട് അറുപത്തഞ്ചും വന്യജീവികൾ ഭക്ഷണത്തിനായി ആശ്രയി ക്കുന്നവത്രെ. കാട്ടുതേനീച്ചകളുടെയും പരാഗണം നടത്താൻ സഹായി ക്കുന്ന മറ്റനേകം ചെറുജീവികളുടെയും വിഹാരരംഗം കൂടിയാണ് ഈ മേഖല. എന്നാൽ ഇവ നിർവ്വഹിക്കുന്ന പരിസ്ഥിതി ധർമ്മത്തെക്കുറിച്ച് കർഷകർപോലും വേണ്ടത്ര ബോധവാന്മാരല്ല. ഇവയുടെ സേവനം ബോധപൂർവ്വം നിഷേധിക്കുന്ന സമീപനംപോലും ഇവരുടെ ഭാഗത്തു നിന്നുണ്ടാകുന്നു. കായിൻ പേരിൽ പൂവിനെ മതിക്കുന്നവർക്കുപോലും നല്ല കാഫലമുണ്ടാകാൻ പ്രാണിജാലങ്ങളുടെ നിത്യസഹകരണം അനു പേക്ഷണീയമാണെന്നറിഞ്ഞുകൂടാത്ത് കഷ്ടമല്ലേ? നമ്മുടെ നാട്ടിലും കാര്യങ്ങൾ ഏതാണ്ട് അങ്ങനെതന്നെയല്ലേ? കൃഷിയിടങ്ങളിൽ കയറി യിറങ്ങുന്ന പരാദജീവി നിയന്ത്രകരുടെയും പരാഗണസഹായികളുടെയും എണ്ണം നൂറുകണക്കിനുവരും. ആൽഫാൽഫയെന്ന ഒറ്റയൊരു ചെടി മാത്രം 100 സ്പീഷീസുകളെ ആശ്രയിക്കുന്നു. ഇത്തരം ചെറു പ്രാണി കളില്ലാതായാൽ മണ്ണിന്റെ ഗുണമേന്മ വർദ്ധിപ്പിക്കുന്ന ഇത്തരം വിളകളെ ല്ലാം നാശമടയും. ഓഷധികൾക്കും കുറ്റിച്ചെടികൾക്കും വൻമരങ്ങൾക്കു മെല്ലാം ഇവയുടെ സേവനം അനുപേക്ഷണീയമത്രെ. ഇക്കാര്യമറിയുന്ന യാളുകൾക്ക് നാട്ടിൽ പഞ്ഞമൊന്നുമില്ല. എന്നാൽ രാസവിഷങ്ങൾ തൂകി നാടാകെ കരിക്കാൻ തീരുമാനമെടുക്കുന്നത് ഇവരാരുമല്ലല്ലൊ.

2, 4– D, 2, 4, 5 – T എന്നിവയും അവയുടെ ചില സംയുക്തങ്ങളു മാണ് ഇപ്പോൾ ഏറ്റവും പ്രാചരത്തിലുള്ള കളനാശിനികൾ. വീട്ടുമുറ്റത്തെ പുൽത്തകിടി വൃത്തിയാക്കാൻ ഇവയാണാശ്രയം. കളനാശിനി തളിച്ചു വാട്ടംവരുത്തിയ ചെടികളിലേക്ക് പ്രാണികൾ കൂടുതലായി ആകർഷിക്ക പ്പെടുന്നതായി തെളിഞ്ഞിട്ടുണ്ട്. കന്നുകാലികൾക്കുപോലും ഈ ആകർ ഷണത്തിൽനിന്നു മാറിനിൽക്കാനാകാറില്ല. നേരത്തെ ഹിതകരമല്ലാതി രുന്നവപോലും ഇതൊടെ ഈ ജീവികളുടെ ആഹാരമായിമാറും. അരുചി യുടെയും വിഷവീര്യത്തിന്റെയും പേരിൽ മാറ്റിനിർത്തപ്പെടുന്നവപോലും പ്രിയങ്കരമായിത്തീരും. വളർത്തുമൃഗങ്ങളുടെ മരണനിരക്ക് കണ്ടമാനം വർദ്ധിക്കാൻ ഇതു കാരണമായിട്ടുണ്ട്. ഉദാഹരണമായി കാട്ടുചെറിയുടെ ഇലകൾ സാധാരണഗതിയിൽ പശുക്കൾ തൊടുകപോലുമില്ല. ജന്മനാ വിഷമുള്ള സാധനമാണ്. എന്നാൽ 2, 4 – D തെളിക്കുന്നതോടെ മാന്ത്രിക ജാലംകൊണ്ടെന്നപോലെ കന്നുകാലികൾ ആകർഷിക്കപ്പെടും. തിന്നും. വിഷബാധയേറ്റു വീഴും. 2, 4 – D ആകർഷകമാക്കിമാറ്റുന്ന മറ്റൊരു സസ്യം റാഗ്‌വർട്ട് എന്ന മഞ്ഞപ്പൂക്കളുള്ള ഒരു തരം പാഴ്‌ച്ചെടിയാണ്. സസ്യങ്ങളുടെ ഉപാപചയത്തിൽ കളനാശിനികളുണ്ടാകുന്ന പരിവർത്തന മാകാം ഈ സ്വീകാര്യതയ്ക്കു കാരണം. പഞ്ചസാരയുടെ അളവ് ഗണ്യ

മായി വർദ്ധിക്കുന്നതോടെ ഏതു ജീവിയും ആകർഷിക്കപ്പെടുവാനുള്ള സാധ്യതയുണ്ടല്ലോ.

2,4 – D തളിച്ച വയലിൽ വിളയുന്ന ഷുഗർ വീറ്റ്, ചോളം, സൺഫ്ള വർ തുടങ്ങിയവയിലെല്ലാം നൈട്രേറ്റിന്റെ അളവ് ഗണ്യമായി കൂടും. ഇതോടെ മനുഷ്യനടക്കമുള്ള ജന്തുക്കൾക്ക് ഇവ കൂടുതൽ ഹൃദ്യമായി മാറും. നൈട്രേറ്റുകൾക്ക് അയവെട്ടുന്ന മൃഗങ്ങളുടെ ശരീരപ്രവർത്തന ത്തിൽ ഇടപെടാനാകും. ഇവയുടെ ആമാശയത്തിന് നാലറകളുണ്ടല്ലോ. ഈ അറകളിലൊന്നിനുള്ളിൽ കഴിഞ്ഞുകൂടുന്ന ബാക്ടീരിയകളാണ് സെല്ലുലോസിന്റെ ദഹനം സാദ്ധ്യമാക്കുന്നത്. ആഹാരത്തിലൂടെ കൂടിയ അളവിൽ നൈട്രേറ്റ് അകത്തുകടന്നാൽ ബാക്ടീരിയ ഉണ്ടാക്കുന്ന നൈട്രേറ്റിന്റെ അളവ് ഗണ്യമായി വർധിക്കും. അത്രയ്ക്കും അത് വിഷ ത്തിന്റെ ദോഷം ചെയ്യും. ഇത് എങ്ങനെയെന്നാൽ ഈ നൈട്രേറ്റുകൾ നേരെചെന്ന് രക്തത്തിലെ ഹീമോഗ്ലോബിനെ പിടിച്ചെടുക്കും. അതോടെ ശ്വസന രാസപ്രവർത്തനം തടസപ്പെടും. തുടർന്ന് ശ്വാസകോശത്തിലെ ത്തുന്ന ഓക്സിജനെ ശരീരകലകളിൽ എത്തിക്കാൻ കഴിയാതാകും. ആട്, മാൻ തുടങ്ങിയ മറ്റ് അയവെട്ടികൾക്കെല്ലാം ബാധകമാണിത്. 2, 4 – D തളിച്ച സ്ഥലത്ത് ആടുമാടുകളും വന്യമൃഗങ്ങളും കൂട്ടത്തോടെ ചത്തുവീഴാൻ ഇതാണ് കാരണം. എന്നാൽ, സങ്കീർണമായ ഈ രാസ പ്രക്രിയകളെക്കുറിച്ചൊന്നുമറിയാതെ അമൃതാണെന്നമട്ടിലാണ് ഇന്നു നാം കളനാശിനികൾ പരിസരമാകെ കോരിയൊഴിക്കുന്നത്.

ഇവിടെ പ്രസക്തമായ മറ്റൊരു ചോദ്യം കൂടി കാഴ്സൺ ഉയർത്തു ന്നുണ്ട്. കളകളെല്ലാം പാഴ്ച്ചെടികളാണോ? ആവശ്യമില്ലാത്തതാണോ? മണ്ണും അതിൽ വളരുന്ന കളകളും തമ്മിൽ എന്താണു ബന്ധം. ചുറ്റു മുള്ള വിളകളോട് അവയുടെ സമീപനമെന്ത്? ഇതിനെക്കുറിച്ച് എന്തെ ങ്കിലും മനസിലാക്കിയിട്ടാണോ നാം കളകളെ ഉന്മൂലനം ചെയ്യുന്നത്? അല്ലേയല്ല. മറ്റു പല ചെടികളെയുംപോലെ കളകൾ മണ്ണിൽനിന്ന് ചിലത് എടുക്കുന്നു; ചിലത് പകരം നല്കുന്നു.

ഹോളണ്ടു സിറ്റിയിലെ പാർക്കുകളിലുണ്ടായ സംഭവം: അവിടെ റോസാച്ചെടികളെ ഒരു വാട്ടരോഗം ബാധിച്ചു. മണ്ണു പരിശോധനയിൽ നെമറ്റോഡു വിരകളുടെ ശല്യം കലശലാണെന്നു വ്യക്തമായി. ഭാഗ്യ ത്തിന് സംരക്ഷണാലയത്തിലെ വിദഗ്ധർ രാസവസ്തുക്കൾ ശുപാർശ ചെയ്തില്ല. പകരം റോസാച്ചെടികൾക്കിടയിൽ മാരിഗോൾഡ് നടാൻ പറ ഞ്ഞു. അറിയപ്പെടുന്ന കളച്ചെടിയാണ്. പലരും നെറ്റിച്ചുളിച്ചു. കാരണം റോസാത്തോപ്പുകളിൽ നിന്നെല്ലാം ഇവ പിഴുതുകളയാറാണ് പതിവ്. സംഗതി ഫലിച്ചു. മാരിഗോൾഡിന്റെ വേരുകൾ ചുരത്തുന്ന ഒരു സ്രവം നെമറ്റോഡുകളുടെ ശത്രുവാണ്. റോസാച്ചെടികൾ തഴച്ചുവളർന്നു. തുടർന്ന് ഈ രീതിക്ക് വ്യാപകമായ പ്രചാരം കിട്ടി.

(ഇങ്ങ് കേരളത്തിലേക്കു വന്നാൽ, സമാനമായ ഒരനുഭവം എന്റെ മുമ്പിലുണ്ട്. പെരയലം (വട്ടപ്പലം എന്ന് വടക്കെ മലബാറുകാർ) – വട്ട

യിലയും വെള്ളപ്പൂക്കളുമുള്ള ആ കുറ്റിച്ചെടി – അറിയപ്പെടുന്ന ഒരു കള
യാണ്. പറമ്പിൽ തഴച്ചുവളർന്ന് ശല്യം ചെയ്യും. എന്നാൽ ഇതിനെ പിഴു
തുകളയാതെ സംരക്ഷിക്കുകയും വേരുകിളച്ച് തൈക്കുഴിയിലും മറ്റുമി
ടുകയും ചെയ്യുന്നവർ അതു ചെയ്യുന്നത് ഇതിന്റെ വേരിന്റെ കീടനശീ
കരണസ്വഭാവം മനസ്സിലാക്കിയിട്ടാണ്. കൂടുതൽ ഗവേഷണം ആവശ്യ
മായ ഒരു വിഷയമാണിത്.)

2, 4 – D വിശാലപത്രങ്ങളെ നശിപ്പിച്ച് പുഴുക്കളെ സംരക്ഷിക്കും.
തുടർന്ന് പുല്ലുതന്നെ കളയായിമാറും. ആവാസവ്യവസ്ഥയിലെ കിടമത്സര
ങ്ങൾ തടയുന്ന ഈ കാഴ്ചപ്പാട് പ്രകൃതിവിരുദ്ധമാണ്. അമേരിക്കയിൽ
സോയ്ബീൻ തോട്ടങ്ങളും ധാന്യവയലുകളും ഈ പ്രതിസന്ധിയെ അഭി
മുഖീകരിക്കുകയാണ്.

റാഗ്വീഡെന്ന കളച്ചെടിയെ നിയന്ത്രിക്കാൻ നടത്തിയ ശ്രമങ്ങൾ
'ബൂമറാങ്ങു'പോലെ തിരിച്ചുവന്നു നാശംവിതച്ചതിന്റെ കഥ കൂടി പറയാം.
റാഗ്വീഡെന്നു കേൾക്കുമ്പോൾ 'ഹെഫീവർ' എന്ന് ഓർമ്മവരും. ഇതിന്റെ
പൂമ്പൊടി അലർജിയുണ്ടാക്കും, പനിക്കും. ഉന്മൂലനനാശം വരുത്താതിരി
ക്കുന്നതെങ്ങനെ? കളനിയന്ത്രണത്തിന്റെ പേരിൽ ദശലക്ഷക്കണക്കിനു
ഗാലൻ രാസവസ്തുക്കൾ പാതവക്കുകളിൽ തൂകി. എന്നാൽ വാർഷിക
വിളയായ ഈ ചെടിയുടെ ശല്യം വർധിക്കുകയാണുണ്ടായത്. തുറസായ
സ്ഥലത്തേ തഴച്ചുവളരൂ. ഈയൊരു സാഹചര്യമില്ലാത്തപക്ഷം വിത്തു
കൾ മണ്ണിൽ കിടന്നു നശിക്കും. റോഡുവക്കിൽ ധാരാളം കാട്ടുപടർപ്പു
കൾ നിലനിർത്തി പ്രശ്നം എളുപ്പം പരിഹരിക്കാം. കളനാശിനികൾ പരാ
ജയപ്പെട്ടേടത്ത് ആ തന്ത്രം വിജയിക്കുകയും ചെയ്തു. പന്നലുകളും
മറ്റും ഏറെ ഗുണം ചെയ്തു. കീടനാശിനി ലാസിയപ്പോൾ ഇതെല്ലാം
നശിച്ച് നിലം നഗ്നമായതാണ് റാഗ്വീഡ് പെരുകാൻ വഴിയൊരുക്കിയത്.
നിലത്തുകൂടി പടർന്നുവളരുന്ന ക്രാബ്ഗ്രാസ് എന്ന പുല്ലിനെ നിയന്ത്രി
ക്കാനും ഈ രീതിയിൽ പ്രകൃതിയുടെ മാർഗ്ഗം വിജയിച്ചു. കളനാശിനി
കൾ കണക്കില്ലാതെ ഉപയോഗിച്ചതിനുശേഷമാണെന്നുമാത്രം. വൃത്തി
യുള്ള ചുറ്റുപാടിൽ ക്രാബ്ഗ്രാസ് വളരില്ല. രോഗമല്ല, രോഗലക്ഷണമാ
ണത്. ഇതു മനസിലാക്കി പ്രവർത്തിച്ചപ്പോൾ പുല്ല് താനേ നിയന്ത്രണ
വിധേയമായി.

പ്രകൃതിയിലെ പ്രശ്നങ്ങൾക്ക് പ്രകൃതിതന്നെ ഉചിതമായ പരിഹാരം
കണ്ടെത്തും. അനാവശ്യ സസ്യവളർച്ചകളെ നീക്കം ചെയ്യുന്നതിൽ
ജൈവികനിയന്ത്രണം നിസ്തുലവിജയങ്ങളെതന്നെ ഇതിനകം കണ്ടെ
ത്തിയിട്ടുണ്ട്. പ്രകൃതിക്ക് അവളുടേതായി വഴികളുണ്ടെന്നോർക്കുക. മാറി
നിന്ന് നിരീക്ഷിച്ച് അനുകരിച്ചാൽ വിജയം അങ്ങനെയുള്ളവർക്കായി
രിക്കും.

ജൈവിക നിയന്ത്രണത്തിന്റെ മറ്റൊരു വിജയഗാഥ കൂടി അവതരി
പ്പിച്ച് അവസാനിപ്പിക്കാം. സംഭവം അങ് ആസ്ത്രേലിയയിലാണ്. കുടി
യേറുന്ന പുതിയ നാട്ടിലേക്ക് സ്വന്തം നാട്ടിലെ സസ്യങ്ങളെയും ജന്തു

ക്കളെയും കൂടി കൂട്ടുക ഇംഗ്ലീഷുകാരുടെ സ്വഭാവമാണല്ലോ. ക്യാപ്റ്റൻ ആർതർ ഫിലിപ്പ് എന്ന ഒരു പട്ടാള ഉദ്യോഗസ്ഥൻ പലതരം കള്ളിച്ചെടി കളുമായാണ് നാടുവിട്ടത്. ഏതാണ്ട് 1787 നോടുത്ത കാലമായിരുന്നു. പ്രകൃതിദത്ത ചായമായ കോക്കിനീൽ ഉണ്ടാക്കിയെടുക്കാൻ അതു ചുര ത്തുന്ന പ്രാണികളെ വളർത്താൻ കള്ളിച്ചെടികൾതന്നെ വേണമായിരു ന്നു. ക്യാപ്റ്റന്റെ ഫാമിൽനിന്ന് ചില സ്പീഷീസുകൾ ഏതുവിധത്തിലോ വെളിയിലെത്തി. 1925 ഓടെ വന്യതയിലിൽ തഴച്ചുവളർന്ന് ആധിപത്യ മുറപ്പിച്ചു. നിയന്ത്രണം അനിവാര്യമായി. പുതിയ ആവാസത്തിൽ പ്രാകൃ തിക ശത്രുക്കളൊന്നുമില്ലാത്തത് ഇവയെ അജയ്യരാക്കി. ഏതാണ്ട് ആറു കോടി ഏക്കർ സ്ഥലത്ത് കള്ളിച്ചെടികൾ മാത്രമായി. അതിൽ പകുതി യോളം സ്ഥലം തീർത്തും ഉപയോഗശൂന്യമായി.

1920 ൽ കള്ളിച്ചെടികളെക്കുറിച്ചു പഠിക്കാൻ ആസ്ത്രേലിയക്കാരായ ഏതാനും കീടവിദഗ്ധർ അമേരിക്കയിലെത്തി. തുടർന്ന് അർജുൻ ഡയ്ൻ നിശാശലഭം എന്ന കീടപ്രാണിയുടെ 300 കോടി മുട്ടകൾ ആസ്ത്രേലിയ യിലെത്തിച്ചു. 1930 ൽ ആയിരുന്നു സംഭവം. ഏഴുകൊല്ലംകൊണ്ട് മുൾ ച്ചെടികളെല്ലാം നാമാവശേഷമായി. അധിവാസയോഗ്യമല്ലാതെ പോയ സ്ഥലം മുഴുവൻ പുൽമേടുകളായി മാറി. ഈ രീതിയിൽ ആറു കോടിയേ ക്കർ സ്ഥലം വീണ്ടെടുക്കാൻ ചെലവായതോ ഏക്കറിന് ഒരു പെനിയിൽ കുറഞ്ഞ സംഖ്യയും. നേരെമറിച്ച് നേരത്തെ രാസികനിയന്ത്രണം സ്വീക രിച്ചപ്പോൾ ചിലവായത് ഏക്കറിന് പത്തു പൗണ്ടും. ജൈവികനിയന്ത്രണം വിവേചനപൂർവം ഒഴിവാക്കിയാൽ രാസവിഷങ്ങളുടെ പിടിയിൽനിന്ന് ആവാഹങ്ങളെ സംരക്ഷിക്കാനാകുമെന്ന് ഈ ഉദാഹരണവും അർത്ഥ ശങ്കയ്ക്കിടയില്ലാത്തവിധം തെളിയിക്കുന്നു.

7

മണ്ണിരകളിലൂടെ റോബിൻപക്ഷിയിലേക്ക്

പ്രകൃതിയെ കീഴടക്കുകയെന്ന പ്രഖ്യാപിതലക്ഷ്യം വച്ച് കുതിച്ചു പായുന്ന മനുഷ്യൻ താനധിവസിക്കുന്ന ഭൂമിക്കുമാത്രമല്ല, അതിലെ താമസക്കാരായ സ്വന്തം സഹജീവികൾക്കുവേണ്ടിയും താനനു ഭവിച്ചുകൊണ്ടിരിക്കുന്ന വിനാശത്തിന്റെ ദുഃഖകരമായ രേഖകൾ എഴുതി സൂക്ഷിച്ചിട്ടുണ്ടെന്നു കാണാം.

റെയ്ച്ചൽ കാഴ്സന്മാർ എത്ര ഉറക്കെ ശബ്ദിച്ചിട്ടെന്തു കാര്യം, കീട നാശിനികളുടെ ഉപയോഗത്തിൽ എന്തെങ്കിലും കുറവുണ്ടായിട്ടുണ്ടോ *സൈലന്റ് സ്പ്രിങ്ങുകൾ* എത്ര പ്രചരിച്ചിട്ടെന്തുഫലം, രാസകളനാശിനി കളിൽ അധിഷ്ഠിതമായ ഒരു നിയന്ത്രണരീതിയ്ക്ക് മുഖ്യധാരയിൽ ഇതു വരെ സ്ഥാനം കിട്ടിയോ? ആഗോളതലത്തിൽ ലാഭക്കൊതിയുടെയും ജന വിരുദ്ധതയുടെയും സംസ്കാരത്തിനു പോറലേല്ക്കാത്ത കാലത്തോളം ജനകീയ ബോധവല്ക്കരണംകൊണ്ടുമാത്രം പ്രശ്നങ്ങളുടെ വിളുമ്പിൽ പോലും സ്പർശിക്കാൻ കഴിയുകയില്ലെന്നതെ സത്യം. പ്രകൃതിക്കിണ ങ്ങിയ ഒരു വികസനരീതിയോട് വ്യക്തിതലത്തിൽ നാം എത്ര തന്നെ അർത്ഥവത്തായി പ്രതികരിച്ചാലും വിഷം നിർമ്മിക്കുകയും വിതരണം ചെയ്യുകയും ചെയ്യുന്ന ആഗോള ഭീമന്മാരുടെ രോമത്തിലെങ്കിലും തൊടാ നാകുമോ?

സൈലന്റ് സ്പ്രിങ്ങിനും എൻകമജെക്കുമിടയിൽ എത്രയെത്ര വൻ ദുരന്തങ്ങൾ! അമേരിക്കയിൽ ലവ്കനാൽ ദുരന്തം. ജപ്പാനിൽ മീനമാതാ ദുരന്തം. ഭോപ്പാലിൽ മീതൈതൽ ഐസൊ സയനേറ്റ്.... എൻഡോ സൾ ഫാൻ ആഗോളതലത്തിൽ തന്നെ നിരോധം കൊണ്ടുവരാൻ ജനകീയ വികാരം വിജയിച്ചെങ്കിലും അതിലും ഭയങ്കരന്മാരായ കീടനാശിനികളുടെ

കാര്യം, അവയുടെ ഉല്‍പാദനത്തിലും വില്‍പനയിലും അടിക്കടിയുണ്ടായി ക്കൊണ്ടിരിക്കുന്ന വന്‍ കുതിപ്പ് എന്തിന്റെ സൂചനയാണ്? ഇത്രയേറെ അവബോധം വളര്‍ത്താനായി എന്ന് അഭിമാനിക്കുമ്പോഴും വിപണിയിലെ ത്തുന്ന പച്ചക്കറികളുടെയും മറ്റ് കാര്‍ഷികോല്‍പന്നങ്ങളുടെയും കാര്യ മെന്താണ്? അപകടകാരികളായ ഏതെങ്കിലും വിഷങ്ങള്‍ മാര്‍ക്കറ്റില്‍ കിട്ടാതായയോ? അവയുടെ ഉപയോഗത്തിന് എന്തെങ്കിലും രീതിയിലുള്ള നിയന്ത്രണമെങ്കിലും വന്നോ? സാധാരണക്കാരായ ആളുകളുടെ കാര്യം തന്നെ നോക്കൂ. ഒരു ചെറിയ ന്യൂനപക്ഷത്തെ ഒഴിച്ചുനിര്‍ത്തിയാല്‍ ഉല്‍പ ന്നങ്ങളെ പച്ചക്കറിയെങ്കില്‍, തീരെ ചെറുകിടക്കാരായാല്‍പോലും ഒളി ഞ്ഞും തെളിഞ്ഞും വിഷപ്രയോഗം നടത്താന്‍ യാതൊരു മനഃസാക്ഷി കുത്തും അനുഭവപ്പെടാറില്ല. എന്‍ഡോ സള്‍ഫാന്‍ ബഹിഷ്കരിക്കുന്ന നാട്ടില്‍ വേറെ ചിലത്, ചിലപ്പോള്‍ അതിനെക്കാള്‍ മാരകമായത്, ഉപ യോഗിക്കുമെന്നു മാത്രം! കീടനിയന്ത്രണത്തിന്റെയും ഉല്‍പാദനവര്‍ദ്ധന വിന്റെയും പേരില്‍ മാരകവിഷങ്ങള്‍ പ്രയോഗിക്കാന്‍ നിര്‍ബന്ധിതമായി ത്തീരുന്ന വ്യവസ്ഥിതിയെത്തന്നെ മാറ്റിയെടുക്കാന്‍ കഴിയുന്ന രീതിയി ലുള്ള ഒരു ലോകവ്യവസ്ഥ എത്രപേരുടെ സ്വപ്നത്തിലുണ്ട്? അഥവാ അതിനായി അണിചേരാന്‍ ആവശ്യമായ കാഴ്ചപ്പാടോ സന്നദ്ധതയോ എത്ര പേര്‍ക്കുണ്ട്? ജൈവിക കൃഷിരീതികളോടുള്ള പ്രതിബദ്ധതയെന്നു പറയുന്നതും ഈയൊരു ലോകവ്യവസ്ഥയ്ക്കു വേണ്ടിയുള്ള പ്രവര്‍ത്തന ത്തിന്റെ ഭാഗമാകുന്നു.

വിമൂകവസന്തത്തിന്റെ ദര്‍ശനം ഉള്‍ക്കൊള്ളുന്നവര്‍ ഭരണതല ത്തിലും നയരൂപീകരണത്തിലും പിടിമുറുകുന്ന ഒരുകാലം വായനയി ലൂടെ, ചിന്തയിലൂടെ, ബോധവല്‍ക്കരണ പ്രവര്‍ത്തനങ്ങളിലൂടെ തീര്‍ച്ച യായും സൃഷ്ടിക്കാന്‍ കഴിയും. ഗ്രാമപഞ്ചായത്തുതലംതൊട്ട് മേലോട്ട് നയരൂപീകരണത്തിന്റെ എല്ലാ തട്ടിലും ജനകീയമായ ഹരിതബോധ ത്തിന് പിടിമുറുക്കാന്‍ കഴിയും. അതിനുള്ള സാധ്യതകളും സാഹചര്യ ങ്ങളും തീര്‍ച്ചയായും ഇന്നു തെളിഞ്ഞുവന്നിട്ടുണ്ട്. ഇവിടെയാണ് ഇത്തരം പുസ്തകങ്ങളുടെ പ്രസക്തി; ബോധവല്‍ക്കരണ പ്രവര്‍ത്തനങ്ങളുടെയും. കാലത്തിന്റെ മഹാപ്രവാഹത്തില്‍ അമ്പതുവര്‍ഷമെന്നുപറയുന്നത് ഒരു ബിന്ദു മാത്രമേ ആകുന്നുള്ളൂ എന്നുകൂടി ഓര്‍ക്കുക.

വീണ്ടും പുസ്തകത്തിലേക്കു വരാം.

"അനാവശ്യമായ വിനാശം" എന്ന അദ്ധ്യായം ഒഴിവാക്കാനാകുമാ യിരുന്ന പരിസ്ഥിതിനഷ്ടങ്ങളെക്കുറിച്ചാണ്. ജാപ്പാനീസ് ബീറ്റില്‍ എന്ന പ്രാണിയെ ഉന്മൂലനം ചെയ്യാന്‍ ആല്‍ഡ്രിന്‍ ഉപയോഗിച്ചതുമൂലമുണ്ടായ തിരിച്ചടികള്‍ ഭീകരമായിരുന്നു. 1916 ല്‍ ന്യൂജേഴ്സിയിലാണ് ഈ ഇറ ക്കുമതിക്കീടം ആദ്യം പ്രത്യക്ഷപ്പെട്ടത്. ജാപ്പനീസ് മുഖ്യദ്വീപുകളില്‍ നിന്നെത്തിയവയായിരുന്നു. ഇറക്കുമതിനിയന്ത്രണങ്ങള്‍ വരുംമുമ്പ് തൈച്ചെടികള വഴി കടന്നുകൂടിയതായിരുന്നു. വളരെ പെട്ടന്നുതന്നെ ഒരു '0' വട്ടത്തുനിന്ന് മിസിസിപ്പിക്കുകിഴക്കുള്ള ദിക്കെല്ലാം പടര്‍ന്നു.

കൊതുകിനെ തോക്കുപയോഗിച്ചു വെടിവെക്കുന്ന സമീപനമാണ് സ്വീക രിച്ചത്. മനുഷ്യരും അവരുടെ വളർത്തുമൃഗങ്ങളും പെട്ടു. മിഷിഗൺ, കെൻടുക്കി, ഇയൊവ, ഇന്തിയത, ഇല്ലിനോയ്സ്, മിസൗറി എന്നിങ്ങനെ യുള്ള സ്ഥലങ്ങളെല്ലാം വിഷത്തിലാറാടി. "നന്മയുള്ള വിഷഗോളങ്ങൾ" മഞ്ഞുതരികൾപോലെ ഹെലികോപ്റ്ററുകളിൽനിന്നു പൊഴിഞ്ഞുവീണു കൊണ്ടിരുന്നു. വീട്ടുപൂമുഖങ്ങളിൽനിന്നും നടപ്പാതകളിൽനിന്നും സൂചി മൊട്ടിലേറെ വലിപ്പമില്ലാത്ത കളിമൺ ഗോളങ്ങൾ തൂത്തുവാരി. ഇരക ളിലും മരച്ചില്ലകളിലും മേല്പുരകളിലും ഇവ അടിഞ്ഞുകൂടി. മഞ്ഞു വീഴാനും മഴപെയ്യാനും തുടങ്ങിയതോടെ ചെറുവെള്ളക്കെട്ടുകൾപോലും മൃത്യുരസായനമായി മാറി.

പക്ഷികളെ ഏറ്റവുമേറെ ബാധിച്ച ഒരു സംഭവമായിരുന്നു ഇത്. പക്ഷികൾ അപ്രത്യക്ഷമായിക്കൊണ്ടിരിക്കുന്നതിന്റെ റിപ്പോർട്ടുകൾ ഓഡ് ബൺ സൊസൈറ്റിക്ക് തുടരെത്തുടരെ ലഭിച്ചുകൊണ്ടിരുന്നു. ആദ്യം വിളി ച്ചത് ഒരു സ്ത്രീയാണ്. പള്ളിയിൽനിന്നു മടങ്ങുന്ന വഴിക്ക് ചത്തും ചാവാ റായും കിടക്കുന്ന ഒട്ടേറെ പക്ഷികളെ കാണുകയുണ്ടായെന്ന്. പറക്കുന്ന ഒരു ജീവിയെയും പരിസരത്തെങ്ങും കണ്ടില്ലെന്ന്. രോഗംബാധിച്ച പട്ടി കളും പൂച്ചകളും പെരുകി. മൃഗാശുപത്രികൾ നിറഞ്ഞു. ഏറെ പ്രശ്ന മുണ്ടായത് പൂച്ചകൾക്കാണ്. ഛർദ്ദി, കടുത്ത വയറിളക്കം എന്നിവയ്ക്കു പുറമെ ചുഴലിയും. ഒന്നും ആൽഡ്രിന്റെ കുഴപ്പമല്ലെന്നും പ്രശ്നത്തിനു കാരണം മറ്റെന്തോ ആണെന്നും ആരോഗ്യവിഭാഗം കമീഷണർ പ്രചരി പ്പിച്ചു. വിഷം തളിക്കാൻ ഹെലികോപ്റ്റർ തന്നെ ഉപേയാഗിക്കണമെന്ന അധികൃതരുടെ വാശിയാണ് പ്രശ്നം അത്രയേറെ രൂക്ഷമാക്കിയത്. മുയലും കസ്തൂരി എലിയും ഒപ്പോസവും മത്സ്യങ്ങളുമെല്ലാം ഇരകളാ യത് മറ്റൊന്നുകൊണ്ടുമല്ല. സ്ഥലത്തെ ഒരു വിദ്യാലയം കീടനാശിനി വിഷമേറ്റു വീണ ജന്തുക്കളെക്കുറിച്ച് ഒരു പ്രോജക്റ്റുതന്നെ സംഘടിപ്പി ക്കുകയുണ്ടായത്രെ. പക്ഷികളെയാണ് വിഷം ഏറ്റവും ഗുരുതരമായി ബാധിച്ചത്. ചത്തുവീണവയുടെ കൂട്ടത്തിൽ ബ്രൗൺ ക്രഷർ, പുള്ളിച്ചിറ കൻ സ്റ്റാർലിങ്, മെഹലാർക്ക്, കാട്ടുമൈന, വണ്ടാരക്കോഴി എന്നിവയു ണ്ടായിരുന്നു. വിഷമഴ ഏതാണ്ട് പൂർണമായും തുടച്ചുമാറ്റിയ പക്ഷികൾ കൂടിയാണിവ. ഓ, റോബിനുകളെ പറ്റിപറഞ്ഞില്ലല്ലോ. കീടനാശിനി തളിച്ച് ഏറെദിവസങ്ങൾക്കുശേഷം പെയ്ത മഴയെത്തുടർന്ന് റോബിനു കൾക്ക് കൂട്ടമരണം സംഭവിച്ചു. കാരണം പിന്നീട് വ്യക്തമായി. മഴയ്ക്കു ശേഷം പൊന്തിവന്ന വിഷപ്പെട്ട വിരകളെ തിന്നു സുഖിച്ച പാവം പക്ഷി കൾ! 'വിഷമഴ'യെന്ന വിശേഷണം അങ്ങനെ പൂർണ്ണമായും അന്വർത്ഥ മായി. സാധാരണഗതിയിൽ അനുഗ്രഹമാകേണ്ട പുതുമഴ ഈ കുഞ്ഞി ക്കിളികളുടെ കാലനായി. വെള്ളക്കുഴികളിൽ കളിച്ചു തിമിർത്ത പറവ ജാതികളും രോഗബാധിതരായി. പ്രത്യുൽപ്പാദന ക്ഷമതയെയാണ് വിഷം കാര്യമായി ബാധിച്ചത്. പക്ഷികൾ പാടാത്ത ഒരു വസന്തകാലം ഏറെ അകലെയല്ലായിരുന്നു.

1955 അവസാനത്തോടെയായിരുന്നു സംഭവം. പ്രദേശത്തെ മാർജാര ന്മാരിൽ ഏതാണ്ട് തൊണ്ണൂറു ശതമാനവും നാമാവശേഷമായിട്ടുണ്ടെന്ന് പിന്നീടുനടന്ന വിദഗ്ദ്ധപഠനം വ്യക്തമാക്കി. കീടനാശിനികളോട് ഏറ്റവു മേറെ സംവേദനം കാണിക്കുന്ന ജീവികളാണ് പൂച്ചകൾ. വീട്ടുപൂച്ചകൾ ക്ക് ഏറ്റവും വിലയേറിയ കാലമാണ് പിന്നീടുണ്ടായത്.

കിഴക്കൻ ഇല്ലിനോയ്സിൽ നടന്ന വിഷം തളിയെപ്പോലുള്ള സംഭവ ങ്ങൾ ശാസ്ത്രീയവും നൈതികവുമായ ചില ചോദ്യങ്ങളാണുണർത്തി വിടുന്നതെന്ന് കാഴ്സൺ നിരീക്ഷിക്കുന്നു. ഏതെങ്കിലും ഒരു സംസ്കാര ത്തിന് സ്വയം നാശത്തിലേക്കുവീഴാതെ, സംസ്കൃതമെന്നു വിശേഷിപ്പി ക്കാനുള്ള അവകാശം നിഷേധിക്കാതെ, ഈ രീതിയിൽ ജീവികളോട് നിലയ്ക്കാത്ത, അവസാനമില്ലാത്ത യുദ്ധം പ്രഖ്യാപിക്കാനാകുമോ?

പരക്കെ കൊല്ലികളാണ് ഈ കീടനാശിനികളെല്ലാം. ഏറ്റവും അപ കടകാരിയെന്നു നിശ്ചയിക്കുന്ന ഒരു പ്രത്യേക ജീവിയെ മാത്രം മാറ്റി നിർത്തി നിയന്ത്രണവിധേയമാക്കാൻ അവയ്ക്ക് ഒരിക്കലും കഴിയില്ല. ഒറ്റയടിക്ക് എല്ലാം പോകും. ലോലമായ പരസ്പരബന്ധങ്ങളപ്പാടെ താറു മാറാകും – വീട്ടിലെ ഓമനപ്പൂച്ച, ഓടിച്ചാടിക്കളിക്കുന്ന ഒരു പൈക്കിടാ വ്, വയലിൽ ഇരതേടിയിറങ്ങുന്ന കുഴി മുയൽ, ഗാനാലാപനത്തിലൂടെ കാതുകൾക്കിമ്പം പകരുന്ന ഒരു വാനമ്പാടി – സ്വന്തം അസ്തിത്വംകൊണ്ട് നമ്മുടെ ജീവിതത്തെ കൂടുതൽ ജീവയോഗ്യമാക്കിത്തീർക്കുന്ന ഭൂമിയുടെ ഈ അവകാശികൾക്കെല്ലാം ഭീകരമായ ഉടൻ മൃത്യുവാണ് മനുഷ്യൻ സമ്മാനമായി നൽകുന്നത്. മരണം കാത്തുകിടക്കുന്ന ഒരു മേച്ചിൽ മേടു വാനമ്പാടിയുടെ അവസാനചലനങ്ങൾ ഒരു ശാസ്ത്രജ്ഞൻ വിവരിച്ചത് ഇവിടെയോർക്കാം. പേശികൾ തമ്മിലുള്ള പരസ്പരബന്ധം നഷ്ടപ്പെട്ട തുകൊണ്ട് എഴുന്നേൽക്കാനോ പറക്കാനോ കഴിയുമായിരുന്നില്ലെങ്കിലും നിരന്തരം ചിറകിട്ടടിച്ചുകൊണ്ടിരുന്നു. വശങ്ങളിലേക്കു ചെരിഞ്ഞ് നിലത്ത് അള്ളിപ്പിടിച്ചുകൊണ്ടിരുന്നു. കൊക്കുകൾ പിളർന്ന നിലയിലായിരുന്നു. ശ്വസിക്കാൻ പാടുപെടുന്നുണ്ടായിരുന്നു. ചത്തുവീണുകിടന്ന നിലയണ്ണാ ന്മാരുടെ മൂകസാക്ഷിത്വം കൂടുതൽ ദയനീയമായിരുന്നു.

സഹജീവികൾക്ക് ഇത്രയേറെ പീഡനങ്ങൾ നൽകുന്ന ഒരു ജീവി യെ മനുഷ്യൻ എന്ന് എങ്ങനെ വിളിക്കുമെന്നു ഗ്രന്ഥകാരി ചോദിക്കുന്നു.

പക്ഷികൾ പാടാത്ത ഒരുനാട് ഉണ്ടായതെങ്ങനെയെന്നു വിവരിക്കുന്ന അദ്ധ്യായത്തിന്റെ ശീർഷകം 'പക്ഷികളൊന്നും പാടുന്നില്ല' എന്നാണ്. എന്താണു പക്ഷികൾ പാടാത്തത്? എന്നുമുതലാണ് അവ അങ്ങനെയാ യത്?

1958 ലെ ഒരു ദിവസം മർഫിയിലെ അമേരിക്കൻ നാച്ചുറൽ ഹിസ്റ്ററി മ്യൂസിയത്തിലെ റോബർട്ട് ക്രഷ്മാർ മർഫിക്ക് ഇല്ലിനോയിൽനിന്നുള്ള ഒരു വീട്ടമ്മയുടെ കത്തുകിട്ടുന്നു. "ഇവിടെ ഞങ്ങളുടെ ഗ്രാമം 'എം' വൃക്ഷങ്ങളിൽ പലതവണ ഡി ഡി ടി തളിച്ചുകഴിഞ്ഞ ഒരു സ്ഥലമാണ്. ആറുകൊല്ലം മുമ്പ് ഞങ്ങളിവിടെ താമസമാക്കിയ കാലത്ത് എങ്ങും പാട്ടു

പക്ഷികളായിരുന്നു. ഞാൻ തയ്യാറാക്കിയ തീറ്റപ്പുരയിലേക്ക് ശീതകാല പ്പക്ഷികളും പിന്നീട് വേനൽ വന്നാൽ ചുടുകാലപ്പക്ഷികളും ഇഷ്ടം പോലെ വരാറുണ്ടായിരുന്നു. പലതവണ ഡി ഡി ടി ചാമ്പിയതോടെ റോബിൻ പക്ഷികൾ ഏതാണ്ട് പൂർണ്ണമായും ഇല്ലാതായമട്ടാണ്. സ്റ്റാൻ ലിങ്ങുകളെയും തീരെ കാണാനില്ല. കുടുകുട്ടുന്ന പക്ഷികളായി ഈ പരിസരത്ത് ആകെയുള്ളത് ഒരു ജോടി ഇണപ്രാവും, ഒരു പൂച്ചപ്പക്ഷി കുടുംബവും മാത്രമാണ്. ചിക്കഡീകൾ രണ്ടുകൊല്ലമായി ഇരതേടി വരാ റേയില്ല. ഈ വർഷം കാഡിനലുകളുമെത്തിയില്ല. (chickadee-കഴുത്തും തലയുടെ ഉപരിഭാഗവും കറുപ്പുനിറമുള്ള ചെറുപക്ഷി. cardinal – തെക്കേ അമേരിക്കയിൽ നിന്നെത്തുന്ന പാട്ടുപക്ഷി.)

> ഞങ്ങളുടെ കുഞ്ഞുങ്ങൾ സ്കൂളിൽ പഠിക്കുന്നത് പക്ഷികളെ സംരക്ഷിക്കാൻ ഇവിടെ നിയമമുണ്ട് എന്നാണ്. എന്നാൽ അവർ വീട്ടിൽ വന്ന് പക്ഷികളെല്ലാം എവിടെപ്പോയി എന്നു ചോദിക്കു മ്പോൾ എല്ലാറ്റിനെയും കൊന്നു എന്നുപറയാൻ വിഷമമുണ്ട്. അവ വീണ്ടും വരുമോ എന്ന് അവർ തുടർന്നു ചോദിക്കുമ്പോൾ എനി ക്കൊരുത്തരം പറയാൻ കിട്ടുന്നില്ല. എം മരങ്ങൾ രക്ഷപ്പെട്ടോ എന്നു ചോദിച്ചാൽ അതുമില്ല. അവ ഇപ്പോഴും ചത്തുകൊണ്ടിരി ക്കുന്നു. ഒപ്പം പക്ഷികളും.

ഇത്തരം ദുരന്തകഥകളുടെയെല്ലാം പ്രതീകമായി റോബിൻ എന്ന ഒറ്റപ്പക്ഷിക്കു സംഭവിച്ച ദുരന്തം കേൾപ്പിച്ചാൽ മതിയാകും. ഈ നാട്ടിലെ ഏറ്റവും സുപരിചിതമായ പക്ഷി. സീസണിലെ ആദ്യദർശനം ശൈത്യ കാലം അവസാനിക്കാൻ പോകുന്നു എന്നതിന്റെ സൂചനയാണ്. അതു പത്രങ്ങൾ പ്രാധാന്യം നല്കി മുൻപേജിൽ അച്ചടിക്കും. അന്നത്തെ പ്രാതൽ മേശകളിലെല്ലാം ചർച്ചാവിഷയമാകും. അങ്ങനെയിരിക്കെ ആ ദേശാടനക്കാരുടെ എണ്ണം കൂടിക്കൂടി വരും. ഒപ്പം പച്ചയുടെ പുതുനാമ്പു കൾ മഞ്ഞിന്റെ മൂടുപടം വകഞ്ഞുമാറ്റി തെളിഞ്ഞുവരാൻ തുടങ്ങും. പ്രഭാതത്തിലെ ആരോഗ്യകിരണങ്ങൾക്കൊപ്പം സജീവമാകുന്ന റോബിൻ പക്ഷികളുടെ കച്ചേരി ആയിരക്കണക്കിനാളുകൾ ആവേശപൂർവ്വം ശ്രവി ക്കും. എന്നാൽ ഇപ്പോൾ എല്ലാം പഴങ്കഥയായി. ഈ പക്ഷികൾ തിരിച്ചു വരുമെന്ന പ്രതീക്ഷകൾപോലും ഇല്ലാതായി.

ഡച്ച് എം രോഗം എന്നു വിളിക്കപ്പെടുന്ന വ്യാധി 1930 ഓടെയാണ് യൂറോപ്പിൽനിന്ന് അമേരിക്കയിലെത്തുന്നത്. വെനീർ വ്യവസായത്തിന്റെ ഭാഗമായി ഇറക്കുമതി ചെയ്യപ്പെട്ട മരമുട്ടികളിലൂടെയായിരുന്നു ഇത്. ഫംഗസ് രോഗമാണ്. അണുക്കൾ അകത്തുകടന്ന് ജലസംവഹനനാളി കളായ ഖരവ്യൂഗകോശങ്ങളെ കാർന്നുതിന്നും. സസ്യരസപ്രവാഹങ്ങ ളിലൂടെ ഇതിന്റെ രേണുക്കൾ പടരും. വിഷമയമായ സ്രവങ്ങൾ ചില്ലു കളും മറ്റും ഉണങ്ങാൻ കാരണമാകും. വൃക്ഷങ്ങളുടെ പൂർണ്ണനാശമായി രിക്കും ഫലം. മരങ്ങളിൽനിന്നു മരങ്ങളിലേക്ക് പെട്ടെന്നു പകരും. അമേരി

ക്കൻ നഗരങ്ങളിലും നാട്ടിൻപുറങ്ങളിലും അക്കാലത്ത് എവിടെ നോക്കി
യാലും എം വൃക്ഷങ്ങളാണ്. എം മരത്തൊലി വണ്ട് എന്ന പ്രാണിയാണ്
രോഗംപരത്തുന്നത്. ഇതിനെക്കൊല്ലാൻ വൻതോതിൽ ഡി ഡി റ്റി തളി
ക്കാൻ തുടങ്ങി. വിഷം ഏറ്റവുമേറെ ബാധിച്ചത് റോബിൻ പക്ഷികളെ
യാണെന്ന് മിഷിഗൺ സ്റ്റേറ്റ് സർവകലാശാലയിലെ പക്ഷിശാസ്ത്രജ്ഞ
നായ പ്രൊഫസർ ജോർജ് വല്ലാസും അങ്ങേരുടെ കീഴിൽ ഗവേഷണ
വിദ്യാർത്ഥിയായ ജോൺ മെഹ്നറും ചേർന്ന് 1954 ൽ ആണ് തെളിയിച്ചത്.
റോബിൻ പക്ഷികളുടെ എണ്ണത്തിലുണ്ടായിക്കൊണ്ടിരിക്കുന്ന കുറവി
നെക്കുറിച്ചുള്ള പഠനം യദൃച്ഛയാ ഡി ഡി ടിയിൽ എത്തിച്ചേരുകയയി
രുന്നു. ഈ ഗവേഷകരല്ലാതെ മറ്റാരും റോബിനുകൾ കുറഞ്ഞുവരുന്നു
ണ്ടെന്നു സംശയിക്കാത്ത കാലമായിരുന്നു. ലക്ഷക്കണക്കിനു പക്ഷികൾ
വന്നും പോയുംകൊണ്ടിരുന്ന ഒരുകാലത്ത് എണ്ണക്കുറവിനെക്കുറിച്ച് ആരു
സംശയിക്കാൻ! 1954 ൽ സർവകലാശാലയുടെ വളപ്പിൽ ചെറിയ
തോതിൽ മരുന്നുതളി ആരംഭിച്ചു. അടുത്ത വർഷം സർവകലാശാല
നില്ക്കുന്ന ഈസ്റ്റ്ലാൻസിങ് നഗരവും വിഷപ്രയോഗം തുടങ്ങി. ജിപ്സി
നിശാശലഭങ്ങളെയും കൊതുകുകളെയും നിർമാർജ്ജനം ചെയ്യാനുള്ള
സംരംഭങ്ങളെ അധികം താമസിയാതെ ഇതുമായി സംയോജിപ്പിച്ചു.
ഇതോടെ വർഷപാതംപോലെ കീടനാശിനി നഗരത്തിലും സർവ്വകലാ
ശാലാ ക്യാംപസിലും മുകളിൽനിന്ന് വന്നുവീഴാൻ തുടങ്ങി. ചെറിയതോ
തിൽ മാത്രം തളിനടന്ന 1954 ൽ എല്ലാം ശുഭമായിക്കലാശിച്ചു. പതിവു
സമയമായപ്പോൾ റോബിനടക്കമുള്ള ദേശാടനപക്ഷികൾ ക്യാംപസിലെ
എം വൃക്ഷങ്ങളിലും മറ്റും തിരിച്ചെത്തി. എന്നാൽ അധികം വൈകാതെ
അപകടസൂചന കിട്ടി. സർവകലാശാലാവളപ്പിൽ പലഭാഗത്തും റോബിൻ
പക്ഷികൾ പിടഞ്ഞുവീഴുന്നതു കാണാനായി. സാധാരണഗതിയിൽ തീറ്റി
തേടുകയും ചേക്കേറുകയും ചെയ്യുന്നവയെ തീരെ വിരളമായിമാത്രം
കണ്ടു. പുതുതായുണ്ടാക്കിയ കൂടുകൾ കുറവായിരുന്നു. തുടർന്നുള്ള
വസന്തങ്ങളിലെല്ലാം ഈ ക്രമം കൃത്യമായ വിരസതയോടെ ആവർത്തി
ക്കപ്പെട്ടു. മരുന്നുതളിനടന്ന മേഖലകളെല്ലാം റോബിൻപക്ഷികളെ
കൊല്ലാനുള്ള വിഷക്കെണികളായി പ്രവർത്തിച്ചു. ഒറ്റയാഴ്ചകൊണ്ട്
പക്ഷികളെല്ലാം നിഷ്കാസനം ചെയ്യപ്പെട്ടു. പുതിയ പക്ഷികൾ പറന്നെ
ത്തുകയും പഴയവയുടെ വിധിതന്നെ പങ്കുവെക്കുകയും ചെയ്തു. സർവ
കലാശാലാ വളപ്പ് റോബിൻ പക്ഷികളുടെ ശവപ്പറമ്പായി മാറിയ ഭീതി
ദവും ദയനീയവുമായ കാഴ്ച! പക്ഷേ, എന്തുകൊണ്ടിതു സംഭവിക്കുന്നു?
ഏതോ ഞരമ്പു രോഗമാണെന്ന് വല്ലസടക്കം പലരും സംശയിച്ചു.
എന്നാൽ അധികംവൈകാതെ ശാസ്ത്രജ്ഞൻ യഥാർഥ വസ്തുത
കണ്ടെത്തി. ഡി ഡി റ്റി തന്നെയാണ് വില്ലനെന്നു വ്യക്തമായി. കീടനാ
ശിനിയുടെ ആളുകൾ ശക്തിയായി നിഷേധിച്ചു. ഞങ്ങളുപയോഗിക്കു
ന്നത് പക്ഷികൾക്ക് ഒരുതരത്തിലും ദോഷം ചെയ്യാത്ത മരുന്നാണെന്നു
വാദിച്ചു. എന്നാൽ തെളിവുകൾ അവർക്കെതിരായിരുന്നു. പിടഞ്ഞുവീണ

റോബിനുകളിൽ കീടനാശിനി വിഷബാധയുടെ എല്ലാ പ്രശ്നലക്ഷണ
ങ്ങളാം വ്യക്തമായി കാണാമായിരുന്നു. നേരിട്ടല്ല, മണ്ണിരകളിലൂടെയാണ്
വിഷബാധയുണ്ടാകുന്നത്. ഒരു പ്രോജക്ട്വർക്കിന്റെ ഭാഗമായി പുഴ
ക്കൊഞ്ചുകളെ തീറ്റിക്കേണ്ടിവന്നപ്പോഴാണ് ഇക്കാര്യം ബോദ്ധ്യപ്പെടു
ന്നത്. മണ്ണിരകളെതിന്ന കൊഞ്ചുകളെല്ലാം ചത്തു. ഏതാനും വിരകളെ
കൂട്ടിലിട്ടുപോറ്റുന്ന പാമ്പുകൾക്കു നല്കിയപ്പോൾ വിഷബാധാ ലക്ഷണ
മായ വിറയലും ചുഴലിയും ഉണ്ടായി നിവർന്നുനില്ക്കാനുള്ള കഴിവ്
നഷ്ടപ്പെടുന്നതായി കണ്ടു. ചത്ത റോബിനുകളെ കീറിനോക്കിയപ്പോൾ
എല്ലാറ്റിന്റെ വയറ്റിലും വിഷബാധയേറ്റ വിരകളുണ്ടായിരുന്നു. വസന്ത
കാലത്തിവയുടെ മുഖ്യാഹാരം മണ്ണിരകളാണ്.

റോബിൻപക്ഷികളുടെ വിധി എം മരങ്ങളുമായി ബന്ധപ്പെട്ടിരിക്കുന്ന
തെങ്ങനെയെന്ന രഹസ്യം വെളിപ്പെടുത്തിയത് 1958 ൽ ഇല്ലിനോയ്സ്
നാച്ചുറൽ ഹിസ്റ്ററി സർവ്വെയിലെ ഡോ. റോയ് ബാർക്കറാണ്. വർഷ
ത്തിൽ രണ്ടുതവണ എമ്മിന് വിഷം തളിക്കാറുണ്ട്. ഏറ്റവും പൊക്കം
കൂടിയ വൃക്ഷങ്ങളുടെ ഉച്ചിവരെ കീടനാശിനിയിൽ കുളിക്കത്തക്കവിധ
മാണ് ചാമ്പൽ. കീടവണ്ടിൽ മാത്രമല്ല നല്ലതും ചീത്തയുമായ എല്ലാ
പ്രാണികളിലും വിഷം കടക്കും. കൂട്ടത്തിൽ പരാഗണനസഹായികളു
ണ്ട്. കീടംകൊല്ലികളുമുണ്ടാകും. പരജീവന സ്വഭാവമുള്ള എട്ടുകാലിക
ളുണ്ടാകും. വിഷവൃക്ഷ തടികൾക്കും ഇലകൾക്കും മുകളിൽ നേർത്ത
പാടയായി പറ്റിപ്പിടിക്കും. മഴപെയ്തതുകൊണ്ടൊന്നും ഇത് ഒലിച്ചുപോവു
കയില്ല. ശരത്ക്കാലത്ത് ഇലപൊഴിഞ്ഞാൽ വിഷം മുഴുവൻ മണ്ണിലെത്തി
അളിഞ്ഞ ജൈവരൂപത്തിനൊപ്പം മണ്ണിരകളുടെ വയറ്റിലെത്തും. ചില
പ്പോൾ മണ്ണിരകളും ചാവും. ജീവനോടെ നിലനില്ക്കുന്ന ഭൂരിപക്ഷം
വിഷം സാന്ദ്രീകരിച്ച് അതിന്റെ വീര്യം വർദ്ധിപ്പിക്കും. ഇത്തരം പതി
നൊന്നു വിരകൾ മതി ഒരു റോബിൻ പക്ഷിയുടെ ഉയിരെടുക്കാൻ.
ഏതാനും മിനിറ്റുകൾ കൊണ്ടുതന്നെ 10-12 ഇരകളെ ഈ പക്ഷികൾ
വയറ്റിലാക്കും.

എല്ലാ റോബിനുകളും ചത്തുപോകാറില്ല. ജീവനോടെ ബാക്കിയാ
വുന്നവയുടെ പ്രത്യുല്പാദനത്തെ വിഷം കഠിനമായി ബാധിച്ചു. വിരി
യാത്ത മുട്ടകളുടെ എണ്ണം കൂടിവന്നു. മിഷിഗൺസ്റ്റെയ്റ്റ് യൂണിവേഴ്സിറ്റി
ക്യാംപസിൽനിന്നുതന്നെ ഇതിനുവേണ്ട തെളിവുകൾ കിട്ടി. 185 ഏക്ക
റോളംവരുന്ന സർവ്വകലാശാലാവളപ്പിൽ വിഷം തളിക്കുംമുമ്പ് 1954 ൽ,
370 ഓളം മുതിർന്ന പക്ഷികൾ (റോബിനുകൾ) ഉണ്ടായിരിക്കുന്നിടത്ത്
1957 ൽ അത് രണ്ട്-മൂന്ന് ഡസൻ മാത്രമായി ചുരുങ്ങി. 370 ഓളം കുഞ്ഞു
പക്ഷികളെ കാണാറുള്ള സ്ഥാനത്ത് ആ വസന്തത്തിന്റെ ഒന്നുമാത്രമാണ്
വന്നത്. റോബിനായാലും മറ്റു പക്ഷികളായാലും കൂടുകൂട്ടന്നൊക്കെയു
ണ്ട്. മുട്ടകളും കാണാനുണ്ട്. പക്ഷേ, വിരിയാത്ത മുട്ടകളുടെ എണ്ണം
വിഷംതളി പുരോഗമിക്കുന്തോറും കൂടിവന്നു. പാവം പെൺപക്ഷികൾ
13 ദിവസം ചുടുനൽകേണ്ട സ്ഥാനത്ത് 21 ദിവസം കൊടുത്തിട്ടും ഒരു

കുഞ്ഞിക്കാലുകാണാൻ ഭാഗ്യമുണ്ടായില്ല. പെൺപക്ഷികളുടെ അണ്ഡാ
ശയത്തിൽതന്നെ നല്ല അളവിൽ ഡി ഡി ടി കണ്ടെത്താൻ കഴിഞ്ഞു.
ആൺപക്ഷികളുടെ വൃഷണങ്ങളിൽ സാന്ദ്രീകരണതോത് 30 മുതൽ 109
ppm വരെയായിരുന്നു. രണ്ടു പെൺപക്ഷികളുടെ അണ്ഡാശയങ്ങളിലും
മുട്ടകളിലും 151–211 ppm വരെ കണ്ടു. വിസ്കോൺസിൻ സർവകലാശാ
ലയും ക്രാൻബ്രൂക്ക് സയൻസ് ഇൻസ്റ്റിറ്റ്യൂട്ട് അവരുടെ പ്രദേശങ്ങളിൽ
സമാനഫലങ്ങൾതന്നെ കണ്ടെത്തി. ഡി ഡി റ്റി വിഷബാധയാൽ കൊല്ല
പ്പെടുന്ന പക്ഷികളെയെല്ലാം ഇൻസ്റ്റിറ്റ്യൂട്ടിൽ പരിശോധനയ്ക്കു വിധേയ
മാക്കാൻ ഏർപ്പാടുണ്ടാക്കിയപ്പോൾ 1959 ൽ മാത്രം ആയിരത്തിലേറെ
ചത്തപക്ഷികളെത്തിച്ചേർന്നു. ഇരകളിലൊന്നുമാത്രമായിരുന്നു റോബിൻ.
വിഷംതളിനടന്ന ഭാഗങ്ങളിൽ പക്ഷികളുടെ എണ്ണത്തിൽ തൊണ്ണൂറു ശത
മാനത്തോളം കുറവുണ്ടായി. നിലത്തുനിന്ന് ആഹാരം തേടുന്നവയും
മരക്കൊമ്പുകളിൽ ഭക്ഷണം കണ്ടെത്തുന്നവയും മരത്തടികൾക്കുള്ളിൽ
കൊത്തിപ്പെറുക്കുന്നവയും ഇരപിടിയന്മാരുമെല്ലാമുണ്ടായിരുന്നു കൂട്ട
ത്തിൽ.

മണ്ണിരയെയോ മണ്ണിലെ മറ്റുജീവികളെയോ ആഹാരമാക്കുന്നവയെ
യാണ് നാശം ഏറ്റവും കൂടുതൽ ബാധിച്ചത്. ആ നാട്ടിലെ പക്ഷികളിൽ
ഏതാണ്ട് 45 സ്പീഷീസുകളുടെ ഭക്ഷണത്തിൽ മണ്ണിരകൾക്ക് മുഖ്യ
സ്ഥാനമുണ്ട്. ഇക്കൂട്ടത്തിൽപ്പെട്ട പൊരുകോഴി (wool cocl) എന്ന ബല
വാനും നാമാവശേഷമായി. റോബിൻ കുഞ്ഞിപ്പക്ഷിയെങ്കിൽ പൊരു
കോഴി അല്പം കൂറ്റനാണ്. ഏറ്റവും മനോഹരമായി പാടാൻ കഴിവുള്ള
മൂന്നു ജാതി മൈനകളെയും കാണാതായി. (olive-backed thrush, wood-
thrush, Hermit-thrush) പല ജാതി കുരുവികളും പോയി. മണ്ണിരക്കൊ
തിയനായ കൂണുകളെയും കാണാതായി. ഇലപൊഴിയും കാലത്ത് വിര
കളെ തേടി കൂടുവിട്ടിറങ്ങുന്ന ഒപ്പൊസമെന്ന സഞ്ചിമൃഗത്തിനും അവ
വിഷവിരുന്നായി. മാളങ്ങളിൽ മേളമാഘോഷിച്ച എലിയും തുരപ്പനും
എല്ലാം വിഷബാധക്കിരയായി. ഇരപിടിയൻ പക്ഷികളിൽ നത്തും കൂമനും
പരുത്തും പ്രാപ്പിടിയനും കഴുകനും വിഷബാധയേറ്റുവീണു. മണ്ണിരകളെ
തിന്നുന്ന പക്ഷികളും എലികളുമെല്ലാം ഇവയുടെ ആഹാരമാണല്ലൊ.
ഭക്ഷ്യശൃംഖലയിലൂടെ വിഷം കൂടുതൽ സാന്ദ്രീകരിച്ച് ഭക്ഷ്യപിരമിഡിന്റെ
ഉച്ചിവരെ എത്തുകയായിരുന്നു. വിസ്കോൺസിനിലെ വൈറ്റ്ഫിഷ് ഉൾ
ക്കടൽ ഭാഗത്ത് ദേശാടനം ചെയ്തെത്തുന്ന വാർബ്ളർ പാട്ടുപക്ഷിക
ളുടെ എണ്ണത്തിൽ 1958 നുശേഷം വൻകുറവുണ്ടായി. മരക്കുറ്റികളിൽ
മൺകലം പോലത്തെ കൂടുണ്ടാക്കുന്ന ഓവൻപക്ഷികളുടെ എണ്ണവും
കുറഞ്ഞു. ആകാശത്തുപറന്ന് മഴപ്പാറ്റകളെയും മറ്റും പിടിച്ചു തിന്നുന്ന
മീവൽപക്ഷികൾക്കെന്തു പറ്റിയെന്ന് സാധാരണക്കാർപോലും ചോദി
ക്കാൻ തുടങ്ങി. മൂന്നാലുവർഷം മുമ്പുവരെ സുലഭമായിക്കാണാറുണ്ടാ
യിരുന്ന അവയെ തീരെ കാണാറായതും ഡി ഡി ടി വിഷബാധകൊണ്ടാ
ണെന്ന് താമസിയാതെ വെളിപ്പെട്ടു. ഇവയ്ക്കൊപ്പം ഫീവിയും പാറ്റപിടി

യനും എല്ലാം പോയാൽ പിന്നെ വസന്തകാലം തീർത്തും നിശ്ശബ്ദമാകാ
തിരിക്കുന്നതെങ്ങനെ?

കീടനിയന്ത്രണത്തിൽ പക്ഷികൾക്കുള്ള സ്ഥാനം അതിനിസ്തുല
മാണെന്ന് ഒട്ടേറെ പഠനങ്ങൾ സ്ഥാപിച്ചിട്ടുണ്ട്. മരംകൊത്തികൾക്ക്
എൻജൽമാൻ സ്പ്രിങ്ബീറ്റിലിന്റെ നിയന്ത്രണത്തിൽ നിർണായകമായ
പങ്കുണ്ട്. പനന്തോട്ടങ്ങളിൽ എലികളെയൊതുക്കാൻ മൂങ്ങകളോളംശേഷി
മറ്റൊരു ജീവിക്കുമില്ല. തൂക്കണാംകുരുവികളും മറ്റനേകം ചെറുപക്ഷി
കളും ധാന്യവയലുകളുടെ സംരക്ഷകരാണ്. കൊത്തിക്കൊണ്ടുപോകുന്ന
ധാന്യമണികളുടെ എത്രയോ ഇരട്ടി അവ കീടനിയന്ത്രണംവഴി നില
നിർത്തുന്നു. ആപ്പിൾ തോട്ടങ്ങളുടെ കാവൽക്കാരൻ എന്ന നിലയിലും
മരംകൊത്തികൾ മനുഷ്യരുടെ ഉറ്റമിത്രങ്ങളാണ്. പ്രകൃതിയിൽ എന്തു
നടക്കുന്നോ അതിനെയെല്ലാം തടയുകയാണ് കീടനാശിനികൾ ചെയ്യു
ന്നത്. കീടങ്ങളുടെ ബദ്ധശത്രുക്കളായ പക്ഷികളെയും ചെറു സസ്ത
നികളെയും ഇരപിടിയൻ കീടങ്ങളെയും എല്ലാം അവ ഒറ്റയടിക്ക് വിവേ
ചനമില്ലാതെ കൊല്ലുന്നു. ഈ കാവൽക്കാരും പൊലീസുകാരുമെല്ലാം
പോയിക്കഴിഞ്ഞാൽ പിന്നെ പ്രകൃതിക്ക് എന്തു സുരക്ഷ?

രാജകീയമായി തലയുയർത്തിനിൽക്കുന്ന എം വൃക്ഷങ്ങളെ തണൽ
മരങ്ങളെന്ന നിലയിലും സൗന്ദര്യത്തിന്റെ നിറകുടങ്ങളെന്നനിലയിലും
എല്ലാവർക്കും ഇഷ്ടംതന്നെ. തടികൊണ്ടും ഏറെ ഉപകാരമുണ്ട്. എന്നു
വച്ച് എം മാത്രം മതിയോ? അതാണ് പ്രശ്നമായത്. ഒരേ ജാതി സസ്യ
ങ്ങൾ, അത് വൃക്ഷമായാലും പഴവൃക്ഷങ്ങളായാലും ധാന്യവയലുകളാ
യാലും നാശം വിതയ്ക്കും. വൈവിധ്യത്തിലാണ് പ്രകൃതിയുടെ കരുത്ത്.
പരസ്പര പ്രവർത്തനങ്ങൾക്ക് ഒരാവാസവ്യവസ്ഥയിൽ പരമാവധി അവ
സരമുണ്ടാകണം. ഇത് എല്ലാ ജാതികളുടെയും കരുത്തു വർദ്ധിപ്പിക്കും.
ശല്യകീടങ്ങൾ സ്വയം ഒതുങ്ങും. ഒരേ ജാതിവിളകളാകട്ടെ, ഒരേ ജാതി
കീടങ്ങൾക്ക് തിമിർത്തു കളിക്കാനുള്ള സാമ്രാജ്യങ്ങളത്രേ. എം മരങ്ങ
ളുടെ ഏകവിളയാണ് ഫംഗസ് രോഗത്തിനും അതിനെ കൊണ്ടുനടന്ന
വണ്ടുകൾക്കും ഇഷ്ടംപോലെ വിഹരിക്കാൻ സാഹചര്യമൊരുക്കിയത്.
എന്നാൽ അമേരിക്കയുടെ 'എം വൃക്ഷ' അനുഭവത്തിൽനിന്ന് ആരെങ്കിലും
എന്തെങ്കിലും പഠിച്ചോ? കൃഷി വാണിഭം മാത്രമാകുമ്പോൾ ലോക
മെങ്ങും ഏകവിളാ സമ്പ്രദായം കൊഴുക്കുകയല്ലേ?

അമേരിക്കയുടെ ദേശീയ പ്രതീകമായ കഴുകന്റെ വംശനാശമാണ്
റെയ്ച്ചൽ കാഴ്സൺ ഈ പുസ്തകത്തിൽ എടുത്തുപറഞ്ഞ മറ്റൊരു
സംഗതി. കഷണ്ടിത്തലയൻ കഴുകനെപ്പോലുള്ള ഈ കുലത്തിലെ പല
പക്ഷികളും ആ സമയം പെട്ടെന്ന് വംശനാശത്തിന്റെ വക്കിൽ എത്തുക
യായിരുന്നു. പ്രത്യുല്പാദന ക്ഷമതയിൽ ഉണ്ടായ കുറവുതന്നെയാണ്
ഇവിടെയും സംഭവിച്ചത്. കുറ്റവാളി മുഖ്യമായും ഡി ഡി ടി തന്നെ. ജല
ത്തിൽ സാന്ദ്രീകരിച്ച ഈ വിഷം നിരവധി ജലപ്പക്ഷികളുടെയും കഥ
കഴിച്ചു. ക്ലിയർ ലെയ്ക്കിലെ ഗ്രീബുകളുടെ കഥയാണ് ഏറ്റവും പരിതാപ

കരം. നീണ്ട കഴുത്തും ചർമ്മബന്ധമുള്ള കാലുകളും വാലിന്റെ അഭാ
വവും ഇവയുടെ പ്രത്യേകതകളാണ്. തടാകത്തിലെ മീൻ തിന്നുതിന്ന്
ഇവ രോഗികളായി. ഡി ഡി ടിയോട് ഇവ മറ്റു പക്ഷികളെ അപേക്ഷിച്ച്
കൂടുതൽ സംവേദനക്ഷമത കാട്ടി. അതുകൊണ്ട് എണ്ണം പെട്ടെന്നു
കുറഞ്ഞു.

അമേരിക്കയിൽ മാത്രമല്ല, ബ്രിട്ടനിലും ഫ്രാൻസിലുമെല്ലാം ഈ
കാലയളവിൽ പക്ഷികളുടെ കൂട്ടമരണം നിത്യസംഭവമായി മാറുകയായി
രുന്നെന്ന് കാഴ്സൺ ചൂണ്ടിക്കാട്ടുന്നു. 1961 ഓടെ പ്രശ്നം ഗുരുതരമായി.
ചത്തപ്രാവുകൾ ആകാശത്തുനിന്ന് തുരുതുരാ വീണുകൊണ്ടിരുന്നു.
കെസ്ട്രൽ പരുന്തുകളെ തീരെ കാണാനില്ലാതായി. കുറുക്കന്മാരെ
കാണാൻ കിട്ടാതായി. മുയലുകളുടെ എണ്ണപ്പെരുപ്പം നിത്യശല്യമായി
മാറിയ ഇംഗ്ലണ്ടിന്റെ പല ഭാഗങ്ങളിലും ഇവയുടെ സാന്നിദ്ധ്യം അനിവാ
ര്യമായിരുന്നു. കുരുവി, കഴുകൻ, കെസ്ട്രൽ തുടങ്ങിയ മറ്റ് ഇരപിടിയൻ
പക്ഷികളും അപ്രത്യക്ഷമായതോടെ സസ്യഭോജികളായ ചെറു സസ്ത
നികളെക്കൊണ്ടുള്ള ഉപദ്രവം നിയന്ത്രണാതീതമായി. സസ്യഭോജിക
ളായ വിത്തുതീനികളിൽ ആരംഭിച്ച് കീടനാശിനി വിഷം മാംസഭോജിക
ളുടെ കൂടുതൽ ഉയർന്ന തലംവരെ നിർബാധം കടന്നുചെല്ലുകയായിരു
ന്നു. വയൽ പരിസരങ്ങളിൽ കുളക്കോഴിയും കൊച്ചയും മറ്റു ജലപ്പക്ഷി
കളും തീരെ കാണാനില്ലാതായി. നെൽപ്പാടങ്ങളെല്ലാം വിഷമയമായി
ക്കഴിഞ്ഞിരുന്നു. ഡി ഡി ടിയെ കൂടാതെ ഡൈ എൽഡ്രിൻ, എൻഡ്രിൻ,
ആൽഡ്രിൻ, ഹെപ്റ്റാക്ലോർ എന്നിവയും കൂടിയ അളവിൽ ഉപയോഗിച്ചു
കൊണ്ടിരുന്ന കാലമായിരുന്നു. ഡി ഡി റ്റി യെക്കാൾ നൂറിരട്ടി വിഷവീര്യ
മുള്ള ആൽഡ്രിൻ വിത്തുകൾക്കുള്ള സംരക്ഷണകവചമായയി ഉപയോ
ഗിച്ചുപോന്നു. ഗൾഫ്തീരത്തെ മരത്താറാവുകളെ ഏതാണ്ട് പൂർണ്ണ
മായും തുടച്ചുനീക്കിയത് ഈ കൊടും വിഷമാണെന്നു വേണം പറയാൻ.
നെൽവയലുകളിലെ ബ്ലേക്ക്ബേഡ് എന്ന രാജകുയിലിന്റെ – വളരെ
പെട്ടെന്നു പടർന്ന് ശല്യം ചെയ്യാറുള്ള ഒരുതരം ചെറുകിളികളാണിവ –
ഉപദ്രവം തടയാൻ കണ്ണിൽക്കണ്ട കീടനാശിനികളെല്ലാം വാരിവിതറിയ
പ്പോൾ വയൽപ്പക്ഷികളെല്ലാം പോയി. കൃഷിരീതിയിൽ ചെറിയൊരു മാറ്റ
മുണ്ടാക്കിയാൽ (ഉദാഹരണമായി, പക്ഷികൾക്കു കൊത്തിയെടുക്കാൻ
പറ്റാത്തതരത്തിലുള്ള മണികളുള്ള ധാന്യങ്ങൾക്ക് പ്രോത്സാഹനം
നൽകുക) പരിഹരിക്കാമായിരുന്ന ചെറിയ പ്രശ്നം വിഷംതളിച്ച് വഷ
ളാക്കി. തെക്കൻ ഇതിയാനയിൽ പാരാതിയോൺ തളിച്ച് രാജകുയിലു
കളുടെ അതിവിശാലമായ ഒരു വിശ്രമസങ്കേതംതന്നെ പാടേ മുടിച്ച
സംഭവം ഞെട്ടലോടെ മാത്രമേ ഓർക്കാനാകൂ. അറുപത്തി അയ്യായിരത്തി
ലേറെ പക്ഷികൾ അന്ന് ഒറ്റസ്ഥലത്തുനിന്നു നാമാവശേഷമായി. ഈ
പക്ഷികളെയെല്ലാം കൊന്നൊടുക്കാനായിമാത്രം വിഷം തളിക്കുകയായി
രുന്നു. വിഷം തളിച്ച സ്ഥലങ്ങളിൽ മനുഷ്യരും കന്നുകാലികളും തളർന്നു
വീണു.

'നിശ്ചലമായ ജലാശയത്തിൽ ഒരു കല്ലെടുത്തിട്ടാലുണ്ടാകുന്ന അല കൾപോലെ തുടർമരണങ്ങൾ ഒന്നിനുപിറകെ ഒന്നായി ഇതിന്റെ പ്രത്യാ ഘാതമായി ഉണ്ടായിക്കൊണ്ടിരിക്കും. വിഷപ്പെടുത്തലിന്റേതായ ഈ അലമാലകൾക്ക് ഒരിക്കലുമൊരവസാനമുണ്ടാകില്ലെന്നു മാത്രം. ഈ മാതിരി തീരുമാനങ്ങൾ ആരുടെ ഭാഗത്തുനിന്നാണുണ്ടാകുന്നത്? വണ്ടു കൾ അശിച്ചു തീർക്കുന്ന ആ മലക്കറികളെയെല്ലാം തുലാസിന്റെ ഒരു തട്ടിലും അതിനുവേണ്ടി നടത്തിയ വിഷപ്രയോഗത്തിൽ ചത്തുമലച്ച പക്ഷികളുടെയെല്ലാം തൂവലുകൾ വേർപെടുത്തിയെടുത്ത് മറ്റൊരു തട്ടി ലുംവച്ച് തൂക്കിനോക്കാൻ തുനിഞ്ഞിറങ്ങിയതാരാണ്? കീടങ്ങൾ തീരെയി ല്ലാത്ത ലോകമാണ് ഏറ്റവും മഹത്തായ ലോകമെന്ന് ആര് തീരുമാനിച്ചു? അങ്ങനെയൊരു ലോകം പക്ഷിച്ചിറകുകളുടെ വളവുകളാൽ അനുഗ്ര ഹീതമല്ലെങ്കിലും ഞങ്ങൾക്കതുമതിയെന്ന് സാമാന്യജനങ്ങളോടൊന്നും അന്വേഷിക്കാതെ തീരുമാനിച്ചതാരാണ്? ആർക്കാണതിനധികാരം?' സ്വേച്ഛാധിപതികളുടെ തീരുമാനമാണതെന്ന് കാഴ്സൺതന്നെ ഉത്തരവും നൽകുന്നുണ്ട്. "സൗന്ദര്യത്തിനും പ്രകൃതിയുടേതായ ക്രമത്തിനും പരമ പ്രാധാന്യം കല്പിച്ചുനൽകാൻ മടിയില്ലാത്ത, ആഴമേറിയതും അനിവാ ര്യമായതുമായ ഒരർത്ഥതലം അതിനുണ്ടെന്നു വിശ്വസിക്കുന്ന ജനലക്ഷ ങ്ങളുടേതായ ഒരു വൻ സമൂഹത്തിന്റെ ഒരു നിമിഷനേരത്തെ അശ്രദ്ധ യിൽനിന്നും അനാസ്ഥയിൽനിന്നും മുതലെടുക്കുന്നവർ" തന്നിഷ്ടപ്പെട്ട പ്രകാരം എടുത്ത ഒരു തീരുമാനം!

8

സാൽമൺ മീനുകൾക്ക് സംഭവിച്ചത്

സാൽമൺ മത്സ്യങ്ങളുടെ ദേശാടനം – ജൈവലോകത്തിലെ അന
ന്യവും അത്ഭുതകരവുമായ ഒരു പ്രതിഭാസമാണത്. മനുഷ്യനുണ്ടായ
കാലംതൊട്ടേ വർഷംതോറും ഒരേ രീതിയിൽ ആവർത്തിക്കപ്പെടുന്ന ഈ
സംഭവം ശാസ്ത്രലോകത്തിന്റെ കൗതുകമാണ്. എന്നാൽ ആ വർഷം
വടക്കേ അമേരിക്കയിലെ ഏറ്റവും മികച്ച സാൽമൺ ധാരകളിലൊന്നായ
മിറാമിച്ചിയിൽ എല്ലാം തകിടം മറിഞ്ഞു. ഈ ദുരന്തത്തിലേക്കുന്നയിച്ച
സംഭവങ്ങളാണു 'മരണത്തിന്റെ പുഴ'യെന്ന അദ്ധ്യായത്തിൽ ആദ്യം വിവ
രിക്കുന്നത്.

അത്ലാന്റിക് സമുദ്രതീരത്തിന്റെ ഹരിതാഭമായ ആഴങ്ങളിൽനിന്ന്
അതിന്റെ കരയിലേക്ക് തിരിച്ചെത്തുന്ന അനേകം പാതകളുണ്ട്. മത്സ്യ
ങ്ങൾ പിന്തുടരാറുള്ള പാതകളാണിവ. അദൃശ്യമെങ്കിലും, അവ്യക്തമെ
ങ്കിലും തീരപ്രദേശത്തെ നദികളിൽനിന്ന് കടലിലേക്കുള്ള ജലപ്രവാഹ
ങ്ങളുമായി ഇവയ്ക്ക് ബന്ധമുണ്ട്. ശുദ്ധജലത്തിന്റെ ഈ ഇഴകളുമായി
സാൽമൺ മീനുകൾക്ക് ആയിരമായിരം വർഷത്തെ പരിചയമുണ്ട്. ഈ
പാതകൾ പിന്തുടർന്ന് അവ നദികളിലേക്ക് മടക്കയാത്ര നടത്തും –
സ്വന്തം ജീവിതത്തിന്റെ ആദ്യ മാസങ്ങളോ വർഷങ്ങളോ ചെലവഴിച്ച
പോഷക നീരരുവികളിലേക്കു തിരിച്ചുചെല്ലും.

വർഷം 1953. പതിവുപോലെ മിറാമിച്ചി നദിയിലെ സാൽമൺ മത്സ്യ
ങ്ങളെല്ലാം (ബ്രൻസവിക്ക് തീരത്തു സ്ഥിതിചെയ്യുന്ന ഒരു പുഴയാണിത്)
അങ്ങകലെ അത്ലാന്റിക് സമുദ്രത്തിലെ തങ്ങളുടെ തീറ്റ ശേഖരണ
മേഖലയിൽനിന്ന് യാത്രയാരംഭിച്ച് മിറാമിച്ചിയിലെ സ്വന്തം ജന്മനാടുക
ളിലെത്തിച്ചേർന്നു. ഏറെ മുകളിൽ അത്ലാന്റിക്കിൽ നിന്നകലെ ഇരുട്ടു
മൂടിനിൽക്കുന്ന എണ്ണമറ്റ കാട്ടരുവികളുടെ വലക്കണ്ണികൾ ഈ ധാരകളെ

നിറയ്ക്കുന്നു. ആ വർഷവും ഈ അരുവികളുടെ ചരൽക്കല്ലുകൾ നിറഞ്ഞ മെത്തകളിൽ സാൽമൺ ശരത്ക്കാലത്ത് അവയുടെ മുട്ടകൾ നിക്ഷേപിക്കുന്നു. ഈ അരുവികൾക്കു ചുറ്റിലും മുകളിലുമെല്ലാം കൂറ്റൻ സ്പ്രൂസ് വൃക്ഷങ്ങളും ബാൾസം മരങ്ങളും മറ്റു കോണിഫറസ് വൃക്ഷ ങ്ങളും നിറഞ്ഞ നിബിഡവനത്തിന്റെ കട്ടിപ്പരവതാനിയാണ്. അവയ്ക്കിട യിൽ സുഖകരമായ തണുപ്പിൽ ശീഗ്രഗതിയിൽ ഒഴുകിപ്പോകുന്ന പുഴ. അടിയിലെ ചരൽ മെത്തകളിൽ അതിന്റെ സുഖമനുകർന്ന് പിറവി കാത്തു വിശ്രമിക്കുന്ന ആയിരമായിരം കുഞ്ഞുമുട്ടകൾ. പ്രകൃതിയൊരുക്കിയ വിചിത്രവും സുന്ദരവുമായ ഈയൊരന്തരീക്ഷത്തിൽ മാത്രമേ ആ മുട്ടകൾ വിരിയുകയുള്ളൂ. യുഗങ്ങളായി ആവർത്തിച്ചുകൊണ്ടിരിക്കുന്ന പ്രതിഭാ സം. ശിശിരകാലതണുപ്പിൽ മുട്ടകൾ വിരിയും. അരയിഞ്ചുമാത്രം വരുന്ന ചെറുകുഞ്ഞുങ്ങൾ ആദ്യം അരുവികൾക്കടിയിലെ ചരൽക്കല്ലുകൾക്കിട യിൽ പതുങ്ങിക്കിടക്കും. സംഭൂതഭക്ഷണം വേണ്ടത്രയുള്ളതുകൊണ്ട് ഈ സമയം ഭക്ഷണം ആവശ്യമില്ല. എന്നാൽ ഇത് ഉപയോഗിച്ചു തീരു ന്നതും അരുവിയിൽ കൊച്ചുപ്രാണികളെ തേടി സഞ്ചരിക്കാൻ തുടങ്ങും. പുതുതായി വിരിഞ്ഞുണ്ടായ ആ കുഞ്ഞുങ്ങളോടൊപ്പം ആ വസന്ത ത്തിൽ അതിനുമുമ്പത്തെ വർഷണ്ണങ്ങളിൽ പിറവികൊണ്ട കൂടുതൽ മുതിർന്നവയും ഉണ്ടായിരുന്നു. മേനി നിറയെ നിറപ്പകിട്ടുള്ള വരകളും ചുവന്ന പുള്ളികളുമുള്ള ഈ ചേട്ടന്മാരും ചേച്ചിമാരും അരുവികളിലെ സമൃദ്ധവും വൈവിധ്യം നിറഞ്ഞതുമായ പ്രാണിജാലത്തെ ആഹാര മാക്കി സുഖിച്ചു ജീവിച്ചു. എന്നാൽ ആ വേനൽ വന്നത് നിറയെ വിഷവു മായാണ്. സ്പ്രൂസിനെയും ബാൾസം കാടുകളെയും കീടരോഗത്തിൽ നിന്നു രക്ഷിക്കാൻ പരക്കെ കീടനാശിനി പ്രയോഗം നടത്തുകയുണ്ടാ യി. ആയിരക്കണക്കിന് സാൽമൺ കുഞ്ഞുങ്ങൾ ഡി ഡി ടി വർഷത്തിൽ ചത്തുപൊന്തി. ജീവനോടെ ബാക്കിയായവയ്ക്ക് അവയുടെ നിലനില്പി നാധാരമായ ഇഷ്ടഭോജ്യങ്ങളും നഷ്ടപ്പെട്ടു. അരുവികളിലെ ചരൽക്കല്ലു കളിൽ ഒട്ടിപ്പിടിച്ചു വളരുന്ന കാഡിസ്ഫ്ളൈയെയും ലാർവയും പാറകളോടു പറ്റിച്ചേർന്നു വളരുന്ന സ്റ്റോൺ ഫ്ളൈയുടെ കുഞ്ഞുങ്ങളും കല്ലുകളോടു ചേർന്നു ജീവിക്കുന്ന ബ്ലാക്ക്ഫ്ളൈ പുഴുക്കളും എല്ലാം പോയി. ആ വർഷം മുട്ട വിരിഞ്ഞു പുറത്തുവന്ന ഒറ്റ സാൽമൺ കുഞ്ഞുപോലും ബാക്കിയായില്ല. കൂടുതൽ മുതിർന്ന സഹോദരങ്ങളിൽ ഒരു ചെറിയ പങ്കു മാത്രം ശേഷിച്ചു. കടലിലേക്കു തിരിച്ചുപോയത് ഏതാണ്ട് മൂന്നിൽ രണ്ടു ഭാഗം മാത്രം. ആ വർഷമുണ്ടായ കുഞ്ഞുങ്ങളുടെ കണക്കെടുത്തപ്പോൾ ആറിലൊന്ന് എന്ന തോതിൽ മാത്രമേ അവശേഷിച്ചിട്ടുള്ളൂ എന്നും കണ്ടു! കൂടുതൽ പ്രധാനമായി അരുവികളുടെ പരിസ്ഥിതിഘടനയാകെ മാറിമറിഞ്ഞു കഴിഞ്ഞിരുന്നു. സാൽമണിനും ട്രൗട്ടിനും ഭക്ഷണമാ കേണ്ട ജലപ്രാണികളെല്ലാം നാമാവശേഷമായിക്കഴിഞ്ഞിരുന്നു.

ഏതു കീടത്തെ കൊല്ലാനാണോ വിഷം തളിച്ചത്, ആ കീടത്തിന്റെ എണ്ണത്തിൽ എന്തെങ്കിലും കുറവുണ്ടായോ, ഇല്ല. മുകുളവിരയെന്ന ആ

കീടപ്പുഴു എണ്ണത്തിൽ പെരുകുകയാണുണ്ടായത്. ഇതിന്റെ കാരണമ
ന്വേഷിക്കാതെ 1958 വരെ കൂടുതൽ ശക്തമായി കീടനാശിനി പ്രയോഗം
തുടർന്നുകൊണ്ടിരുന്നു. വെളുക്കാൻ തേച്ചതെല്ലാം പാണ്ടായി മാറുക
യായിരുന്നു. 1959 ലെ സാൽമൺ കൊയ്ത്ത് ഒരു ദശകത്തിനുള്ളിലെ
ഏറ്റവും കുറഞ്ഞ ഒന്നാണെന്ന് ഫിഷറീസ് വകുപ്പ് റിപ്പോർട്ടു ചെയ്തു.

ഡി ഡി റ്റി മത്സ്യങ്ങളിൽ അന്ധതയുണ്ടാക്കുമെന്ന് അക്കാലത്തു
തന്നെ കനേഡിയൻ ശാസ്ത്രജ്ഞൻ തെളിയിക്കുകയുണ്ടായി. വിഷ
ബാധയേറ്റ ട്രൗട്ട്മത്സ്യങ്ങളിൽ ഇത് വ്യാപകമായി കണ്ടു. 3 ppm
ഡി ഡി റ്റി നേത്രലെൻസിന്റെ സുതാര്യത നഷ്ടപ്പെടുത്തും. കീടനാശിനി
കൾ ഉപയോഗിച്ചുള്ള മത്സ്യങ്ങളുടെ മറ്റൊരു കൂട്ടക്കുരുതി അരങ്ങേറിയത്
1955 ൽ യെല്ലോ സ്റ്റോൺ നാഷണൽ പാർക്കിന്റെ പരിസരങ്ങളിലാണ്.
യെല്ലോ സ്റ്റോൺ നദിയുടെ 90 നാഴികനീളത്തിൽ എല്ലാത്തരം മത്സ്യ
ങ്ങളും അന്നു ചത്തുപൊന്തി. ഡി ഡി ടിയുടെ ഗന്ധം കാട്ടിൽ പരക്കേണ്ട
താമസം നദികളുടെ ഉപരിതലത്തിൽ ഒരു എണ്ണപ്പാടപരക്കുകയായി. അടു
ത്തനിമിഷം തീരത്തോടു ചേർന്ന് ചത്തുമലച്ച ട്രൗട്ടുമീനുകളുടെ കരള
ലിയിക്കുന്ന കാഴ്ച! ഈ രീതിയിൽ മത്സ്യങ്ങൾക്കു സംഭവിച്ച ദുരന്ത
ത്തിന് എവിടെയും ഒരു സമാനതയുണ്ടായിരുന്നു. കാനഡയിൽ നടന്ന
മറ്റൊരു പഠനത്തിൽ മത്സ്യങ്ങളുടെ ഇരകളായ പ്രാണികളുടെ എണ്ണം
പത്തിനൊന്നു കണ്ടുകുറഞ്ഞതായും തെളിഞ്ഞിട്ടുണ്ട്. ട്രൗട്ടുകളുടെ
മുഖ്യഭോജ്യങ്ങൾ പുനഃസ്ഥാപിച്ചുകിട്ടാൻ ഏറെക്കാലമെടുക്കുമെന്നും
വ്യക്തമായിട്ടുണ്ട്.

ഡി ഡി ടി പുരണ്ട മത്സ്യങ്ങളിൽ പലതും പെട്ടെന്നു ചാകാറില്ലെ
ന്നതും ശ്രദ്ധിക്കപ്പെട്ടിട്ടുള്ള ഒരു കാര്യമാണ്. വൈകിയുണ്ടാകുന്ന മര
ണമാകട്ടെ, കൂടുതൽ വ്യാപകമാണുതാനും. വിഷബാധയെത്തുടർന്നു
ണ്ടാകുന്ന ജീവശാസ്ത്രപരമായ സമ്മർദ്ദങ്ങളെ നേരിടാൻ മനുഷ്യനടക്ക
മുള്ള ജീവികൾ സംഭൃതകൊഴുപ്പിനെ വലിച്ചെടുത്ത് ഊർജ്ജമുണ്ടാക്കി
ഉപയോഗപ്പെടുത്താൻ തുടങ്ങുന്നതാണ് ഈ പ്രതിഭാസത്തിനുകാരണം.
ഡി ഡി റ്റിയുടെ മാരകസ്വഭാവം അതിന്റെ പൂർണ്ണതയിൽതന്നെ അനു
ഭവപ്പെടാൻ ഇതു കാരണമാകും.

ഡി ഡി റ്റി പ്രയോഗത്തെത്തുടർന്നു അമേരിക്കയിൽ സാൽമൺ
മത്സ്യസമ്പത്തിനുണ്ടായ നാശം മിറാമിച്ചിയിൽ മാത്രം ഒതുങ്ങുന്നില്ല.
1957 ൽ ബ്രിട്ടീഷ് കൊളമ്പിയയിലുണ്ടായ വിഷപ്രയോഗത്തെത്തുടർന്ന്
ആ ഭാഗത്തെ അരുവികളിലെ 100 ശതമാനം സാൽമണുകളും നശിച്ചു
പോയി. കൊഹൊ സാൽമൺ എന്ന ഇറാത്തെ ഇത് ഏതാണ്ട് പൂർണ
മായും ഉന്മൂലനം ചെയ്തു. ഒഴുക്കുള്ള അരുവികളിലെ സാൽമണുക
ളെയും ട്രൗട്ടുകളെയുമാണ് ഡി ഡി ടി മുഖ്യമായും കൊന്നതെങ്കിൽ
എല്ലാത്തരം പ്രാകൃതിക സ്രോതസുകളിലും ജീവിക്കുന്ന പലതരം മത്സ്യ
ങ്ങളെ കാർഷികമേഖലകളിൽ ഉപയോഗിച്ച മറ്റു കീടനാശിനികൾ
കൊന്നൊടുക്കി. ബാസ്, സൺഫിഷ്, ട്രാപ്പി, സക്കർ എന്നിങ്ങനെയുള്ള

ഇനങ്ങളെല്ലാം വിഷബാധയിൽ തളർന്നു. എൻഡ്രിൻ, ടോക്സാഫീൻ, ഡൈ എൽഡ്രിൻ, ഹെപ്റ്റാക്ലോർ എന്നിവയായിരുന്നു വില്ലന്മാർ. ഈ മാതിരി പഠനങ്ങളുടെ ആരംഭകാലം സംഭാവന ചെയ്ത അറിവുകൾ മാത്രമേ നമ്മുടെ കൈയിലുള്ളൂ. 1960-കൾക്കുശേഷം എത്രയെത്ര പുതിയ വിഷങ്ങൾ അവതരിച്ചു! അനുഭവങ്ങളിൽനിന്ന് മനുഷ്യൻ ഒരു പാഠവും പഠിച്ചില്ല. അഥവാ ലാഭക്കൊതിയന്മാർ അതിനു തയ്യാറാകാൻ അവരെ അനുവദിച്ചില്ല. പഠനറിപ്പോർട്ടുകൾ പൂഴ്ത്തിവെക്കപ്പെടുകയും വളച്ചൊടിക്കപ്പെടുകയും ചെയ്യുന്ന ഒരു വല്ലാത്ത കാലമാണ് നമ്മുടേത്.

ചെറുതും വലുതുമായ എല്ലാത്തരം ജലജീവികളും കീടനാശിനി വിഷങ്ങളുടെ ഇരകളാണെന്ന സത്യത്തിലേക്ക് ലോകത്തെ ഉണർത്തുക യായിരുന്നു റെയ്ച്ചൽ കാഴ്സൺ. ഹെലികോപ്റ്ററുകൾ വിഷമഴ ആവർ ത്തിച്ചുകൊണ്ടിരിക്കുന്നു. പരിസ്ഥിതിബോധവും പ്രബുദ്ധതയും വർദ്ധി ച്ചുവെങ്കിലും നമ്മുടേതല്ലാത്ത കുറ്റംകൊണ്ട് നാമെല്ലാം വിഷം സ്വീകരി ക്കാൻ നിർബന്ധിക്കപ്പെടുന്നു. വിഷം തീണ്ടാത്ത ചിലതൊക്കെ നമുക്ക് സ്വയം ഉൽപ്പാദിപ്പിക്കാമായിരിക്കാം. എന്നാൽ നിത്യാഹാരത്തിന്റെ ഏറിയ പങ്കിനും നാം വിപണിയെ ആശ്രയിക്കുകയല്ലെ. വയലുകളിലും കൃഷി ത്തോപ്പുകളിലും മാത്രമാണോ അവർ വിഷം ചൊരിയുന്നത്? ധാന്യസംഭ രണശാലകളിൽ, ഭക്ഷ്യോൽപ്പാദന ഫാക്ടറികളിൽ – എനിക്ക് ചെറി യൊരപ്പക്കടയിൽപോലും ഗുണമേന്മയുടെയും രുചിയുടെയും ആയുർ ദൈർഘ്യത്തെയും പേരിൽ ഭക്ഷ്യവസ്തുക്കളിൽ വിഷംകലർത്തപ്പെ ടുന്നു.

ലോലമായ പരിസ്ഥിതിബന്ധങ്ങളുടെ സങ്കീർണ്ണതകളിലേക്ക് വെളിച്ചം പായിച്ചുകൊണ്ടാണ് പരിസ്ഥിതി ദുഷണത്തിന്റെ ഓരോ ചിത്ര വും കാഴ്സൺ ഈ പുസ്തകത്തിൽ വരച്ചുവെക്കുന്നത്. ഉദാഹരണ മായി വീണവായിക്കുന്ന ഞണ്ടിന് (fiddler crab) സംഭവിച്ചത്. ഈ ജീവിയെ ഭക്ഷണമാക്കി ജീവിക്കുന്ന ജന്തുക്കളുടെയെണ്ണം ഇത്രയെന്ന് പറയാനാവില്ല. കടൽക്കരയിലെ റക്കൂണുകൾക്ക് അവയെ തിന്നാതെ വയ്യ. ചതുപ്പിലെ പക്ഷികൾക്കെല്ലാം ഇവ പഥ്യാഹാരമാണ്. കാലാവസ്ഥാ മാറ്റമനുസരിച്ചു വന്നേറുന്ന പക്ഷികളും ഫിഡ്ലർ ഞണ്ടുകളെ കൊതി യോടെ അന്വേഷിക്കും. ചിരിക്കുന്ന കടൽക്കാക്ക' ഇക്കൂട്ടത്തിലൊരു പക്ഷിയാണ്. ഞണ്ടുകളെപോലെ കട്ടിത്തോടുള്ള ജന്തുക്കൾ വിഷം കൂടിയ അളവിൽ സാന്ദ്രീകരിച്ചുവെക്കും. ചിരിക്കും കടൽക്കാക്കകൾ ഏതാണ്ട് നാമാവശേഷമായത് ഞണ്ടുകളിലൂടെയുള്ള വിഷബാധമൂല മായിരുന്നു. അഥവാ ഞണ്ടുകളെ തിന്നാൻ കിട്ടാത്തതുകൊണ്ടായിരുന്നു. ചതുപ്പിനകത്ത് വേണ്ടത്ര വായുഗതാഗതമുണ്ടാക്കാനും ഈ ഞണ്ടുക ളുടെ സഞ്ചാരം അനുപേക്ഷണീയമത്രെ. വിഷം മറ്റു ജാതി ഞണ്ടുക ളെയും ബാധിച്ചു. കൊഞ്ചുകളെയും ബാധിച്ചു. ഓരോതരം ജീവിയും പരിസ്ഥിതിയിൽ എന്തു പങ്കു നിർവഹിക്കുന്നു എന്ന് കൃത്യമായി കണ്ടു പിടിക്കാൻ ശ്രമിക്കുന്നതിൽ അർത്ഥമില്ല. ജീവികൾ തമ്മിലുള്ള പരസ്പര

ബന്ധത്തിൽ ഓരോന്നിനും അതിന്റേതായ പങ്കുനിർവഹിക്കാനുണ്ടാകു മെന്ന കാര്യം തീർച്ചയാണ്. ഒരിക്കലും നമുക്കതന്വേഷിച്ചു കണ്ടെത്താ നായില്ലെന്നു വരാം. ആധുനിക വൈദ്യശാസ്ത്രം ഞണ്ടുകളിലേക്കും മറ്റനേകം ജലജീവികളിലേക്കും അതിന്റെ സൂക്ഷ്മസ്പർശിനികൾ തിരി ച്ചുവിട്ടുകൊണ്ടിരിക്കുന്ന കാലമാണെന്നോർക്കുക. ആത്യന്തികമായ അർഥത്തിൽ എല്ലാ സംരക്ഷണവും പരിരക്ഷണവും മനുഷ്യനുവേണ്ടി യാണ്. നാമത് എത്രതന്നെ നിഷേധിച്ചാലും പ്രകൃതിസംരക്ഷണ പ്രവർ ത്തനങ്ങൾക്കു പിന്നിൽ തീർച്ചയായും ഈ സ്വാർത്ഥതയുണ്ട് – ഞണ്ടു കളെക്കുറിച്ച് വായിച്ചപ്പോൾ ഇതെല്ലാം തോന്നി.

ചരിത്രത്തിലെ ഏറ്റവും ഭയങ്കരമായ ഒരു മത്സ്യക്കുരുതിയുടെ ചിത്ര വും ഈ പുസ്തകത്തിൽ കാഴ്സൺ അവതരിപ്പിക്കുന്നു. കൊളറാഡൊ നദിയിൽ ടെക്സാസിലെ ഓസ്റ്റിൻ എന്ന സ്ഥലത്തിനുതാഴെ 1961 ൽ സംഭവിച്ചത്. ചെകുത്താനെ കൂട്ടുപിടിച്ചും പരമാവാധി ഉല്പാദനം, പര മാവധി ലാഭം എന്ന മുദ്രാവാക്യം കൊടികുത്തിവാണ കാലമല്ലേ? എല്ലാ ത്തരം വിഷമങ്ങളും വിള സംരക്ഷണത്തിന്റെ പേരിൽ നദികളിൽ ചെന്ന ടിയുകയായിരുന്നു. ആ വർഷത്തിലെ ഒരു ദിവസം മേല്പറഞ്ഞ സ്ഥലത്ത് കൊളറാഡൊ തടാകത്തിനു 5 നാഴിക താഴെ ചത്തുപൊ ന്തിയ ആദ്യത്തെ മത്സ്യക്കൂട്ടം പ്രത്യക്ഷപ്പെട്ടു. ആദ്യം 50 മൈൽ താഴ ത്തോളം കണ്ടത് പിന്നീട് ഒരാഴ്ചകൊണ്ട് നൂറും 200 നാഴിക ദൂരംവരെ വ്യാപിച്ചു. ജലോപരിതലത്തിലൂടെ താഴോട്ട് ഒഴുകിക്കൊണ്ടിരുന്ന അഴു ക്കുപാടയിൽ ക്ലോർഡേനും ടൊക്സാഫീനുമുണ്ടായിരുന്നു. ഓവുചാലു കളിലെല്ലാം പലതരം കീടനാശിനികളുടെ മണം അനുഭവപ്പെട്ടു. അവ സാനം കൂട്ടക്കൊലയുടെ കാരണം വ്യക്തമാക്കപ്പെട്ടു. ഡി ഡി ടി, ബെൻസീൻ ഹെക്സാക്ലോറൈഡ്, ക്ലോർഡേൻ, ടൊക്സാഫീൻ എന്നിവ ഉല്പാദിപ്പിച്ചിരുന്ന ഒരു ഫാക്ടറിയിൽനിന്ന് ഈ വിഷങ്ങളെല്ലാം ചോർന്ന് പുഴയിലെത്തുകയായിരുന്നു. ചത്ത മത്സ്യങ്ങളുടെ സാമ്പിളെടുത്ത് തിട്ട പ്പെടുത്തിയപ്പോൾ അതിൽ 27 സ്പീഷീസ് ഉണ്ടായിരുന്നു. ഒരു നാഴിക ദൂരത്ത് 1000 റാത്തൽ എന്ന കണക്കിനുണ്ടായിരുന്നു മത്സ്യകുലത്തിലെ ഭീഷ്മപിതാമഹന്മാർപോലും മരണത്തിനുമുമ്പിൽ കീഴടങ്ങി!

9

ഇഞ്ചിവാതവും വിരിയാത്ത പക്ഷിമുട്ടകളും

രാസവിഷങ്ങൾ മനുഷ്യരിലുണ്ടാക്കുന്ന ആരോഗ്യപ്രശ്നങ്ങൾ ചർച്ചചെയ്യുന്ന അദ്ധ്യായത്തിന് കാഴ്സൺ നല്കിയിരിക്കുന്ന ശീർഷകം 'മാനുഷികമായ വില' എന്നാണ്. ഒരു കാലത്ത് മനുഷ്യനു പേടി വസൂരി യെയും കോളറയെയും ക്ഷയരോഗത്തെയുമായിരുന്നെങ്കിൽ ഇന്നത് കാൻസറും കരൾരോഗവും ജനിതകവൈകല്യങ്ങളും മറ്റുമായിട്ടുണ്ടെ ങ്കിൽ കാരണമന്വേഷിച്ച് ഒട്ടും അലയേണ്ട കാര്യമില്ല. സംസ്കാരത്തിന്റെ ഉല്പന്നങ്ങളായ പുതിയ മഹാമാരികളാണിവ.

പരിസ്ഥിതിയുമായി ബന്ധപ്പെട്ട ആരോഗ്യപ്രശ്നങ്ങളിൽ ഏറ്റവും ഗൗരവമേറിയത് വികിരണപ്രഭാവത്തിന്റെ പ്രത്യാഘാതങ്ങൾ തന്നെ. ഹിരോഷ്മയിലും നാഗസാക്കിയിലും അരങ്ങേറിയത് മറ്റൊരു രീതിയിൽ ചെർണോബിലിലും ഫുക്കുഷിമയിലും ആവർത്തിക്കുന്നതു കണ്ടു. ആണവനിലയങ്ങളൊന്നും നാം കരുതുന്നതുപോലെ സുരക്ഷിതമാ ണെന്ന തിരിച്ചറിവ് ലോകം മുഴുക്കെ ശക്തിപ്പെട്ടുകഴിഞ്ഞു. എന്നാൽ ഈ വികരണമെന്നത് ആണവശക്തിയിൽമാത്രം ഒതുങ്ങുന്ന ഒന്നല്ല. കീട നാശിനികളടക്കമുള്ള രാസയൗഗികങ്ങൾ സൃഷ്ടിച്ചേക്കാവുന്ന വികിരണ പ്രഭാവത്തെക്കുറിച്ച് ഇനിയും നാം വേണ്ടതുപോലെ ബോധവാന്മാരായി ട്ടില്ല. അമേരിക്കയുടെ പൊതുജനാരോഗ്യസേവന വിഭാഗത്തിൽ പ്രവർ ത്തിച്ചിരുന്ന ഡോ. ഡേവിഡ് പ്രൈസിന്റെ ഈ വാക്യങ്ങൾ ഉദ്ധരിച്ചു കൊണ്ട് ഗ്രന്ഥകർത്രി പ്രശ്നത്തിന്റെ ഗൗരവത്തിലേക്ക് ആഴത്തിൽ ഇറ ങ്ങിച്ചെല്ലുന്നു.

ജീവന്റെ കാലഹരണപ്പെട്ട ഒരു രൂപമെന്ന നിലയിൽ മനുഷ്യൻ ദിനോസോറിനൊപ്പമായിത്തീരുംവിധം ചിലത് പരിസ്ഥിതിയെ

ദുഷിപ്പിക്കുമെന്ന വിട്ടുമാറാത്ത ഭയത്തോടെയാണ് നാമിപ്പോൾ ജീവിച്ചുപോരുന്നത്. ലക്ഷണങ്ങൾ പുറമെ കാണാൻ തുടങ്ങുന്ന തിന് ഇരുപതോ അതിലേറെയോ വർഷം മുമ്പുതന്നെ നമ്മുടെ ഭാവി മുദ്രചെയ്യപ്പെടുമെന്ന അറിവ് ഈ ചിന്തയെ കൂടുതൽ അസ്വാ സ്ഥ്യജനകമാക്കി മാറ്റിയിരിക്കുകയാണ്.

അമ്പതുവർഷത്തിനുശേഷം നാം കാണുന്നതെന്താണ്? പരിസ്ഥിതി യുമായി ബന്ധപ്പെട്ട അർബുദവളർച്ചകൾ മുൻപന്തിയിലെത്തിക്കഴിഞ്ഞു. മനുഷ്യന് കൂടുതൽ മെച്ചപ്പെട്ട ജീവിതസാഹചര്യങ്ങളുണ്ടായിട്ടും വിക ലാംഗരായി ജനിക്കുന്ന കുട്ടികളുടെ എണ്ണം കൂടിയിട്ടേയുള്ളൂ. ആഴത്തിൽ പഠിക്കേണ്ട ഒരു കാര്യമാണിത്. വികലജനനം എന്തുകൊണ്ടു കൂടി വരുന്നു എന്ന് കൂടുതലാഴത്തിൽ പഠിച്ചറിയേണ്ടതുണ്ട്. പരിസ്ഥിതിഘടക ങ്ങളുമായി ബന്ധപ്പെട്ട ആരോഗ്യപ്രശ്നങ്ങൾക്കിടയിൽ കീടനാശിനിക ളുടെ സ്ഥാനം കൃത്യമായി നിർണ്ണയിക്കാനുള്ള ശ്രമം ഒരുപക്ഷേ, ലോക ത്താദ്യമായി നടത്തിയത് ഈ പുസ്തകത്തിൽ റേച്ചൽ കാഴ്സണാണ്. വല്ലപ്പോഴും ഇത്തിരിവല്ല കീടനാശിനിയുടെ അംശവും ശരീരത്തിൽ കട ന്നുകൂടിയാൽത്തന്നെ അത്ര വലിയ പ്രശ്നമായി കാണേണ്ടതുണ്ടോ എന്നു ചോദിക്കുന്ന ചില നിഷ്കളങ്കന്മാരുണ്ട്. ശരീരത്തിന്റെ അതി ജീവന ശേഷിയിൽ അമിതവിശ്വാസമർപ്പിക്കുന്നവരാണിവർ. പിന്നെ, വല്ല പ്പോഴുമാണോ രാസവിഷങ്ങൾ നമ്മുടെ രക്തത്തിൽ, 'ശരീരകലകളിൽ കടന്നുകൂടുന്നത്? 'ചൊട്ട മുതൽ ചുടല വരെ' എന്ന അവസ്ഥയിലല്ലേ യഥാർഥത്തിൽ ഇന്നു നമ്മൾ? ഈ രീതിയിൽ ഓരോ തവണയും കടന്നു കൂടുന്ന രാസവിഷങ്ങളെല്ലാം ചേർന്നുണ്ടാകുന്ന വൻ നിക്ഷേപത്തെക്കു റിച്ച് നാം അങ്ങനെ ചിന്തിക്കാറില്ലെന്നതാണ് – സത്യം. പലതരം വിഷ ങ്ങൾ തമ്മിലുണ്ടാകാനിടയുള്ള പരസ്പരപ്രവർത്തനത്തെക്കുറിച്ചും ബേജാറാകാറില്ല. ശരീരം ദുർബലമായിത്തീരുന്ന ചില പ്രത്യേക ഘട്ടങ്ങ ളിലും ഈ വിഷയങ്ങൾ പല്ലും നഖവും കാട്ടി ആക്രമണം അഴിച്ചുവിടു ന്നത്. രോഗത്തിന് കീടനാശിനികളുമായി ബന്ധമുണ്ടെന്ന കാര്യംപോലും ചിലപ്പോൾ അറിഞ്ഞില്ലെന്നുവരും. മറ്റുപല കാര്യങ്ങളുംപോലെ, ദാരിദ്ര്യ രേഖയ്ക്കു താഴെ കഴിയുന്നവരുടെ ശരീരങ്ങളാവും ഈ രോഗങ്ങളുടെ യെല്ലാം ഏറ്റവും പ്രിയപ്പെട്ട മേച്ചിൽപ്പുറങ്ങൾ. രാസവിഷബാധ പ്രശ്നങ്ങ ളുണ്ടാക്കിയ ഏതു ജനതയെ നോക്കിയാലും ഇതു പകൽപോലെ വ്യക്ത മാകും. ശരീര വൈകല്യങ്ങളായാലും ജനിതകമാറ്റങ്ങളായാലും എല്ലു മുറിയെ പണിയെടുക്കുന്നു, എന്നാൽ പല്ലുമുറിയേ തിന്നാൻ പാങ്ങില്ലാത്ത അടിസ്ഥാന വർഗ്ഗങ്ങളാണ് ആദ്യത്തെ ഇരകൾ.

മിഷിഗണിലെ റോബിനും മിറാമിച്ചിയിലെ സാൽമൺ മത്സ്യത്തിനു മെന്നപോലെ നാമോരോരുത്തരുടെയും പ്രശ്നം ഇക്കോളജിയുടെ പ്രശ്നമാണ്; പരസ്പരബന്ധത്തിന്റെയും പരസ്പരാശ്രിത ത്വത്തിന്റെയും പ്രശ്നമാണ്; അരുവിയിലെ കാഡിസ് പ്രാണികളെ

നാം വിഷം തീറ്റുന്നു; സാൽമണുകളുടെ എണ്ണം കുറയുകയും അവ നശിച്ചുപോവുകയും ചെയ്യുന്നു. നാം തടാകത്തിലെ കൊതു കുകളെ വിഷപ്പെടുത്തുന്നു; വിഷം ഭക്ഷ്യ ശൃംഖലയിലൂടെ സഞ്ച രിച്ച് അതിന്റെ തീരത്തു താമസിക്കുന്ന പക്ഷികളെ കൊന്നൊടു ക്കുന്നു. നാം നമ്മുടെ എം മരങ്ങളിൽ വിഷം തളിക്കുന്നു, അടുത്ത വസന്തം തീർത്തും നിശ്ശബ്ദമാകുന്നു. റോബിനെ നേരിട്ടു വിഷം തീറ്റിച്ചതുകൊണ്ടല്ല ഇതു സംഭവിച്ചത്, വിഷം പടിപടിയായി ഒന്നിൽനിന്നു മറ്റൊന്നിലേക്കു സഞ്ചരിച്ചതുകൊണ്ടാണ്. ഇന്ന് ഏറെ സുപരിചിതമായിക്കഴിഞ്ഞ എം ഇല – മണ്ണിര – റോബിൻ എന്ന ആ ആവർത്തനചക്രം വഴി വിഷം പക്ഷികളെ കൊല്ലുക യായിരുന്നു. ചുറ്റുമുള്ള ദൃശ്യലോകത്തിന്റെ ഭാഗങ്ങളിൽ നിരീക്ഷി ക്കപ്പെടുകയും രേഖപ്പെടുത്തപ്പെടുകയും ചെയ്ത ചില സത്യങ്ങ ളാണിതെല്ലാം. ശാസ്ത്രലോകം ഇക്കോളജിയെന്നു വിളിക്കുന്ന ജീവിതത്തിന്റെ – അഥവാ മരണത്തിന്റെ– ശൃംഖലാജാലികയാ ണിത്.

തുടർന്ന് ലേഖിക ശരീരത്തിന്റെ ഇക്കോളജിയിലേക്കു വരുന്നു. സ്ഥൂലപ്രപഞ്ചത്തിൽ സംഭവിക്കുന്നതെല്ലാം ശരീരത്തിനകത്തെ സൂക്ഷ്മ പ്രപഞ്ചത്തിലും സംഭവിക്കുന്നുണ്ടെന്നു കാട്ടിത്തരുന്നു. ഇവിടെ ചെറിയ കാരണങ്ങൾ വലിയ ഫലങ്ങൾതന്നെ ഉളവാക്കും. പരസ്പരബന്ധമി ല്ലെന്നു തോന്നുന്ന കാരണങ്ങൾ തികച്ചും അപ്രതീക്ഷിത മേഖലകളിൽ പ്രതികരണമുളവാക്കും. നിഗൂഢവും ആശ്ചര്യകരവുമായ ശരീര പ്രവർ ത്തനങ്ങൾ വച്ചുനോക്കുമ്പോൾ കാര്യവും കാരണവും ഫലവും തമ്മി ലുള്ള നാം വിചാരിക്കുന്നതുപോലെ ലളിതമല്ലാതാകും. ബന്ധങ്ങളെ എളുപ്പം എടുത്തുകാട്ടാൻ പറ്റാതാകും. "ഞാൻ മരുന്നു തളിക്കാറുണ്ട ല്ലോ. എന്നിട്ട് എനിക്ക് ഒന്നും പറ്റില്ലല്ലോ" എന്നു ചോദിക്കുന്നത് ഇതൊ ന്നും മനസ്സിലാക്കാൻ തയ്യാറാകാത്തവരാണ്. ന്യൂസിലാന്റിൽ ഒരാൾ മേദ സിനുള്ള മരുന്നു കഴിക്കുകയായിരുന്നു. ഒരുദിവസം പെട്ടെന്ന് രാസവിഷ ബാധയുടെ ലക്ഷണങ്ങൾ കാണിക്കാൻ തുടങ്ങി. നോക്കിയപ്പോൾ കൊഴുപ്പിൽ ഡൈ എൽഡ്രിൻ ഉള്ളതായിക്കണ്ടു. മേദസിനു ചികിത്സ നടത്തി ശരീരഭാരം കുറച്ചപ്പോൾ ഈ സംഭൂത ഡൈ എൽഡ്രിൻ ഉപാ പചയത്തിനു വിധേയമാവുകയും വിഷബാധ തെളിയുകയും ചെയ്തു. സാധാരണ തടിയുള്ള ഒരാൾ രോഗംകൊണ്ടു മെലിഞ്ഞാലും ഇതുതന്നെ സംഭവിച്ചെന്നുവരും.

മനുഷ്യശരീരത്തിന്റെ ഏതാണ്ട് 18 ശതമാനത്തോളം അഡിപോസ് കലയാണ്. കൊഴുപ്പുസംഭരിക്കുന്നത് ഇതിലാണ്. സംഭരണത്തോട് ഏറെ പ്രാധാന്യമുള്ള ചില ശാരീരികപ്രവർത്തനങ്ങളും ആഡിപ്പോസ് കലകൾ നടത്തുന്നുണ്ട്. കീടനാശിനി വിഷങ്ങൾ ഇതിൽ ഇടപെടും. പ്രശ്നമുണ്ടാ ക്കും. കൊഴുപ്പ് എല്ലാ ഭാഗത്തുമുണ്ടെന്നോർക്കണം; കോശസ്തരമെന്ന

സൂക്ഷ്മഭാഗങ്ങളിൽപോലും ഇതിനു കീടനാശിനി അവിടെയെല്ലാമുണ്ടാ കുമെന്നർഥം കൂടിയുണ്ട്. എന്നുവച്ചാൽ ഊർജ്ജോൽപാദന പ്രവർത്തന ത്തിൽപ്പോലും അത് ഇടങ്കോലിടാൻ സാധ്യതയുണ്ടെന്നർത്ഥം. ക്ലോറി നേറ്റഡ് ഹൈഡ്രോ കാർബണുകൾ കരളിനെ കാര്യമായി ബാധിക്കും. കരളിനേൽക്കുന്ന ചെറിയൊരാഘാതംപോലും അപരിഹാര്യമായ ദോഷ ങ്ങൾ വരുത്തിവെക്കുമെന്നറിയാമല്ലോ. എല്ലാത്തരം മാരകവിഷങ്ങളെയും അരിച്ചുമാറ്റുന്ന പണി കരളാണ് നിർവഹിക്കുന്നത്. ഇവയിൽ പലതും ഉപാപചയ പ്രവർത്തനങ്ങളുടെ ഫലമായി ശരീരംതന്നെ ഉണ്ടാക്കുന്നതാ ണ്. കരൾ ദുർബലമായതുകൊണ്ട് അസുഖം മൂർച്ഛിച്ചു എന്നു വൈദ്യൻ വിധിയെഴുതും. അതിനുകാരണം പക്ഷേ, കീടനാശിനിവിഷമാണെന്ന് അയാൾക്കു പറയാനായില്ലെന്നുവരും. 1950 നുശേഷം ഹെപാറ്റിറ്റിസ് രോഗികളുടെ എണ്ണം ഗണ്യമായി വർധിച്ചിട്ടുള്ളതായിക്കാണാം. സിറോ സിസ് എന്ന കരൾരോഗവും മേലോട്ടുതന്നെ. എന്നാൽ കീടനാശിനികളു മായി ഇവയെ ബന്ധപ്പെടുത്തുന്ന പഠനങ്ങളൊന്നും നടന്നിട്ടില്ല. എലി കളും മറ്റും നടന്ന പഠനങ്ങൾ അവസാന വാക്കായി എടുക്കാനുമാകില്ല.

ക്ലോറിനേറ്റഡ് ഹൈഡ്രോ കാർബണായാലും ഓർഗാനോ ഫോസ് ഫേറ്റായാലും മുഖ്യകീടനാശിനികളെല്ലാം നാഡീമണ്ഡലത്തെ ബാധി ക്കും. എന്നുവച്ച് വിഷബാധാലക്ഷണങ്ങൾ എല്ലാവരിലും ഒരേപോലെയാ കണമെന്നില്ല. സംവേദനക്ഷമത എല്ലാവരിലും ഒരേപോലെയായിരിക്കി ല്ലല്ലോ. സ്ത്രീകൾ പുരുഷരെ അപേക്ഷിച്ച് വേഗം രോഗികളാകും. കുട്ടി കൾ മുതിർന്നവരെ അപേക്ഷിച്ചും. അദ്ധ്വാനിച്ചും മറ്റു രീതിയിലും വ്യായാമം ചെയ്യുന്നവരെയപേക്ഷിച്ച് അനങ്ങാതിരിക്കുന്നവർ കൂടുതൽ സംവേദനക്ഷമത പ്രദർശിപ്പിക്കും. രണ്ടു വിഭാഗത്തിൽപ്പെട്ടവരും തമ്മി ലുള്ള പരസ്പരപ്രവർത്തനവും ശ്രദ്ധിക്കപ്പെട്ടിട്ടുണ്ട്. ഉദാഹരണമായി കരളിനെ ബാധിക്കുന്ന ക്ലോറിനേറ്റഡ് ഹൈഡ്രോകാർബണിനു വിധേയ മായ ഒരാൾ തുടർന്ന് ഞരമ്പിനെ ബാധിക്കുന്ന ഓർഗാനിക്ക് ഫോസ്ഫേ റ്റിനു വിധേയമാകുന്നപക്ഷം അതിന്റെ ശക്തി പതിന്മടങ്ങു വർധിക്കും. ഈ പറഞ്ഞത് ഞരമ്പു സംരക്ഷകനായ കോളിൻ എസ്റ്ററേസ് എന്ന എൻസൈമിനെ ബാധിക്കും. കരളിന്റെ പ്രവർത്തനം കൂടി മോശമായാൽ എൻസൈമിന്റെ അളവ് പിന്നെയും താഴോട്ടു പോകും. വിഷവീര്യം നൂറി രട്ടികണ്ട് വർധിപ്പിക്കത്തക്കവിധം ഈ രണ്ടുതരം വിഷങ്ങളും പരസ്പരം പ്രവർത്തിക്കുന്ന സന്ദർഭങ്ങളും നിരീക്ഷിക്കപ്പെട്ടിട്ടുണ്ട്. പലതരം ഔഷധ ങ്ങൾ, ഭക്ഷണത്തിൽ ചേർക്കപ്പെടുന്ന അംഗീകൃത രാസവസ്തുക്കൾ തുടങ്ങിയവയുമായും ഓർഗാനോ ഫോസ്ഫേറ്റുകൾ പ്രവർത്തിക്കും. അപകടസാധ്യത വർധിപ്പിക്കും. നിർദോഷിയെന്നു കരുതപ്പെടുന്ന ഒരു വിഷം മറ്റൊന്നുമായുള്ള പ്രതിപ്രവർത്തനം വഴി അത്യുഗ്ര രൂപംതന്നെ കൈവരിക്കാം. ഡി ഡി ടിയുടെ ബന്ധുവായ മെനോക്സി ക്ലോർ ഉദാഹ രണം. മറ്റൊരു രാസഘടകം കരളിന്റെ പ്രവർത്തനത്തിൽ ഇടപെട്ട സമയ മാണെങ്കിൽ ഇതിന്റെ സംഭരണം 100 മടങ്ങായി വർദ്ധിക്കും. നിർദോഷി

യെന്നാണ് പേരെങ്കിലും ഒറ്റയ്ക്കായാൽ തന്നെ ഗർഭാശയത്തെയും വൃക്ക കളെയും ബാധിക്കുന്ന സാധനമാണിത്. സംഭരണം നൂറിരട്ടിയായാൽ പിന്നത്തെ കഥ പറയാനുണ്ടോ? കാർബൺ ടെട്രാ ക്ലോറൈഡുപോലുള്ള ഒരു ക്ലീനിങ് ഏജന്റിന്റെയോ വല്ല മയക്കുമരുന്നിന്റെയോ ഉറക്കമരുന്നി ന്റെയോ തന്മാത്രകൾ മതി മെത്തോ ക്ലിക്ലോർ എന്ന ഈ 'പഞ്ചപാവ' ത്തെ കൊടുംഭീകരനാക്കി മാറ്റാൻ.

ഇഞ്ചിവാതം (ginger paralysis) എന്നു കേട്ടിട്ടുണ്ടോ? 1930 നോടടു ത്തുണ്ടായ മദ്യനിരോധനകാലത്ത് അമേരിക്കയിലെ മദ്യപാനികളെ ബാധിച്ച ഗുരുതരമായ തളർച്ചാരോഗമാണിത്. മദ്യത്തിനുപകരം കുടി ക്കാൻ ചില 'മരുന്നു വെള്ളങ്ങൾക്ക്' സർക്കാർ അനുമതി നൽകി. 'ജെമെയ്ക്ക ജിഞ്ചർ' ആയിരുന്നു അതിലൊന്ന്. എന്നാൽ ഇതിന്റെ നിർമ്മാണം ചെലവേറിയതായതുകൊണ്ട് നിർമ്മാതാക്കൾ ഒരു കുറുക്കു വഴി കണ്ടെത്തി. ട്രൈ ഓർത്തോക്സിൽ ഫോസ്ഫേറ്റ് എന്ന രാസ വസ്തു ഉപയോഗിച്ച് തീരെ ചെലവുകുറഞ്ഞ രീതിയിൽ അവർ ജെമെ ക്കാ ജിൻജറുണ്ടാക്കി. അധികൃതരുടെ പരീക്ഷണങ്ങളിലെല്ലാം ഇത് ജയി ച്ചു. അങ്ങനെ മദ്യപാനികൾക്കു പ്രിയങ്കരമായി. 15000 പേർക്ക് സ്ഥിര മായ കാലുതളർച്ച ഉണ്ടായി. ഒപ്പം ഞരമ്പുകൾക്കും സുഷുമ്നാ നാഡി ക്കും കേടുപറ്റി. പാരാതിയോണിനോടുബന്ധമുള്ള ഒരു ഓർഗാനോ ഫോസ്ഫേറ്റ് ആയിരുന്നു ഈ രാസവസ്തു. അന്ന് രാസകീടനാശിനി കളേ ജനിച്ചിട്ടില്ല. കാലുകളെ തളർത്തിയ കൊടുംവിഷം ഓർഗാനോ ഫോസ്ഫേറ്റ് ആണെന്നസത്യം കീടനാശിനികൾ ഇറങ്ങിയ ശേഷവും സൗകര്യപൂർവ്വം മറച്ചുവച്ചു. 'ജിൻജർ പരാലിസിസ്' ആവർത്തിക്കപ്പെട്ടു.

ഇക്കുറി കീടനാശിനികൾമൂലം ഒരാൾ ജർമനിയിലെ ഒരു 'ഗ്രീൻ ഹൗസ്' തൊഴിലാളിയായിരുന്നു. പിന്നീട് ഏതാനും തൊഴിലാളികൾ. എല്ലാവരും പാരാതിയോൺ കൈകാര്യം ചെയ്തവർ. പൂന്തോട്ടപ്രേമിക ളുടെ പ്രിയങ്കരനായ മാലത്തിയോണും ഇതേ വൈകല്യം ഉണ്ടാക്കുമെന്നു തെളിഞ്ഞിട്ടുണ്ട്. നാഡീഞരമ്പുകളെ ബാധിക്കുന്ന ഓർഗാനോ ഫോസ് ഫേറ്റുകൾ മാനസികാസ്വാസ്ഥ്യത്തിനും കാരണക്കാരാണ്. ഇത്തരം പതി നാറോളം മാനസികരോഗികളെ അക്കാലത്ത് മെൽബോണിലെ പ്രിൻസ് ഹെൻറി ഹോസ്പിറ്റൽ ചികിത്സിക്കുകയുണ്ടായി. വിഭ്രാന്തി, പരിഭ്രാന്തി, മതിഭ്രമം, ഉന്മാദം – ഏതാനും പ്രാണികളെ താൽക്കാലികമായി നശിപ്പി ക്കാൻ നൽകേണ്ട വില എത്ര കടുത്തതാണെന്നു നോക്കൂ! നാഡികളെ ബാധിക്കുന്ന വിഷം കൂടിയേ തീരൂ എന്ന രീതിയിലാണ് നമ്മുടെ മുന്നോട്ടു പോക്കെങ്കിൽ ഈ കടുത്ത വില തുടർന്നങ്ങോട്ടും നൽകേണ്ടി വരിക തന്നെ ചെയ്യും.

കീടനാശിനികൾ മനുഷ്യശരീരത്തിൽ ഉണ്ടാക്കുന്ന ദോഷങ്ങളെക്കു റിച്ച് ഇത്രയും കാര്യങ്ങൾ നമുക്ക് ഈ പുസ്തകത്തിൽ വായിക്കാം.

കീടനാശിനികൾ ജീവിശരീരത്തിന്റെ സൂക്ഷ്മതലങ്ങൾവരെ ഇറങ്ങി ച്ചെന്ന് സുപ്രധാനങ്ങളായ ജീവൽപ്രവർത്തനങ്ങളെ തകിടംമറിക്കുന്നതെ

ങനെയെന്നു വ്യക്തമാക്കാൻ കാഴ്സൺ ഫിസിയോളജിയിലും ജൈവ രസതന്ത്രത്തിലും അതുവരെ ഉണ്ടായ മുന്നേറ്റങ്ങളെല്ലാം സൂക്ഷ്മപരി ശോധനയ്ക്കു വിധേയമാക്കുകയാണ് തുടർന്നുള്ള പേജുകളിൽ.

കോശശ്വസനത്തിന്റെ ജൈവരസതന്ത്രം നോബൽ സമ്മാനജേതാ ക്കൾ അടക്കമുള്ളവർ നേടിയെടുത്ത അറിവുകളാൽ സമ്പന്നമാണിന്ന്. ഇതിന്റെ സഹായത്താൽ ശരീരത്തിൽനിന്ന് ശരീരകലകളിലേക്കും കല കളിൽനിന്ന് കോശങ്ങളിലേക്കും അവയിൽനിന്ന് കോശത്തിനകത്തെ എണ്ണമറ്റ സൂക്ഷ്മാവയവങ്ങളിലേക്കും സഞ്ചരിക്കുന്നു. ഒരു കാൽ നൂറ്റാ ണ്ടിനിടയിൽ നടന്ന കണ്ടുപിടുത്തങ്ങളുടെ രത്നച്ചുരുക്കം നമുക്കിവിടെ വായിക്കാം. ഊർജ്ജോല്പാദനമെന്നത് ഏതെങ്കിലും ചില പ്രത്യേക ഭാഗ ങ്ങൾ നിർവഹിക്കുന്ന ഒരു പ്രവർത്തിയല്ല. കോടാനുകോടി കോശങ്ങ ളിലും ഒരേസമയം അതു സംഭവിക്കുന്നു. ഒരു തീനാളത്തെപോലെ ശരീരം ഇന്ധനംകത്തിച്ച് ചൂടുണ്ടാക്കുന്നു. ഇതിന്റെ ഊർജമാണ് ശരീര ത്തെ നിലനിർത്തുന്നത്. ഈ ജ്വലനപ്രക്രിയക്ക് ശരീരത്തിന്റെ മിതമായ തോതിലുള്ള ചൂടുമാത്രമേ ഉപയോഗിക്കുന്നുള്ളൂ എന്നുമാത്രം. നിശ്ശബ്ദ മായ ഈ ജ്വലിച്ചുപോകുന്ന നിമിഷം 'ഹൃദയത്തിന്റെ മിടിപ്പു നിങ്ങൾക്ക് ഭൂഗുരുത്വത്തിനെതിരെ മേല്പോട്ടു വളരാൻ പറ്റാതാകും. അമീബയ്ക്ക് വെള്ളത്തിൽ നീന്താൻ കഴിയാതാകും. നാഡികളിലൂടെ സംവേദനങ്ങൾ സഞ്ചരിക്കാതാകും. തലച്ചോറിൽ ചിന്തകളൊന്നും മിന്നിമറയാതാകും. എന്നിങ്ങനെ രസതന്ത്രജ്ഞനായ യൂജീൻ റബിനോവിച്ചിനെ ഉദ്ധരിച്ചു കൊണ്ട് കാഴ്സൺ നമ്മെ കോശങ്ങൾക്കു നടക്കുന്ന ഊർജരൂപാന്തരീ കരണ പ്രക്രിയയുടെ അനന്യതയുടെ അത്ഭുതങ്ങളിലേക്കു കൂട്ടിക്കൊ ണ്ടുപോകുന്നു.

നിരന്തരം കറങ്ങിക്കൊണ്ടിരിക്കുന്ന ഒരു ചക്രംപോലെയാണിത് പുനർനവീകരണത്തിന്റെ ചാക്രികസഞ്ചാരം. അണുക്കളായി, തന്മാത്ര കളായി കാർബോ ഹൈഡ്രേറ്റ് എന്ന ഇന്ധനം ഗ്ലൂക്കോസ് എന്ന പഞ്ച സാരയുടെ രൂപത്തിൽ ഈ ചക്രത്തിൽ ചെന്നു ചേരുന്നു. അതിസൂക്ഷ്മ ങ്ങളായ രാസമാറ്റങ്ങളുടെ സുദീർഘമായ പരമ്പരയാണ് തുടർന്നു സംഭ വിക്കുന്നത്. ഘട്ടം ഘട്ടമായി അടുക്കോടും ചിട്ടയോടും കൂടി ഒരു തിരക്കും കൂടാതെ നടക്കുന്ന പ്രവർത്തനമാണിത്. പ്രത്യേക വൈദഗ്ധ്യം നേടിയ എൻസൈമുകൾ എല്ലാറ്റിനെയും നിയന്ത്രിക്കുന്നു. എവിടെയും ഒരു പാളിച്ചയുമില്ലാതെ എല്ലാം പൂർത്തിയാകുന്നു, തുടരുന്നു. ഓരോ ഘട്ടത്തിലും ഊർജ്ജം സ്വതന്ത്രമാക്കപ്പെടും. മാറ്റത്തിനു വിധേയമായ ഇന്ധനതന്മാത്ര അടുത്തഘട്ടത്തിലേക്കു കടക്കും. ചക്രം ഒരു കറക്കം പൂർത്തിയാക്കുമ്പോൾ ഇന്ധനതന്മാത്ര ഒരു പുതിയ തന്മാത്രയുമായി കൂടിച്ചേരാൻ പാകത്തിലൊരു രൂപത്തിലേക്ക് പരിവർത്തനം ചെയ്യപ്പെട്ടി രിക്കും. തുടർന്ന് പുതിയ മറ്റൊരു ചക്രം ആരംഭിക്കുകയായി.

ഓരോ കോശവും ഓരോ കെമിക്കൽ ഫാക്ടറിയാണ്. ജീവലോക ത്തിലെ ഏറ്റവും വലിയ അത്ഭുതമാണ് ഈ ഫാക്ടറിയിൽ നടക്കുന്ന

പ്രവർത്തനം. എന്നാൽ ഈ ഫാക്ടറിയുടെ ഓരോ യൂണിറ്റും നോക്കി യാലോ, എല്ലാം അതീവസൂക്ഷ്മം. ഇതിലൊന്നാണ് മൈറ്റോ കോൺ ഡ്രിയ. ഊർജ്ജ നിർമ്മാണപ്രക്രിയയായ ഗ്ലൂക്കോസിന്റെ ഓക്സീകരണം നടക്കുന്നത് ഈ മൈറ്റോ കോൺഡ്രിയകളിൽ വച്ചാണ്. ഏതാണ്ട് അര നൂറ്റാണ്ടുകാലം മുമ്പു കണ്ടുപിടിച്ചെങ്കിലും ഒന്നിനും കൊള്ളാത്ത ഒരാ നാവശ്യഘടകമെന്നു കരുതി എല്ലാവരും അവഗണിച്ച ഒരു സാധനമാ യിരുന്നു. എന്നാൽ തൊള്ളായിരത്തി അമ്പതുകളോടെ ചിത്രമാകെ മാറി. ജീവന്റെ സർവസവും മൈറ്റോ കോൺഡ്രികളാണെന്നു വന്നു. മനുഷ്യ നിർമിതമായ നൂറുകണക്കിനു ഫാക്ടറികൾക്കുപോലും ചെയ്യാനാകാത്ത കാര്യങ്ങളാണ് സൂക്ഷ്മ സ്തരമടക്കുകളായ ഒരു മൈറ്റോകോൺഡ്രിയോ ണിൽ നടക്കുന്നത്. അഞ്ചു വർഷക്കാലത്തിനിടയിൽ 1000 ഗവേഷണ പ്രബന്ധങ്ങളാണ് ഈ സൂക്ഷ്മഭാഗത്തെക്കുറിച്ചു പുറത്തുവന്നത്.

ഗ്ലൂക്കോസിന്റെ ഓക്സീകരണം, അതായത് ഊർജ്ജനിർമ്മാണ സംരംഭം ഘട്ടംഘട്ടമായാണ് നടക്കുന്നതെന്നു പറഞ്ഞുവല്ലോ. ഊർജ ത്തിന്റെ ഇത്തരം ഓരോ ചെറുപൊതിയും ATP (അഡനോസൈൻ ട്രൈ ഫോസ്ഫേറ്റ്) എന്ന ഒരു തന്മാത്രയുടെ രൂപത്തിലായിരിക്കും ഉണ്ടാവുക. മൂന്നു ഫോസ്ഫേറ്റു ഗ്രൂപ്പുകൾ അടങ്ങിയ ഒരു തന്മാത്രയാണിത്. ഊർജ്ജം കൈമാറുമ്പോൾ ഇവയിലൊന്ന് ഊർജ്ജത്തോടൊപ്പം മറ്റു പദാർത്ഥങ്ങളുടെ രൂപത്തിൽ കൈമാറ്റം ചെയ്യപ്പെടും. രണ്ടു ഫോസ്ഫേ റ്റുകൾ മാത്രമുള്ള തന്മാത്ര ADP എന്നപേരിൽ (അഡനോസിൻ ഡൈ ഫോസ്ഫേറ്റ്) എന്നപേരിൽ അറിയപ്പെടുന്നു. ഊർജ്ജം സ്വീകരിച്ച് ADP പിന്നെയും ATP യായി മാറും. ഈ രീതിയിൽ നിർമാണവും സംഭര ണവും വിതരണവും മുറയ്ക്ക് നടന്നുകൊണ്ടിരിക്കും. ജീവനുള്ള കാല ത്തോളം രാപ്പകൽ വ്യത്യാസമില്ലാതെ ഇതു സംഭവിച്ചുകൊണ്ടിരിക്കു ന്നു. ATP ഊർജ്ജത്തിന്റെ സാർവലൗകിക നാണയവ്യവസ്ഥയായി (Uni-versal currency of Energy) ആയി അറിയപ്പെടുന്നത് അതുകൊണ്ടാണ്. സൂക്ഷ്മരൂപിയായ ഒരു അണുജീവിയായായാലും മനുഷ്യനായാലും ഊർജ്ജത്തിന്റെ നിർമ്മാണവും സംഭരണവും വിതരണവും മൈറ്റോ കോൺഡ്രിയോണിന്റെ ജോലിയാണ്.

ചാർജുള്ള ബാറ്ററിയാണ് ATP യെങ്കിൽ ചാർജ് പോയ ബാറ്ററിയാണ് ADP. ചാർജില്ലാത്ത ഈ ബാക്ടറിയോടു സ്വതന്ത്രമായ ഒരു ഫോസ് ഫേറ്റ് കൂടിച്ചേർന്നാൽ ബാറ്ററി ചാർജിതമാകുമെന്നു പറഞ്ഞുവല്ലോ. അതു വേർപെട്ടാലോ, ഉപയോഗയോഗ്യമാക്കാൻ തക്കവിധം ഊർജ്ജം സംഭാവന ചെയ്യാൻ കഴിയാതാകും. കോശം ഓടിത്തളർന്നു. ഒരു യന്ത്ര ത്തെപ്പോലെ ചൂടുണ്ടാക്കും, എന്നാൽ പ്രവൃത്തിക്കാൻ വേണ്ട ശക്തി മുഴുവൻ ഈ രീതിയിൽ ചൂടിന്റെ രൂപത്തിൽ പാഴാവും. ബന്ധപ്പെട്ട പ്രവർ ത്തനങ്ങളെല്ലാം താറുമാറാകും. പേശികൾ സങ്കോചിക്കില്ല. നാഡീകോശ ങ്ങൾ ആ വേഗങ്ങളെ കൊണ്ടുപോകില്ല. ബീജാണു അതിന്റെ ലക്ഷ്യം പൂകില്ല.

ഈ രീതിയിലുള്ള വേർപെടൽ മാനുഷികപ്രവർത്തനങ്ങൾ വഴിയും നടക്കാം. ആണവവികിരണത്തിന് ഈ വേർപെടുത്തൽ നടത്താനാകും. നിർഭാഗ്യവശാൽ കീടനാശിനികളടക്കം നിരവധി രാസവസ്തുക്കളും ഇതുതന്നെ ചെയ്യും. അവയ്ക്കു വിധേയമാകുന്ന ശരീരഭാഗങ്ങളിൽ ഈ രീതിയിൽ ഊർജ്ജനിർമ്മാണപ്രവർത്തനം താറുമാറാകും. ഈ ഊർജോല്പാദന പ്രക്രിയയിൽനിന്ന് ഓക്സീകരണത്തെ മാറ്റിനിർത്തിയാൽ പിന്നത്തെ കാര്യം പറയേണ്ടതില്ലല്ലോ. കീടനാശിനികൾ, കളനാശിനികൾ, ഫീനോൾ തുടങ്ങിയവയെല്ലാം ഈരീതിയിൽ കോശങ്ങൾക്കകത്തെ ചൂട് അനിയന്ത്രിതമായി ഉയർത്തും. കളനാശിനികളിൽ വ്യാപകമായി ഫീനോളുകൾ ഉപയോഗിക്കുന്നുണ്ട്, 2, 4 – D യും ഡി ഡി റ്റിയും ഒന്നാന്തരം വിടർത്തൽ സാധനങ്ങൾ (uncouplers) ആണ്. ബീജസങ്കലനം നടക്കും മുമ്പുതന്നെ മുട്ടകൾക്ക് ATP ധാരാളമായി കിട്ടിയിരിക്കണം. ബീജസങ്കല്പനം അത്രയേറെ ഊർജ്ജച്ചെലവുണ്ട്. ATP കനത്താൽ ബീജാണുവിന് ഇഴഞ്ഞുചെന്ന് അണ്ഡത്തിനുള്ളിൽ പ്രവേശിക്കാൻ കഴിയാതാകും. പിന്നളട് മുട്ടയ്ക്കകത്തെ കരു (ഭ്രൂണം) വളർന്ന് കുഞ്ഞായിമാറാനും ഇതേ രീതിയിൽ ATP സമൃദ്ധമായിത്തന്നെ ആവശ്യമുണ്ട്. ആവശ്യത്തിന് ഫോസ്ഫേറ്റിന്റെ ADP യോടുള്ള കൂടിച്ചേരൽ നടക്കാനുള്ളപക്ഷം മുട്ട വിരിയാതാകും. ചിലപ്പോൾ അതിന്റെ രൂപീകരണത്തിൽ തന്നെ തകരാറുണ്ടാകും. തോട് ഉറയ്ക്കാതാകും. മറ്റുരീതിയിൽ വൈകല്യമുണ്ടാകും. കീടനാശിനികൾ അടിഞ്ഞുകൂടുന്ന പക്ഷിമുട്ടകൾ വിരിയാതിരിക്കുന്നതിന്റെ കാരണം ഇപ്പോൾ മനസ്സിലായില്ലേ?

കാവ്യാത്മകമായ ഭാഷയിൽ കാഴ്സൺ ഇതിനെക്കുറിച്ചെഴുതുന്നത് ഇങ്ങനെ: "ഭ്രൂണശാസ്ത്രലാബിൽനിന്ന് ആപ്പിൾ മരക്കൊമ്പിലെ റോബിൻപക്ഷിയുടെ കൂട്ടിലേക്കും അതിലെ നീലഹരിതമായ ചെറുമുട്ടയിലേക്കും കാലെടുത്തുവെക്കുകയെന്നത് അസാധ്യമായ കാര്യമൊന്നുമല്ല. എന്നാൽ തണുത്തുറഞ്ഞ ഒരു മുട്ടയാണത്. കുറച്ചുദിവസം മുമ്പുവരെ അതിൽ ജ്വലിച്ചുനിന്നിരുന്ന ജീവന്റെ അഗ്നി അണഞ്ഞുപോയിരിക്കുന്നു. അതാ, പൊക്കമേറിയ ആ ഫ്ളോറിഡാ പൈൻമരം കണ്ടോ, അതിനുമുകളിൽ ക്രമീകൃതമായ ഒരു ക്രമരാഹിത്യത്തിൽ പെറുക്കിവച്ച ഒരു കൂന വിറകുചുള്ളികൾക്കും കോലുകൾക്കുമിടയിൽ മൂന്നുവലിയ കുട്ടകൾ തണുത്ത് ജീവനറ്റു കിടക്കുന്നതു കണ്ടോ? റോബിന്റെയും കഴുകന്റെയും ആ മുട്ടകൾ എന്തുകൊണ്ടു വിരിയുന്നില്ല? ലാബിലെ തവളകളിൽ നാം കണ്ടതുപോലെ ATP തന്മാത്രകൾ എന്ന ഊർജത്തിന്റെ ആ സാധാരണനാണയങ്ങൾ വേണ്ടതുപോലെ കിട്ടാതെ പോയതുകൊണ്ട് വളർച്ച പൂർത്തിയാക്കാനാകാതെ വന്നതാണോ അതിനു കാരണം?

ആവശ്യമായ അളവിൽ ATP ഇല്ലാതെ പോയത് ഏതു കാരണം കൊണ്ടാണ്? ആ മുട്ടയിലെ ബീജങ്ങൾക്കു ജന്മംനൽകിയ ആൺ–പെൺ പക്ഷികളുടെ ശരീരത്തിലും മുട്ടയിലും ഊർജ്ജവിതരണത്തിനു നിദാന

മായ ഓക്സീകരണ പ്രക്രിയാചക്രത്തിന്റെ പ്രവർത്തനം നിലച്ചുപോക
ത്തക്കവിധം കീടനാശിനികൾ സംഭരിച്ചിരിക്കുന്നതുകൊണ്ടോ?.... വിപല്
ക്കരമായ ഈ മാതിരി സംഭവങ്ങൾ പക്ഷികളിൽ മാത്രം ഒതുങ്ങിനില്ക്കു
ന്ന ഒന്നാണെന്നു കരുതാൻ ഒരു ന്യായവുമില്ല. ATP യെന്നത് ഒരന്താ
രാഷ്ട്ര ഊർജ്ജനാണയവ്യവസ്ഥയാണ്. അതുകൊണ്ട് അതുല്പാദിപ്പി
ക്കുന്ന ഉപാപചയപരിചക്രങ്ങൾ പക്ഷികളിലും ബാക്ടീരിയകളിലുമെല്ലാം
തിരിയുന്നത് ഒരേ കാരണം മുൻനിർത്തിയാണ്. ഒലിഗൊ സ്പെർമിയ
(oligospermia – പുരുഷബീജങ്ങളുടെ ഉല്പാദനത്തിൽ ഉണ്ടാകുന്ന ഗണ്യ
മായ കുറവ് ബീജോല്പാദനം നിശ്ചിത പരിധിയിൽ കുറഞ്ഞാൽ പുരുഷ
വന്ധ്യതയായിരിക്കും ഫലം) എന്ന പ്രതിഭാസം DDT കൈകാര്യം ചെയ്യു
ന്നവർക്കിടയിൽ അപൂർവമല്ലെന്ന് കാഴ്സൺ തുടർന്നു നിരീക്ഷിക്കുന്നു.

ജനിതകപാരമ്പര്യവുമായി ബന്ധപ്പെട്ടതാണ് മറ്റൊരു ഗൗരവമുള്ള
പ്രശ്നം. വികിരണങ്ങൾ ജീനുകളിൽ ഉണ്ടാകുന്ന മാറ്റങ്ങളെക്കുറിച്ച് 1927
ൽ ടെക്സാസിലെ എച്ച് ജെ മുള്ളർ എന്ന ശാസ്ത്രജ്ഞർ ആദ്യമായി
അറിവു നല്കി പാരമ്പര്യഘടനയിൽ ആകസ്മികവും സ്ഥിരവുമായി
ഉണ്ടാകുന്ന ഇത്തരം മാറ്റങ്ങൾ ഉല്പരിവർത്തനം (mutation) എന്ന
പേരിൽ അറിയപ്പെട്ടു. ആണവവികിരണം മാത്രമല്ല രാസവസ്തുക്കളും
ഉല്പരിവർത്തനമുണ്ടാക്കും. നാൽപ്പതുകളിൽ എഡിൻബറൊയിലെ
വില്യം റോബ്സൺ മസ്റ്റാഡുഗ്യാസ് ഉപയോഗിച്ച് ഇതു തെളിയിച്ചു.
മസ്റ്റാഡ് ഗ്യാസിനൊപ്പം ചേർന്നു നിൽക്കുന്ന രാസവസ്തുക്കളുടെ പട്ടിക
ഏറെ നീണ്ടതാണ്. പല കീടനാശിനികൾക്കും അതിൽ അംഗത്വമുണ്ട്.

ഉല്പരിവർത്തനത്തിന്റെ ശാസ്ത്രം കൂടുതൽ വ്യക്തമാക്കാൻ കാഴ്
സൺ കോശവിഭജനത്തിന്റെയും ക്രോമസങ്ങളുടെയും പ്രവർത്തനങ്ങളി
ലേക്ക് ഇറങ്ങിച്ചെല്ലുന്നുണ്ടിവിടെ. അമീബതൊട്ട് മനുഷ്യൻവരെയുള്ള
എല്ലാ ജീവികളിലും നടക്കുന്ന പ്രക്രിയയാണിത്. വംശപരമ്പരകളുടെ
നൈരന്തര്യം മാത്രമല്ല അവയിൽ ഉണ്ടാകുന്ന വ്യതിചലനങ്ങളും കോശ
വിഭജനത്തിൽ അധിഷ്ഠിതമാണ്.

രാസവസ്തുക്കൾ ജന്തുജാലങ്ങളിൽ ഉണ്ടാക്കുന്ന തകരാറുകളെ
ക്കുറിച്ചു മാത്രമാണ് നാമിതുവരെ പറഞ്ഞത്. എന്നാൽ ഏതു വിളകളി
ലാണോ നാമവ പ്രയോഗിക്കുന്നത്, അത്തരം സസ്യങ്ങളിൽ പ്രത്യക്ഷ
പ്പെടാനിടയുള്ള വൈകല്യങ്ങൾ നിരവധിയാണെന്നുകൂടി ഈ ഭാഗം കാട്ടി
ത്തരുന്നു. ഉദാഹരണമായി ഫീനോളുകൾ ക്രോമസോം വൈകല്യമു
ണ്ടാക്കി ജനിതകമാറ്റങ്ങൾ വരുത്തിവെക്കും. ബി എച്ച് സിയും ഇൻഡേ
നും വേരുകളിൽ അർബ്ബുദമുഴകൾക്കുതുല്യമായ വളർച്ചകളുണ്ടാക്കും.
കളനാശിനിയായ 2, 4 – D വിളകളിൽ ട്യൂമർ മുഴകളുണ്ടാക്കും. ഈ
രീതിയിൽ ഏതാനും ഉദാഹരണങ്ങൾ മാത്രമേ ഇവിടെ നൽകുന്നുള്ളൂ.

ക്രോമസോം സംഖ്യയിൽ ഉണ്ടാകുന്ന കൂടുതലോ കുറവോ ജനി
തക രോഗങ്ങൾക്കു കാരണമാകുമെന്ന് 1959 ൽ ബ്രിട്ടീഷ് ഫ്രഞ്ചു ശാസ
ത്രകാരന്മാർ കണ്ടെത്തിയ കാര്യവും ഗ്രന്ഥകാരി അനുസ്മരിക്കുന്നു.

മങ്കോളിസംപോലുള്ള അവസ്ഥയ്ക്ക് ഇതാണു കാരണമെന്നറിയാമല്ലോ. മങ്കോളിസത്തിന് രാസവസ്തുക്കളുമായി ബന്ധമൊന്നുമില്ല. എന്നാൽ അതിലും വലിയ വൈകല്യങ്ങൾ കീടനാശിനിമൂലമുണ്ടാകാം. എൻഡോ സൾഫാനെക്കുറിച്ച് ലോകത്തിലെ പല ഗവേഷണശാലകളിൽനിന്നും പുറത്തുവന്ന റിപ്പോർട്ടുകൾ ഇപ്പോൾ നമ്മുടെ കൈയിലുണ്ടല്ലോ. ഹിരോഷിമയിലെ അണുവികിരണം ആ നഗരത്തിൽ രക്താർബ്ബുദ (ലുക്കീമിയ) രോഗികളുടെ എണ്ണപ്പെരുപ്പമുണ്ടാക്കിയ കാര്യവും മറക്കാനാ കില്ല. പരിസ്ഥിതി സാഹചര്യങ്ങൾ ലോകത്തെവിടെയും ലുക്കീമിയ രോഗികളുടെ എണ്ണപ്പെരുപ്പമുണ്ടാക്കിയിട്ടുണ്ട്.

ഇരുനൂറുകോടി സംവത്സരങ്ങളിലൂടെയുള്ള ജീവദ്രവ്യത്തിന്റെ പരിണാമവും നിർദ്ധാരണവും വഴി നമുക്കു കാട്ടിയിട്ടുള്ള നമ്മുടെ ജൈനിതക പൈതൃക നേരിടുന്ന ഭീഷണി നാം വിചാരിച്ചാൽ കുറയ്ക്കാൻ തീർച്ചയായുമാകും. ഈ നിമിഷത്തേക്കുമാത്രം നമ്മുടെ സ്വന്തമായിട്ടുള്ള ഒന്നാണത് – നാമതു വരുന്ന തലമു റയ്ക്കു കൈമാറുന്നതുവരെ മാത്രമേ അതു നമ്മുടേതാവുകയു ള്ളൂ. എന്നാൽ അതിന്റെ അഖണ്ഡത കാത്തുസൂക്ഷിക്കാൻ കാര്യ മായി നാം ഒന്നും ചെയ്യുന്നില്ലെന്നതല്ലെന്ന സത്യം? രാസനിർമ്മാ താക്കളെല്ലാം അവയുടെ ഉല്പന്നങ്ങളെ വിഷവീര്യ പരിശോധ നയ്ക്കു വിധേയമാക്കണമെന്ന് നിയമം അനുശാസിക്കുന്നുണ്ടെ ങ്കിലും ജനിതകപ്രഭാവം വിശ്വസനീയമായി തെളിയിക്കത്തക്ക വിധത്തിലുള്ള പരിശോധനകൾക്കു വിധേയമാക്കേണ്ട ഉത്തരവാ ദിത്വം അവർക്കില്ല. അവരതു ചെയ്യാറുമില്ല.

10

ഉറുമ്പുകൾക്കെതിരെ തോറ്റയുദ്ധം

അരനൂറ്റാണ്ടുമുമ്പ് അമേരിക്കൻ ഭരണകൂടം ചെയ്ത പ്രമാദമായ കുറ്റത്തിൽനിന്ന് പാഠമൊന്നും പഠിക്കാതെ തെറ്റുകൾ കൂടുതൽ ശക്തി യായി ആവർത്തിക്കുകയായിരുന്നു നാം ഇന്ത്യയിലുള്ളവരെന്ന് *വിമുക വസന്തത്തിന്റെ* 'ആകാശത്തുനിന്ന് വിവേചനമില്ലാതെ' എന്ന അദ്ധ്യായം വായിച്ചാൽ മനസ്സിലാകും. യുദ്ധകാലത്തെ ഓർമ്മിപ്പിച്ചുകൊണ്ട് ഹെലി ക്കോപ്റ്ററുകൾ ഇവിടെയും ആകാശത്തിൽ വട്ടം ചുറ്റി. എൻഡോ സൾ ഫാൻ മേഖലയിലെ പതിനൊന്നു പഞ്ചായത്തിലും ഇതു സംഭവിച്ചു. ഭീതിനിറഞ്ഞ ആദ്യത്തെ പ്രതികരണത്തിനുശേഷം ഗ്രാമീണ നിഷ്കള ങ്കത അവയുടെ വരവിനെ ഉത്സവമായി ആഘോഷിച്ചു. ആണ്ടുപിറവിക ളിൽ അവയുടെ ഇരമ്പത്തിനായി പ്രതീക്ഷയോടെ ചെവിയോർത്തു. പിന്നെ ഒറ്റപ്പെട്ട വിയോജിപ്പുകളും പ്രതിഷേധങ്ങളും ഉയർന്നപ്പോൾ അതിനു ധൈര്യപ്പെട്ടവരെ 'പൊട്ടന്മാർ' എന്നു വിളിച്ചുകളിയാക്കി. വിക സനവിരുദ്ധർ എന്നു ചാപ്പകുത്തി ഒറ്റപ്പെടുത്തി. എല്ലാ ഉത്സവത്തിമിർപ്പു കൾക്കും ശേഷം അവയുടെ ശേഷിപ്പുകൾ മാറാരോഗമായും പരിസ്ഥിതി നാശമായും പല്ലിളിച്ചു കാട്ടിയപ്പോൾ ഏറെ വൈകിപ്പോയെന്നു തിരിച്ച റിഞ്ഞു.

വിഷം തളിനിർത്തിയിട്ട് ഇപ്പോൾ ഒരു പതിറ്റാണ്ടിലേറെ കഴിഞ്ഞു. ഈ പതിനൊന്നു പഞ്ചായത്തുകളിലെയും കശുമാവിൻതോപ്പുകളിലൂടെ ഒന്നു കണ്ണോടിക്കുക. ഉടമകളായ പി സി കെയുടെ കൈയിലുള്ള കശു വണ്ടി ഉല്പാദനത്തിന്റെ കണക്കു പരിശോധിക്കുക. കീടനാശിനിൽനിന്നു മോചനംകിട്ടിയ ഈ കാലയളവിൽ ഉല്പാദനം കൂടുകയാണുണ്ടായ തെന്ന് ഇപ്പോൾ അണു വിഷം തളിച്ചവർക്കുപോലും സമ്മതിക്കേണ്ടിവ രുന്നു. സമാനസംഭവങ്ങൾ അന്നേ റേച്ചൽ കാഴ്സൺ ചർച്ചചെയ്തിട്ടുണ്ട്.

കശുമാവിന്റെ ശത്രുക്കളായ തേയിലക്കൊതുകുകളെ വകവരുത്താൻ കീടനാശിനി ഒഴിവുകാലദിനങ്ങളിൽ അവയുടെ എതിർപ്രാണികൾ പ്രാപ്തരായി. ഉറുമ്പുകൾ അടക്കമുള്ള ചെറുപ്രാണികൾ ഈ സംരക്ഷണപ്പടയിലെ അംഗങ്ങളായിരുന്നു. എൻഡോ സൾഫാൻ മുടിച്ചത് ശത്രു കീടങ്ങളെ മാത്രമായിരുന്നില്ല. ഭക്ഷ്യശൃംഖലാജാലം വഴി അത് ജീവന്റെ ഏറ്റവും നിസ്സാരമെന്നുതോന്നുന്ന അങ്കുരങ്ങളിൽപ്പോലും കടന്നുകൂടി. മണ്ണിലും വെള്ളത്തിലും അവയുടെ അംശം ഏതാണ്ട് പൂർണ്ണമായും ഇല്ലാതായിക്കഴിഞ്ഞിട്ടുണ്ടെന്ന് ഈയിടെ നടന്ന ചില പഠനങ്ങൾ വെളിപ്പെടുത്തുകയും ചെയ്തു.

ഈ രീതിയിൽ മുറിവുണക്കാൻ ശ്രമം നടന്ന ഇടങ്ങളിലെല്ലാം ലോകത്തെവിടെയായാലും, പ്രകൃതി അതിന്റെ നൈസർഗ്ഗികതയും നൈരന്തര്യവും വീണ്ടെടുത്തിട്ടുണ്ടെന്നു നമുക്കു കാണാം.

വീണ്ടും അമേരിക്കയിലേക്കുതന്നെ മടങ്ങാം. ആ കാലഘട്ടത്തിൽ ആകാശത്തുവച്ചുനടന്ന വിഷം തളിയെ 'അമ്പരപ്പിക്കുന്ന മരണമഴ' എന്നാണ് ചില ബ്രിട്ടീഷ് പരിസ്ഥിതിവിദഗ്ധർ വിശേഷിപ്പിച്ചത്. ചെറു ചാറ്റലിൽ തുടങ്ങി വർഷങ്ങളോളം അത് ഇരമ്പിപ്പെയ്തു. "ജൈവിക വിഷങ്ങൾ വേണ്ടതിലേറെ ഉണ്ടായിക്കൊണ്ടിരുന്നു. പണിയില്ലാത്ത വിമാനങ്ങളും. യുദ്ധം അവസാനിച്ചതോടെ രണ്ടും ഇഷ്ടംപോലെ ലഭ്യമായപ്പോൾ വിഷം തളി ഉത്സവാഘോഷമായി. കോടിക്കണക്കിന് ഏക്കർ കൃഷിസ്ഥലങ്ങളിൽ വർഷങ്ങളോളം വിഷമഴ ആർത്തുപെയ്തു. നാട്ടിൻ പുറമെന്നോ നഗരമെന്നോ ഭേദമില്ലാതെ എല്ലാം അതിനു കീഴിലായി. കുപ്രസിദ്ധമായ രണ്ടു കീടനിയന്ത്രണയജ്ഞങ്ങളുടെ പേരിലായിരുന്നു ഇത് – വടക്ക് ജിപ്സി നിശാശലഭങ്ങളെ ഉന്മൂലനം ചെയ്യാൻ. തെക്ക് തീയുറുമ്പുകളെ നിയന്ത്രണവിധേയമാക്കാൻ. രണ്ടും പാളി. രണ്ടും പണ്ടേയുള്ളതാണ്. സാധാരണജനങ്ങളും കൃഷിക്കാരും അവയുമായി പൊരുത്തപ്പെട്ടു ജീവിച്ചുപോന്നു. എന്നാൽ നാടിനെ രക്ഷിക്കാൻ പുതിയ ദൈവം അവതരിച്ചിരിക്കുന്നു എന്ന മട്ടിലായിരുന്നു ഉന്നതങ്ങളിലിരിക്കുന്നവരുടെ വാക്കും പ്രവൃത്തിയും. ഒരുനാടു മുഴുവൻ അതിന്റെ ദുരിതമനുഭവിക്കുകയും ചെയ്തു.

ജിപ്സി ശലഭങ്ങൾ ഒരു നൂറ്റാണ്ടുമുമ്പ് യൂറോപ്പിൽനിന്നു വന്നു. 1869 നടുത്ത് പരീക്ഷണാർത്ഥം ലാബിലേക്കു കൊണ്ടുവന്നതായിരുന്നു. മസാച്ചു സെറ്റ്സിലെ മെഡ്ഫോഡ്ലാബിൽ വച്ച് ഫ്രഞ്ചുഗവേഷകരായ ലിയോ പോൾസ്ട്രി വെലൊട്ടിന്റെ ശ്രദ്ധക്കുറവാൻ ചിലത് രക്ഷപ്പെടുകയായിരുന്നു. പട്ടുനൂൽപ്പുഴുശലഭങ്ങളെ അവയുമായി സങ്കരം നടത്തുന്ന പ്രക്രിയയാണ് അവിടെ നടന്നുകൊണ്ടിരുന്നത്. ആരുമറിയാതെ ന്യൂഇംഗ്ലണ്ടുമുഴുവൻ സാവധാനം പടർന്നു. ഇതിന്റെ പുഴുക്കൾക്ക് കനം തീരെ കുറവായതിനാൽ കാറ്റത്ത് പാറി നാലുപാടും പരക്കുകയായിരുന്നു. ഈ പുഴുക്കൾ ഓക്കിലകൾ തിന്നുമുടിച്ച് പെട്ടെന്നു വണ്ണംവെക്കും. പിന്നീട് ഹോളണ്ടിൽനിന്ന് ഇറക്കുമതിചെയ്ത സ്പ്രൂസ് മരങ്ങൾ വഴി ന്യൂജെഴ്

സിയിലും മിഷിഗണിലും വ്യാപിച്ചു. 1938 ൽ ന്യൂഇംഗ്ലണ്ടിലൊരുവൻ ചുഴ ലിക്കാറ്റുണ്ടായപ്പോൾ അതിൽപ്പെട്ട് പെൻസിൽവാനിയയിലും ന്യൂയോർ ക്കിലുമെല്ലാം പരന്നു. അതിന് അത്ര ആകർഷകമല്ലാത്ത സസ്യജാല ങ്ങൾ തഴച്ചുവളരുന്ന ഭാഗങ്ങളിൽ ലാർവകൾ വീണെങ്കിലും അവിടെയത് പച്ചപിടിക്കുകയുണ്ടായതുമില്ല.

വടക്കുകിഴക്കൻ മേഖലയിലായിരുന്നു പ്രശ്നം രൂക്ഷം. രൂക്ഷം എന്നുവച്ചാൽ അനാവശ്യഭീതിയെന്ന് കാഴ്സൺ വിലയിരുത്തുന്നു. തെക്കുള്ള അപ്പിഗച്ചിയർ കുന്നുകളിലെ സമ്പന്നമായ കട്ടിമരക്കാടുക ളിൽ പരന്നേക്കുമെന്ന ഭയം. തെളിവുകളും അനുഭവങ്ങളും അതിനെ തിരായിട്ടും അധികാരികൾ ഉറച്ചുനിന്നു. പ്രാകൃതിക നിയന്ത്രണരീതി കളും 'ക്വാറന്റൈനും' അവലംബിച്ച് 1955 ൽ കൃഷിവകുപ്പ് പൂർണ്ണമാ യും നിയന്ത്രണവിധേയമെന്നു പ്രഖ്യാപിച്ച ഒരു കീടത്തെ വകവരുത്താ നാണ് പിന്നീട് ഈ കീടനാശിനികളെല്ലാം വാരിവിതറിയത്. താല്പര്യം കീടനാശിനി ലോബിയുടേതാണെന്ന് വ്യക്തം. എന്നാൽ ഉന്മൂലനം ഒന്നാ മതായും രണ്ടാമതായും മൂന്നാമതായും പിഴച്ചു. 30 ലക്ഷം ഏക്കർ സ്ഥലത്തു പലക്കുറി വിഷം ചാമ്പിയിട്ടും ഉദ്ദേശിച്ച ഫലമുണ്ടായില്ല. ജന കീയ പ്രതിഷേധം ശക്തമായി എങ്ങനെ പ്രതിഷേധിക്കാതിരിക്കും? മോട്ടോർ വാഹനങ്ങളുടെ ഉപരിതലങ്ങളിൽപ്പോലും ഡി ഡി ടിയായി രുന്നു ക്ഷീരോല്പാദനകേന്ദ്രങ്ങളും മീൻവളർത്തുകുളങ്ങളും എല്ലാം അപകടഭീഷണിയിലാണെന്നു പ്രഖ്യാപിക്കേണ്ടിവന്നു. ലോകപ്രസിദ്ധ പക്ഷിശാസ്ത്രജ്ഞനായ റോബർട്ട് കുഷാം മർഫിയുടെ നേതൃത്വത്തിൽ ലോങ് ഐലന്റിലെ പൗരന്മാർ കോടതിയെ സമീപിച്ചെങ്കിലും സ്റ്റേ അനുവദിക്കപ്പെട്ടില്ല. അതിനു മുമ്പുതന്നെ വിഷംതളി നടന്നുകഴിഞ്ഞി രുന്നു. കേസ് സുപ്രീംകോടതിയിലെത്തി. പരിസ്ഥിതിയുടെ കാവലാളായി അറിയപ്പെട്ട ജസ്റ്റിസ് വില്യം ഒ ഡഗ്ലവിനു കോടതിയുടെ നിസ്സംഗനില പാടിനെതിരെ ശക്തിയായി പ്രതികരിക്കേണ്ടിവന്നു. നിരവധി വിദഗ്ദ്ധരും ഉദ്യോഗസ്ഥരും ഡി ഡി ടിക്കെതിരെ ഉയർത്തിയ മുന്നറിയിപ്പുതന്നെ കേസ് എത്രമാത്രം പൊതുജന പ്രാധാന്യമുള്ളതാണെന്നു വ്യക്തമാക്കു ന്നതായി കോടതിയിൽ പറയാൻ ബഹുമാനപ്പെട്ട ജസ്റ്റിസ് നിർബ്ബന്ധിത നായി.

ക്ഷീരോല്പാദകയായ മിസിസ് വാളറുടെ അനുഭവം നോക്കൂ. തന്റെ ഫാമിൽ വിഷം തളിക്കേണ്ടെന്നും കീടങ്ങളെ നിയന്ത്രിക്കാൻ തന്റേതായ വഴികൾ സ്വീകരിച്ചുകൊള്ളാമെന്നും അവർ അധികൃതരെ അറിയിച്ചു. 200 ഏക്കറോളം വരുന്ന സ്ഥലമാണ്. നിറയെ പുൽമേടുകളാണ്. മര ക്കൂട്ടങ്ങളുണ്ട്. അവയ്ക്കിടയിൽ പാലുല്പാദനത്തിനും മറ്റുമുള്ള യൂണി റ്റുകളുണ്ട്. സ്ഥലം മുഴുവൻ പരിശോധിച്ച് ജിപ്സി മോത്തുകളെ കണ്ടെ ത്തുന്നപക്ഷം അത്തരം സ്ഥലങ്ങളിൽ പ്രത്യേകമായി നിയന്ത്രിത രീതി യിൽ സ്പ്രെയിങ് അനുവദിക്കാനും അവർ തയ്യാറായി. എല്ലാം സമ്മ തിച്ച് അംഗീകാരം നല്കിയ അധികൃതർ പിന്നീട് രണ്ടു തവണചെന്ന്

പരക്കെ വിഷംചാമ്പുകയാണുണ്ടായത്. മേഘംപോലെ പൊന്തിക്കിടന്ന്
സഞ്ചരിക്കുന്ന വിഷകണികകളുടെ പ്രവർത്തനത്തിനും ഒന്നിലേറെ
തവണ വിധേയമാക്കി. പിന്നീട് ഉല്പന്നങ്ങളുടെ സാമ്പിളുകൾ പരിശോ
ധിച്ചപ്പോൾ വൻതോതിൽ ഡി ഡി ടിയുടെ കണികകൾ കണ്ടെത്തി.
വിഷംതളിച്ച അതേ അധികൃതർ തന്നെ ക്ഷീരോല്പന്നങ്ങൾ വിപണന
യോഗ്യമല്ലെന്നു വിധിയെഴുതി തിരസ്കരിക്കുകയും ചെയ്തു!

ജിപ്സി മോത്ത് നിർമ്മാർജ്ജന പരിപാടികൾ ഈ രീതിയിൽ
ശരിക്കും ജനങ്ങൾക്കും പരിസ്ഥിതിക്കുമെതിരെയുള്ള യുദ്ധം തന്നെയാ
യിമാറി. അങ്ങനെയിരിക്കെ അതാവരുന്നു തീയുറമ്പുകളെ കർഷകരുടെ
ബദ്ധശത്രുക്കളായി പ്രഖ്യാപിച്ചുകൊണ്ടുള്ള തിട്ടൂരം. കൃഷിക്കുമാത്രമല്ല
മനുഷ്യനും അവന്റെ വളർത്തുമൃഗങ്ങൾക്കും അവ ഭീഷണിയാണെന്നും
പരക്കെ പ്രചരിപ്പിക്കപ്പെട്ടു. അവ വിള നശിപ്പിക്കുന്നു. നിലത്തുകൂടു
കൂട്ടുന്ന പക്ഷികളെ കൊല്ലുന്നു. അതിന്റെ കടി മനുഷ്യാരോഗ്യത്തിനു
പോലും ഭീഷണിയാണെന്നു വിധിയുണ്ടായി. കീടനാശിനിക്കമ്പനി
കൾക്കു സന്തോഷമായി. ഉറുമ്പു നിർമ്മാർജ്ജനത്തിനായി കോടിക്കണ
ക്കിനു ടൺ വിഷം വിവിധ സംസ്ഥാനങ്ങളിലേക്ക് ഒഴുകാൻ തുടങ്ങി.
കീടനാശിനികൾക്ക് ചെലവുണ്ടാക്കാൻ അരിച്ചുപെറുക്കി പുതിയ പുതിയ
കാരണങ്ങൾ കണ്ടെത്തുകയാണെവരെന്നു വ്യക്തമായിരുന്നു. എന്നാൽ
ശാസ്ത്രഗവേഷകരുടെ റിപ്പോർട്ടുകൾ ഇതിനെല്ലാം കടകവിരുദ്ധമായി
നിന്നു. തീയുറമ്പുകൾ വിളകൾക്കും വളർത്തുമൃഗങ്ങൾക്കും ശല്യമാ
ണെന്നവാദം അവർ നിരാകരിച്ചു. "അവ ചെടികൾ നശിപ്പിക്കുമെന്നവാദം
പൊതുവെതെറ്റാണ്. കഴിഞ്ഞ അഞ്ചു വർഷത്തിനിടയിൽ ആ രീതിയി
ലുള്ള ഒരു റിപ്പോർട്ടുപോലും ഞങ്ങൾ കണ്ടിട്ടില്ല. ഏതെങ്കിലും വളർത്തു
മൃഗം അവയിൽ പീഡിപ്പിക്കപ്പെട്ടതിനും തെളിവില്ല." ഉറുമ്പു 'ശല്യം'
ഏറ്റവും കൂടുതലുണ്ടായിരുന്നു അൽബാമയിലെ പോളിടെക്നിക് ഇൻസ്റ്റി
റ്റ്യൂട്ടിൽനിന്നുള്ള റിപ്പോർട്ടിന്റെ ഈ ഭാഗം കാഴ്സൺ തെളിവായി ഉദ്ധ
രിക്കുന്നു. സത്യത്തിലവ പരിസ്ഥിതിയുടെ മിത്രങ്ങളാണെന്നും വിളക
ളുടെയും വളർത്തുമൃഗങ്ങളുടെയും സംരക്ഷകാരണെന്നുമുള്ള വാദം
പരക്കെ അംഗീകരിക്കപ്പെട്ടു. ഉദാഹരണമായി ഈ ജാതി ഉറുമ്പുകളുടെ
മുഖ്യഭക്ഷണം പരുത്തിവിളകൾക്കു ദോഷം ചെയ്യുന്ന ബാൾ വീവിൽ
എന്ന കീടത്തിന്റെ ലാർവകളാണ്. മണ്ണിലിവ കൂടുകൂട്ടുമ്പോൾ വായു
സമ്പർക്കം കൂടുകയും ജലനിർഗ്ഗമന സാദ്ധ്യതകൾ വർദ്ധിക്കുകയും
ചെയ്യും. കാസർഗോഡ് പ്ലാന്റേഷൻ കോർപ്പറേഷൻവക കശുമാവിൻ
തോട്ടങ്ങളിൽ വിളസംരക്ഷണം നടത്തിയതും ഒരു ജാതി ഉറുമ്പുകളാ
യിരുന്നു. തേയിലക്കൊതുകുലാർവകൾ ഇവയുടെ ഭക്ഷണമായിരുന്നു.
വിഷംതളി നിർത്തിയതോടെ ഈ ഉറുമ്പുകളുടെ സംഖ്യ ഗണ്യമായി
വർദ്ധിച്ചു. പിന്നീടുള്ള വർഷങ്ങളിൽ ഉല്പാദനം കൂടിയതിനുപിന്നിൽ
ഒരുപക്ഷേ, ഈ മിത്ര പ്രാണികളുടെ സേവനമുണ്ടാകാം. ഉറുമ്പുകൾ
പണ്ടുകാലം മുതൽക്കേ നാട്ടിൻപുറക്കാരുടെ ഉറ്റമിത്രങ്ങളാണ്. മരത്തിൽ

കയറിയാൽ 'മിശ്റ്' കടിക്കുമായിരിക്കും. എന്നാൽ മിശിറിന്റെ ഉപദ്രവ മുള്ള വൃക്ഷങ്ങളിൽ ഉല്പാദനം എപ്പോഴും കൂടുതലാണ്. പയറുചെടി കളെ ബാധിക്കുന്ന 'അരക്കുപ്രാണികളെ' നിയന്ത്രണവിധേയമാക്കാ നുള്ള പഥ്യചികിത്സ ഇപ്പോഴും 'മിശിറു' പ്രയോഗമാണ്. ചില ബാലാരി ഷ്ടതകൾക്കുള്ള മരുന്നായും ഈ കടിക്കുന്ന ഉറുമ്പുകളെക്കൊണ്ട് ഉപ യോഗമുണ്ടായിരുന്നു.

അമേരിക്ക തീയുറുമ്പുകൾക്കെതിരെ പ്രഖ്യാപിച്ച രാസയുദ്ധത്തിൽ ഒപ്പോസം, ആർമസില്ലോ, റക്കൂൺ എന്നീ സസ്തനികൾ ബലിയാടുക ളായിത്തീർന്നു. ആസ്ത്രേലിക്കു വെളിയിൽ കാണപ്പെടുന്ന ഏക സഞ്ചി മൃഗ പ്രതിനിധിയത്രെ ഒപ്പോസം. ആർമസില്ലോകളും അമേരിക്കയുടെ തനതു മൃഗമത്രെ. അമേരിക്കൻ ഐക്യനാടുകളുടെ മധ്യ-ദക്ഷിണ ഭാഗ ങ്ങളും തെക്കേ അമേരിക്കയുമാണിവയുടെ ആവാസകേന്ദ്രങ്ങൾ. ദക്ഷിണ അമേരിക്കയുടെ 'അളുങ്ക്' എന്നുവിളിക്കാം. ഒരുജാതി ഉറുമ്പുതീനി. വംശ നാശഭീഷണി നേരിടുന്ന അപൂർവജീവി. റക്കൂണുകൾ ഒരു ജാതി ചെറിയ ഉത്തര അമേരിക്കൻ കരടികളാണ്. എണ്ണപ്പെരുപ്പംകൊണ്ട് ശ്രദ്ധേയമായി രുന്ന ഇവ പക്ഷേ, യുദ്ധാനന്തരകാലത്തെ വിഷം തളിയുടെ ഫലമായി അമേരിക്കയുടെ ചില ഭാഗങ്ങളിലെങ്കിലും തീരെ വിരളമായിത്തീർന്നു.

ചിലതരം കീടനാശിനികളെങ്കിലും ജീവിശരീരത്തിൽവച്ച് മാറ്റങ്ങൾ ക്കു വിധേയമായി കൂടുതൽ മാരകശേഷിയുള്ള വിഷങ്ങളായി രൂപം മാറുന്ന പ്രതിഭാവവും ഇക്കാലത്തു നിരീക്ഷിക്കപ്പെട്ടു. ഹെപ്റ്റാക്ലോർ ഈ പ്രതിഭാസത്തിന് ഉത്തമമായ ഉദാഹരണമത്രെ. ഹെപ്റ്റാക്ലോർ എപ്പോക്‌ളൈഡ് എന്നാണ് ഈ വർദ്ധിത വിഷത്തിന്റെ പേർ. ഉദാഹരണ മായി 30 ppm ഹെപ്റ്റാക്ലോർ വീതം പെണ്ണെലികൾക്കു നല്കിയപ്പോൾ വെറും രണ്ടാഴ്ചകൊണ്ട് അവയുടെ ശരീരകലകളിലത് 165 ppm എപ്പോ ക്‌സൈ ഡായിസ്ഥാനം പിടിച്ചു. സത്യത്തിൽ 1952 തൊട്ട് അറിവുള്ള ഈ വിവരം ബോധപൂർവ്വം പുഴ്ത്തിവെക്കുകയായിരുന്നു. പരിസരത്തിൽ കണക്കില്ലാതെ ഹെപ്റ്റാക്ലോർ ചൊരിഞ്ഞ് സകലതും വിഷമയമാക്കി യതിനുശേഷമാണ് ഈ വിവരം വെളിപ്പെടുത്തപ്പെടുന്നതും ചില നിയ ന്ത്രണനടപടികൾ സ്വീകരിക്കുന്നതും. അതുവരെ തീയുറുമ്പ് നിർമ്മാർ ജ്ജനത്തിനുപയോഗപ്പെടുത്തിയ മുഖ്യആയുധം ഈ രാസവസ്തുവാ യിരുന്നു.

1959 ൽ ആയിരുന്നു ഈ സംഭവങ്ങൾ. അതോടെ രാസിക കീടനാ ശിനികൾക്കെതിരെയുള്ള ജനങ്ങളുടെ പ്രതിഷേധം കൂടുതൽ ശക്തി പ്പെടാൻ തുടങ്ങി. രോഷം തണുപ്പിക്കാൻ കൃഷിവകുപ്പു കണ്ടെത്തിയ മാർഗ്ഗമെന്തായിരുന്നെന്നോ! ആർക്കുവേണമെങ്കിലും അവർ ചോദിക്കുന്ന കീടനാശിനി സൗജന്യമായി നല്കാം. ദോഷഫലങ്ങൾക്കുള്ള ഉത്തര വാദിത്വം കൃഷിവകുപ്പിന്മേൽ ചാർത്തി നഷ്ടപരിഹാരം ആവശ്യപ്പെടാ തിരുന്നാൽ മാത്രം മതി! തീയുറുമ്പുനിർമ്മാർജ്ജനപരിപാടി മുട്ടൻ പരാ ജയമാണെന്ന് അതിനകം മിക്ക സംസ്ഥാന, പ്രാദേശിക ഭരണകൂടങ്ങൾ

ക്കും സമ്മതിക്കേണ്ടിവന്നു. ലൂസിയാന സംസ്ഥാനത്തെ സ്റ്റേറ്റ് യൂണി
വേഴ്സിറ്റി കീടശാസ്ത്രവിഭാഗം 1962 ൽ പ്രഖ്യാപിച്ചത്, "പരിപാടി ആരം
ഭിച്ച കാലത്തുണ്ടായിരുന്നതിനെക്കാൾ എത്രയോ കൂടുതൽ സ്ഥലം
ഇപ്പോൾ തീയുറുമ്പുകളുടെ വരുതിയിലാക്കിക്കഴിഞ്ഞു" എന്നാണ്!
ഫ്ളോറിഡയിലുള്ള ആധികാരിക സർക്കാർ സ്ഥാപനവും ഇതേ രീക
തിയിലൊരു കുമ്പസാരം നടത്തി. വിശാലാടിസ്ഥാനത്തിലുള്ള നിർമ്മാർ
ജ്ജനപരിപാടികൾ പാടെ ഉപേക്ഷിച്ചു. ഇതോടെ കൂടുതൽ ഫലപ്രദ
മായ പഴയ ചില രീതികൾ തിരിച്ചുവരാൻ തുടങ്ങി. ആദ്യമായി ഉറുമ്പു
പുറ്റ് ഇടിച്ചുനിരത്തും. തുടർന്ന് അത്തരം ഭാഗങ്ങളിൽ നേരിട്ട് കീടനാ
ശിനി വിതറും. കീടനാശിനികളുടെ ഉപയോഗം പരമാവധി കുറയ്ക്കാൻ
ഇത് സഹായകമായി. ചെലവുമാത്രമല്ല, പരിസ്ഥിതി ആഘാതവും ഗണ്യ
മായി കുറഞ്ഞു. അനിവാര്യമായ ഘട്ടങ്ങളിൽ നിയന്ത്രിതരീതിയിലുള്ള
കീടനാശിനി പ്രയോഗത്തെ കാഴ്സൺ ഒരിക്കലും എതിർത്തിട്ടില്ല. ഏതു
മാരകവിഷവും ഏതു കടയിലുംചെന്ന് ഇഷ്ടംപോലെ സംഘടിപ്പിക്കാം
എന്നതാണ് ഏറ്റവും വലിയ ദുരന്തം. വിഷമേ അല്ലെന്ന രീതിയിലുള്ള
കെട്ടും മട്ടും നല്കിയാണ് മിക്ക വിഷങ്ങളും വില്ക്കപ്പെടുന്നത്. ഏതെ
ങ്കിലും സൂപ്പർ മാർക്കറ്റിൽ ചെന്നു നോക്കൂ. അച്ചാറും ഒലിവെണ്ണയും
അലക്കുസോപ്പും കുളിസോപ്പും പാറ്റാഗുളികയും നിലം കഴുകാനുള്ള
ലോഷനുമെല്ലാം ഒരേ നിരയിൽ വച്ചിട്ടുണ്ടാകും. നെഞ്ചുവിരിച്ച് തലയു
യർത്തി അഭിമാനബോധത്തോടെയാണ് ഈ വിഷം വില്പനശാലകളി
ലേക്ക് ഉപഭോക്താക്കൾ കയറിച്ചെല്ലുന്നത്.

കീടനാശിനി/വളക്കടകളിൽ മാത്രമേ വിഷവില്പനയുള്ളൂ എന്നാ
ണ് നമ്മിൽ പലരുടെയും വിചാരം. എന്നാൽ ഇതേ മാരകവിഷങ്ങൾ
ആകർഷകമായ പാക്കറ്റുകളിൽ സൂപ്പർമാർക്കറ്റുകളിൽ അതിലും ആകർ
ഷകമായ രീതിയിൽ പ്രദർശിപ്പിക്കുന്നതോടെ ഏതുഗ്രവിഷവും നിർദോ
ഷിയായ അവശ്യവസ്തുവായി രൂപംമാറുന്നു.

അടുക്കളയിൽ ഉപയോഗിക്കുന്ന സാധനങ്ങളുടെ കാര്യത്തിലാണ്
ഈ ഉപഭോക്തൃവഞ്ചന ഏറ്റവും കൂടുതൽ നടക്കുന്നത് എന്ന് കാഴ്സൺ
ചൂണ്ടിക്കാട്ടുന്നു. അടുക്കളയിൽ ഉപയോഗിക്കാൻ നിങ്ങളൊരു ലോഷൻ
വാങ്ങുന്നു. ക്ലോർഡേൻ ആണ് അതിലെ ഉള്ളടക്കമെന്ന് സൂക്ഷിച്ച് വായി
ച്ചുനോക്കിയാൽ മാത്രമേ മനസ്സിലാകൂ. പാറ്റാഗുളികകളിൽ ഇൻഡേനാ
കാം. കിച്ചൺ ഷെൽഫ് പേപ്പറിന്റെ ഇരുവശങ്ങളിലും വിഷംപുരട്ടിയു
ണ്ടാകും. എന്നാൽ നിങ്ങൾക്കിഷ്ടപ്പെട്ട നിറത്തിലും സുഗന്ധഗന്ധത്തി
ലും അതു കൈയിൽ കിട്ടുമ്പോൾ അതിൽ വിഷംപുരണ്ടിട്ടുണ്ടെന്ന
കാര്യം ആരാണോർത്തുപോവുക! മൂട്ടയെക്കൊല്ലാൻ ഉപയോഗിക്കുന്ന
ഞെക്കിയാൽ തെറിക്കുന്ന കണികകളിൽ ഡൈ എൽഡ്രിനാകാം മുക്കി
ലും മൂലയിലും വിള്ളലുകളിലും വിടവുകളിലുമെല്ലാം ഒരു മടിയും കൂടാ
തെ നാമിതാവശ്യത്തിലേറെ തളിക്കും. കൊതുകുകളെ കൊല്ലാൻ എത്ര
യെത്ര സംവിധാനങ്ങൾ! പരിസ്ഥിതിവിരുദ്ധമായി ജീവിച്ച് കൊതുകു

കളെ നാം വീട്ടിനകത്തെ നിത്യസാന്നിദ്ധ്യമാക്കും. എന്നിട്ട് അതിനെ തുര ത്താൻ മാരകവിഷം ഉപയോഗിക്കുകയും ചെയ്യും! വീട്ടിൽ ഉപയോഗി ക്കുന്ന പല വിഷദ്രാവകങ്ങളിലും വാർണിഷും പെയ്ന്റും കൃത്രിമനാരു കൊണ്ടുള്ള തുണികളും അലിഞ്ഞുചേരുമെന്ന് കുപ്പിയുടെ പുറത്ത് മുന്ന റിയിപ്പുണ്ടാകും. എന്നാൽ മനുഷ്യന്റെ തൊലി ഇതിനെല്ലാം അതീതമാ ണെന്നമട്ടിലാണ് അതെക്കുറിച്ചുള്ള വാചാലമായ മൗനം. ന്യൂയോർക്കിലെ ഒരു കടയിൽ കാഴ്സൺ കണ്ട പരസ്യം: കീശയിൽ വെക്കാവുന്ന കീട നാശിനി വിതരണസംവിധാനം ഇവിടെ കിട്ടും. പേഴ്സിലും മറ്റും സൂക്ഷിക്കാൻ അത്യുത്തമം!

"ആപത്സൂചനയായി തലയോടും കുറുകെവച്ച അസ്ഥികളും വലു തായിവരച്ച് ഉപഭോക്താക്കൾ പെട്ടെന്നു കാണുന്നമട്ടിൽ ഇത്തരം കട കൾക്കുമുമ്പിൽ പ്രദർശിപ്പിക്കാൻ എന്താണു തടസ്സം? മരണം കൈകൊ ര്യം ചെയ്യുന്ന സാധനങ്ങൾക്ക് സാധാരണഗതിയിൽ നൽകാറുള്ള ആദര വോടുകൂടി ഉത്തരം കടകളിൽ പ്രവേശിക്കാനെങ്കിലും കുറഞ്ഞപക്ഷം ഉപഭോക്താക്കൾ അപ്പോൾ തയാറാകുമല്ലോ."

എല്ലാത്തരം മാരകവിഷങ്ങളും വാങ്ങിക്കൂട്ടി ഉപയോഗിച്ചുമുന്നേറുന്ന അമേരിക്കക്കാരുടെ പൂന്തോട്ടസംസ്കാരത്തെയും കാഴ്സൺ കണക്കിനു കളിയാക്കുന്നു. പൂന്തോട്ട ഭ്രാന്തന്മാർക്കുവേണ്ടി എത്രയെത്ര പ്രസിദ്ധീ കരണങ്ങളാണ്! പ്രസാധന പത്രങ്ങളിൽ; ഗാഡൻ പേജ് വേറെയും. എല്ലാറ്റിലും നിറയെ കീടനാശിനികളുടെ മഹത്ത്വങ്ങളും. ഹാഡ്‌വെയർ സ്ഥാപനങ്ങളും സൂപ്പർമാർക്കറ്റുകളും അവകൊണ്ട് നിറഞ്ഞിരിക്കുന്നു. പൂക്കൾക്കും ഇലകൾക്കും പുൽത്തകിടികൾക്കുമെല്ലാം വേറെ വേറെ കീടനാശിനികൾ. വിഷം ഏറ്റവും സൗകര്യമായി ചാമ്പാൻ സഹായക മായ എത്രയോ പുതിയതരം ഉപകരണസംവിധാനങ്ങൾ. ചെടിക്കു വെള്ള മൊഴിക്കുന്ന ലാഘവത്തോടെ ക്ലോർഡേന്റെയോ ഡൈ എൽഡ്രിന്റെയോ കാണികാമേഘങ്ങൾ പറത്തിവിടാം. ഹോസ്‌പൈപ്പിലും പുല്ലുചെത്തി യിലും കീടനാശിനി വീഴ്ത്താനുള്ള പ്രത്യേക സംവിധാനം ഫിറ്റുചെയ്യാം. പുൽത്തകിടി നിരപ്പിക്കുന്നതിനിടയിൽ പ്രാണിനാശിനികൾ പൊഴിഞ്ഞു വീണുകൊണ്ടിരിക്കും!

പൂന്തോട്ട ശുശ്രൂഷ ഒഴിവുസമയവിനോദമായെടുത്ത ഒരു ഡോക്ട റുടെ കഥ കേൾക്കൂ. തോട്ടത്തിലും പുൽത്തകിടികളിലും ആദ്യം ഡി ഡി ടിയും മാലത്തിയോണും ഉപയോഗിച്ചു. എല്ലാ ആഴ്ചയും കൃത്യ മായി പ്രയോഗിക്കും. ഹാന്റ് സ്പ്രെയും ഹോസ് സ്പ്രെയും മാറിമാറി ഉപയോഗിച്ചു. ത്വക്കും വസ്ത്രങ്ങളും കീടനാശിനികൾ കുളിക്കാറുള്ളത്. അവസാനം കഴുകിവൃത്തിയാക്കുമായിരിക്കും. ഒരു കൊല്ലം കഴിഞ്ഞ പ്പോൾ ഒരു ദിവസമയാൾ തളർന്നുവീണു. ആശുപത്രി പരിശോധനയിൽ കൊഴുപ്പിൽ ഡി ഡി റ്റി അടിഞ്ഞുകൂടിയതായി കണ്ടു. നാഡികളാകെ താറുമാറായിരുന്നു. ചികിത്സ ഫലിച്ചില്ല. ശരീരഭാരം അതിവേഗം കുറ ഞ്ഞു. ക്ഷീണിച്ചവശനായി. മാലതിയോൺ വിഷബാധയുടെ ലക്ഷണ

മായ പേശീക്ഷീണവും കലശലായി. തുടർന്നുള്ള കാലം ശയ്യാവലംബി യായി കഴിയേണ്ടിവന്നു. ഈ രീതിയിൽ വീട്ടുതോട്ടങ്ങളുമായി ബന്ധ പ്പെട്ട് രോഗികളായിത്തീർന്ന മനുഷ്യരുടെയും വന്യജീവികളുടെയും വളർ ത്തുമൃഗങ്ങളുടെയും എണ്ണം നിരവധിയാണ്.

ഭക്ഷ്യവസ്തുക്കളിലെ കീടനാശിനി അളവിനെ 'സുരക്ഷിതം' എന്ന വാക്കുകൊണ്ടു വിശേഷിപ്പിക്കുന്ന തമാശയെക്കുറിച്ചും ഗ്രന്ഥകർത്രി വായനക്കാരെ ചിന്തിപ്പിക്കുന്നു. ഏതാനും ചില പരീക്ഷണമൃഗങ്ങളെ അടിസ്ഥാനമാക്കിയാണ് മനുഷ്യനിലെ സുരക്ഷിതത്വത്തിന്റെ അളവു നിർണയിക്കുന്നത്. പരീക്ഷണശാലയിലെ സുരക്ഷിതത്വം മനുഷ്യശരീര ത്തിന് എത്രമാത്രം ബാധകമാണെന്നതിന് വിദഗ്ധരുടെ കൈയിൽ തെളി വൊന്നുമില്ല. ഒറ്റയ്ക്കൊറ്റയ്ക്ക് ഓരോ വസ്തുവിലുമുള്ള കീടനാശിനി അംശത്തേക്കുറിച്ചാണ് അവർ പറയുന്നത്. ഉദാഹരണത്തിന് സാലഡിൽ ചേർക്കുന്ന ചീരയിൽ 7 ppm DDT യാകാം. പക്ഷേ, ഒരു ദിവസം ഈയൊ രിനം മാത്രമാണോ കഴിക്കുന്നത്? എല്ലാ ഭക്ഷണവുമാകുമ്പോൾ അതിന്റെ അളവെത്രയാകും. അതിനുപുറമെ എല്ലാം കൂടിച്ചേർന്നുള്ള 'സാലഡ് പ്രഭാവ'വും. ഇത്തരം കാര്യങ്ങളെക്കുറിച്ചെല്ലാം ശാസ്ത്രം മൗനം പാലിക്കുന്നു. സഹനശേഷി നിലവാര (tolerance level)ത്തെക്കു റിച്ചും ഈ രീതിയിൽ തെറ്റിദ്ധാരണ പരത്തുന്നു.

1942 നുമുമ്പുള്ള ഡി ഡി ടി പൂർവഘട്ടത്തിൽ മനുഷ്യരക്തത്തിൽ അതിന്റെ അംശം തീരെ ഇല്ലായിരുന്നു. 1954 ലും 1956 ലും അത് ശരാ ശരി 5.3, 7.4 ppm എന്ന നിലവാരത്തിലെത്തി. ഇപ്പോൾ ഡി ഡി ടിയു ടെയോ മറ്റു കീടനാശിനികളുടെയോ അംശം തീരെയില്ലാത്ത ആഹാരം വല്ലതും കിട്ടാൻ ഇപ്പോൾ ഭൂമിയുടെ ഏറ്റവും വിദൂരമേഖലകളിലെവിടെ ക്കെങ്കിലും പോകേണ്ടിവരും. കാഴ്സൺ പുസ്തകമെഴുതുമ്പോൾ അത്തരം ഭൂവിഭാഗങ്ങൾ അത്യപൂർവമായെങ്കിലും ഉണ്ടായിരുന്നു. ഉദാ ഹരണമായി ആർട്ടിക്കിലെ അലാസ്ക. അലാസ്ക്കയിലെ എസ്കിമോ മനുഷ്യരുടെ ഭക്ഷണം. എന്നാൽ വിഷഭീഷണിയുടെ കരിനിഴൽ അന്നേ പരക്കാൻ തുടങ്ങിയിരുന്നു. മത്സ്യം (ഉണങ്ങിയതും പച്ചയും), ബീവർ ഇറച്ചി, എണ്ണ, നെയ്യ് – പിന്നെ അലാസ്ക്കയിലെ പലതരം മൃഗങ്ങൾ – ഇവയുടെ ശരീരഭാഗങ്ങളിലൊന്നും കീടനാശിനികൾ കടന്നുകൂടിയിരു ന്നില്ലെങ്കിലും 'പോയിന്റ് ഹോപ്' എന്ന സ്ഥലത്തുനിന്നുപിടിച്ച രണ്ട് കൂമന്മാരുടെ കൊഴുപ്പിൽ ഡി ഡി ടി അടിഞ്ഞുകൂടിയതായിക്കണ്ടു – ദേശാടനയാത്രകൾക്കിടയിൽ സമ്പാദിച്ചതാകാം! ഏതാനും എസ്കിമോ ചെറുപ്പക്കാരിലും ഇതേ സ്ഥിതി കണ്ടു, അളവ് തീരെ ചെറുതായിരു ന്നെങ്കിലും – 0–1.9 ppm. ഇവർ കുറച്ചുകാലം അമേരിക്കയിലെ ഒരാശു പത്രിയിൽ കിടന്നവരായിരുന്നു!

എന്നാൽ കീടനാശിനികളുടെ അംശം കടന്നുകൂടിയിട്ടില്ലാത്ത ഏതെ ങ്കിലും ജീവിശരീരം ഇപ്പോൾ ലോകത്തിലെവിടെയെങ്കിലുമുണ്ടോ?

ചിലതരം കീടനാശിനികൾക്ക് ശാസ്ത്രം നിശ്ചയിച്ച സഹനനില

വാരങ്ങൾ നോക്കുക – ഡി ഡി ടി – 7 ppm; പാരാതിയോൺ, 1 ppm; 0.1 ppm ഡൈ എൽഡ്രിൻ.

ഭക്ഷ്യവസ്തുക്കളെ കരുതിക്കൂട്ടി വിഷപ്പെടുത്തിയശേഷം അതിന്റെ ഫലത്തെ നിയന്ത്രണവിധേയമാക്കാൻ ശ്രമിക്കുന്ന ഒര വസ്ഥയാണ് നമ്മുടേത്. ലൂയിസ്കരോളിന്റെ വെള്ളയോദ്ധാവിനെ പ്പോലെയാണവർ. തന്റെ മീശകൾക്ക് പച്ചച്ചായം കൊടുക്കാൻ ഇയാളൊരു വഴിയാലോചിക്കുന്നു; എന്നിട്ട് തന്റെ മീശകൾ ആരും കാണാതിരിക്കാൻ എപ്പോഴും ഏറെ വലിപ്പമുള്ള വിശറി ഉപയോ ഗിക്കുന്നു.

11
ലോലമായ വലക്കണ്ണികൾ

പ്രകൃതിയെ നമ്മുടെ ആഗ്രഹത്തിനനുസരിച്ച് പരുവപ്പെടുത്താ
നുള്ള ഏതു ശ്രമവും അപ്രതീക്ഷിതമായ പ്രത്യാഘാതങ്ങളുണ്ടാക്കു
ന്നു. അങ്ങനെ എളുപ്പത്തിലൊന്നും വഴങ്ങിത്തരുന്ന ഒന്നല്ല പ്രകൃതി.
നാം നടത്തുന്ന രാസയുദ്ധം മുറുകുന്തോറും മറ്റൊരുവഴിയിലൂടെ ഷഡ്പദ
ങ്ങൾ അതിനെ മറികടക്കാൻ കരുത്തരായി മാറും.

ജൈവബന്ധങ്ങളുടെ ലോലമായ വലക്കണ്ണികൾ ഒരിക്കലുമവസാന
മില്ലെന്ന മട്ടിൽ ശിഥിലമായിക്കൊണ്ടിരിക്കും. ഡച്ച് ബയോളജിസ്റ്റായ സി
ജെ ബ്രീജറുകളുടെ വാക്കുകൾ കാഴ്സൺ കടമെടുക്കുന്നു.

പ്രാണിലോകം പ്രകൃതിയുടെ ഏറ്റവും വിസ്മയകരമായ പ്രതി
ഭാസമത്രെ. അസാദ്ധ്യമായി അതിന് യാതൊന്നുമില്ല. തീർത്തും
സാദ്ധ്യതയില്ലാത്ത കാര്യങ്ങൾ ഇവിടെ സാധാരണ സംഭവിക്കു
ന്നു. അതിന്റെ നിഗൂഢതകളിലേക്ക് കൂടുതലാഴത്തിൽ ഇറങ്ങി
ച്ചെല്ലുന്തോറും അത്ഭുതംകൊണ്ടു. നിങ്ങൾ വാപൊളിച്ചുനിന്നുപോ
കും. ഈ ലോകത്തിൽ എന്തും സംഭവിക്കാമെന്ന് അയാളറിയു
ന്നു. ഒരിക്കലും സാദ്ധ്യതയില്ലെന്നു വിചാരിക്കുന്ന കാര്യ
ങ്ങൾപോലും ഇവിടെ നടക്കും.

അസാദ്ധ്യമായ ഈ കാര്യങ്ങൾ രണ്ടു കാരണംകൊണ്ടു സംഭവിക്കു
മെന്ന് ഗ്രന്ഥകർത്രി ചൂണ്ടിക്കാട്ടുന്നു. ഒന്ന് ജനിതകനിർദ്ധാരണംവഴി.
ആ രീതിയാൽ രാസവസ്തുക്കളെ ചെറുക്കാൻ കഴിവുള്ള ജനുസുകൾ
സൃഷ്ടിക്കപ്പെടും. ഇത് എങ്ങനെയെന്നാൽ ഒരു സ്ഥലത്ത് ഒരു ആയിരം
കൊതുകുണ്ടെന്നു വിചാരിക്കുക. ഡി ഡി ടി തളിച്ചപ്പോൾ ഇതിലൊരു
പത്തെണ്ണമൊഴികെ ബാക്കിയെല്ലാം ചത്തു. ഈ പത്തെണ്ണത്തിന് പ്രതി

രോധശേഷിയുള്ളതുകൊണ്ട് അതു നിലനില്ക്കുകയും വർദ്ധിക്കുകയും ചെയ്തു. വീണ്ടും ഡി ഡി ടി ഉപയോഗിച്ചാൽ കുറേ ചാകുമെങ്കിലും പ്രതിരോധമുള്ളവയുടെ എണ്ണം കൂടിയിരിക്കും. ഈ രീതിയിൽ കുറേ തലമുറ കഴിയുമ്പോൾ രാസവസ്തുക്കളെ ചെറുക്കാൻ കഴിവുള്ളവയുടെ ഒരു വൻപടതന്നെ ഉണ്ടായിക്കഴിഞ്ഞിരിക്കും. പരിസ്ഥിതിയിൽ നാം കൂടു തൽ രാസവസ്തുക്കൾ ഉപയോഗിക്കുന്നതിനനുസരിച്ച് പ്രകൃതിയുടെ ചെറുത്തുനില്പുശേഷിയാകെ ദുർബലമായിക്കഴിഞ്ഞിട്ടുണ്ടാകും. ഇന്നു നാമുപയോഗിക്കുന്ന രാസവസ്തുക്കളെല്ലാം ശത്രുവെന്നോ മിത്രമെന്നോ നോക്കാതെ എല്ലാ പ്രാണികളെയും വകവരുത്തുന്നവയത്രെ.

ആകസ്മികമായ ഒരനർത്ഥംമൂലം പ്രാകൃതിക നിയന്ത്രണങ്ങ ളെല്ലാം തെറ്റിപ്പോവുകയും ഏതെങ്കിലും ഒരു ജീവിവർഗ്ഗത്തിലെ എല്ലാ അംഗങ്ങളും ഉടച്ചുമാറ്റപ്പെടുകയും ചെയ്യുന്നതിനെക്കുറിച്ച് ജീവശാസ്ത്ര കാരന്മാർ ചില ഊഹാപോഹങ്ങളൊക്കെ നടത്തിയിട്ടുണ്ട്. ഒരു നൂറ്റാ ണ്ടുമുമ്പ് തോമസ് ഹക്സ്ലി ആഫിഡ് എന്ന സസ്യപ്പേനുകളെക്കുറിച്ചു നടത്തിയ ചില കണക്കുകൂട്ടലുകൾ ഉദാഹരണമായി നമ്മുടെ മുമ്പിലു ണ്ട്. ഇണചേരാതെ വംശവർദ്ധനനടത്തുന്ന ജീവിയാണിത്. ഒരു സ്ഥലത്ത് ഒരൊറ്റ സസ്യപ്പേനുണ്ടായാൽ ഒരു വർഷംകൊണ്ടത് അന്ന് ചീനാസാ മ്രാജ്യത്തിൽ ഉണ്ടായിരുന്ന മുഴുവൻ ആളുകളുടെയും മുഴുവൻ ഭാര ത്തിനു തുല്യമാകുമെന്നാണ് അന്ന് അദ്ദേഹം കണക്കു കൂട്ടിയത്. ജൈവ മണ്ഡലത്തിൽ എണ്ണത്തിൽ ഏറ്റവും കൂടുതലുള്ള ജീവികൾ ഷഡ്പദ ങ്ങളാണെന്നു പറയുന്നതു വെറുതെയല്ല. സ്പീഷീസുകളെ മാത്രമെടു ത്താൽ അത് ഏഴുലക്ഷത്തിലേറെയാണ്. ഈ ഏഴുലക്ഷത്തിലെയും ആകെ അംഗങ്ങളുടെ എണ്ണം ഒന്നുകൂടി നോക്കൂ. അതിജീവനശേഷി ഏറ്റവും കൂടുതലുള്ളജീവികൾ ഷഡ്പദങ്ങൾ തന്നെ സംശയമില്ല. കീട നാശിനികൾ കണ്ടമാനം ഉപയോഗിക്കുന്നത് അവയുടെ അതിജീവന ശേഷി വർദ്ധിക്കുകയേ ഉള്ളൂ. ഇതു മനസിലാക്കി അവയുടെ മുമ്പിൽ തോല്വി സമ്മതിക്കുന്നതിനുപകരം കൂടുതൽ ശക്തിയുള്ള വിഷങ്ങൾ ഉല്പാദിപ്പിച്ച് വിതരണം ചെയ്യുകയാണ് നമ്മളിന്ന്.

ഏതെങ്കിലും ഒരു ജീവിയെ ശത്രുവായി മുദ്രകുത്തി അതിനെ ബോധ്യപൂർവം നിർമ്മാർജ്ജനം ചെയ്യാൻ ശ്രമിച്ചുനോക്കൂ. അപ്രതീ ക്ഷിതമായ ഒരു മേഖലയിൽ തികച്ചും അപ്രതീക്ഷിതമായി അതിന് തിരി ച്ചടിയുണ്ടാകും. അമേരിക്കയുടെ ഒട്ടേറെ അനുഭവങ്ങൾ കാഴ്സൺ എടുത്തുകാട്ടുന്നു. ഉദാഹരണമായി കൊയ്യോട്ട്ചെന്നായ്ക്കളെ കൂട്ടം കൂട്ട മായി കൊന്നൊടുക്കിയപ്പോൾ വയൽ ചുണ്ടെലികൾ നിയന്ത്രണാതീത മായി പെരുകുകയും കൃഷിക്ക് വൻഭീഷണിയായി മാറുകയും ചെയ്തു. അരിസൊണയിൽ കയ്ബാബു മാനുകളുടെ ശത്രുക്കൾക്കെതിരെ നട ത്തിയ യുദ്ധപ്രഖ്യാപനം വൻ തിരിച്ചടിയാണുണ്ടാക്കിയത്. ചെന്നാ യ്ക്കളും കൊയ്യോട്ടുകളും പൂമകളുമെല്ലാം അവയുടെ പ്രാകൃതികശത്രു ക്കളായിരുന്നു. ഈ ഇരപിടിയന്മാരുടെ സഹായത്തോടെ അവയുടെ പരി

സ്ഥിതി സന്തുലനം സുഗമമായി നടന്നു. അങ്ങനെയിരിക്കെ ചില പ്രകൃതി സ്നേഹികൾക്ക് ഈ ഓമന മൃഗങ്ങളോട് എന്തെന്നില്ലാത്ത സ്നേഹം തോന്നി. മാനുകളെ രക്ഷിക്കാൻ അതിന്റെ ഇരപിടിയന്മാരെയെല്ലാം കൊന്നൊടുക്കി. മാനുകൾ പെരുകി. കൃഷി പിഴച്ചു. കാലക്രമത്തിൽ അവയ്ക്ക് പുല്ലുപോലും കിട്ടാതായി. മരച്ചില്ലകൾ എത്തിപ്പിടിച്ച് കടിച്ചു തിന്നുന്നതിനൊക്കെ ഒരു പരുമിതി ഉണ്ടായിരുന്നു. ഈ 'മേച്ചിൽ രേഖ' നാൾക്കുനാൾ ഉയർന്നുവന്നതോടെ അവ പട്ടിണിയായി. മുമ്പ് പരജീവി കൾ ഭക്ഷിച്ചിരുന്നതിനേക്കാൾ കൂടുതൽ മാനുകൾ ചത്തു.

പുൽമേടുകളിൽ കൊയ്യോട്ടിനും ചെന്നായയ്ക്കും ഉള്ള സ്ഥാനമാണ് പരിസരത്തിൽ ഷഡ്പദപരജീവികൾക്കുള്ളത്. അവയെ ഉന്മൂലനം ചെയ്താൽ ശല്യകീടങ്ങൾ നിയന്ത്രണമില്ലാതെ പെരുകും. എന്നാൽ പരി സ്ഥിതിനാശം സംഭവിച്ചുകഴിഞ്ഞതിനുശേഷം മാത്രമാണ് ഇതിനെക്കു റിച്ചൊക്കെ നാം ബോധവാന്മാരാകുന്നത്. പ്രാർത്ഥിക്കുന്ന പ്രാണി (praying mantis) പോയിക്കഴിഞ്ഞ ശേഷമാകും വിളകൾ നശിപ്പിക്കുന്ന എത്ര യെത്ര കീടങ്ങളെ ദിവസവുമവ ശാപ്പിടുന്നു എന്നറിയുക. രാത്രി മര ച്ചില്ലകൾക്കിടയിലും മറ്റും പതുങ്ങിനിന്നാണ് ഈ പെരുവയറൻ ഇരപിടി ക്കുക. ഇരയും വേട്ടക്കാരനും കഥാപാത്രമായിട്ടുള്ള എത്രയെത്ര നാടക ങ്ങളാണ് ഓരോ ദിവസവും ഈ രീതിയിൽ നടക്കുന്നത്! ഇരപിടിത്ത ത്തിന്റെ എന്തെല്ലാം രീതികൾ! ചിലത് വായുവിൽ ചുറ്റിപ്പറന്ന് ഇരയെ പിടിക്കും. ചിലത് സസ്യകാണ്ഡങ്ങളിലൂടെ നീങ്ങി ആഫിഡുകളെപ്പോ ലെയുള്ള അനങ്ങാപ്രാണികളെ ശാപ്പിടും. യെല്ലോ ജാക്കറ്റുകൾ എന്നു വിളിക്കുന്ന സാധനം ഇരയുടെ മൃദുഭാഗങ്ങൾ തുരന്ന് ചാറു വലിച്ചെടു ക്കും. മെഡൊബർ വേട്ടാളിയന്മാർ വീട്ടിനുള്ളിലും മറ്റും ചെളികൊണ്ട് കൂടുണ്ടാക്കി അതിൽ കുഞ്ഞുങ്ങൾക്കുവേണ്ടി പ്രാണികളെ ശേഖരിച്ചു വെക്കും. ഹോർസ്ഗാഡ് വേട്ടാളിയൻ മേഞ്ഞുനടക്കുന്ന കന്നുകാലിക്കൂട്ട ങ്ങൾക്കുചുറ്റും പറന്ന് ചോരകുടിയന്മാരായ ഉണ്ണികളെ പിടിച്ചു തിന്നും. സിൽഫിഡ് ഈച്ചയും ലേഡിബീറ്റിലുകളും സസ്യപ്പേനുകളുടെ ഏറ്റവും വലിയ ശത്രുക്കളത്രെ.

ഇതിലേറെ അസാധാരണവും ആശ്ചര്യകരവുമാണ് പരാദഷഡ്പദ ങ്ങളുടെ ജീവിതരീതികൾ. അതിഥികളെ ഒറ്റയടിക്കു കൊല്ലാതെ സ്വന്തം കുഞ്ഞുങ്ങൾക്കുവേണ്ടി കുറച്ചുകാലം സൂക്ഷിച്ചുവെക്കും. ജലാശയങ്ങൾ ക്കു മുകളിൽ നിരന്തരം ചുറ്റിപ്പറന്നുകളിക്കുന്ന ഡ്രാഗൻ തുമ്പികൾ കൊതുകുകളുടെ ഏറ്റവും വലിയ ശത്രുക്കളത്രെ. കൂട പോലുള്ള കാലു കൾകൊണ്ട് കൊതുകുകളെ പിടിച്ചെടുക്കുമ്പോൾ താഴെ വെള്ളത്തിൽ അവയുടെ പ്രായമെത്താത്ത കുഞ്ഞുങ്ങൾ കൊതുകുലാർവകളെ തിന്നു മുടിക്കുകയാവും! വെയിലിലും മഴയിലുമെല്ലാം ഈ മാതിരി നൂറുകണ ക്കിനു ജീവികൾ നിരന്തരം പ്രവർത്തിച്ചുകൊണ്ടിരിക്കുന്നു.

രാസകീടനാശിനികളുടെ തരം ജാതിയും എണ്ണവും വിഷവീര്യവും കൂടിവരുന്നതിനനുസരിച്ച് പരിസ്ഥിതിയുടെ ചെറുത്തുനില്പുശേഷി കുറ

ഞ്ഞുവരുന്നുണ്ടെങ്കിലും സ്ഥായിയും ഭീതിദവുമായ ഒരു പ്രതിഭാസമായി അതു മാറിക്കഴിഞ്ഞിട്ടുണ്ടെങ്കിലും "സംഗതി ശരിയാണ്. എന്നാൽ നമ്മുടെ കാലത്തൊന്നും അതു സംഭവിക്കാൻ പോകുന്നില്ല." എന്ന് കുറച്ചാളുകളൊഴികെ ബാക്കിയെല്ലാവരും ശുഭപ്രതീക്ഷ വച്ചു പുലർത്തുകയാണ്.

"സൈലന്റ് സ്പ്രിങ്ങിലൂടെ നടന്നത് വൻബോധവല്ക്കരണം തന്നെയായിരുന്നു; സംശയമില്ല. പലതരം രാസവിഷങ്ങൾക്കു നിയന്ത്രണമേർപ്പെടുത്താനും ചിലതു നിരോധിക്കാനും അതു കാരണമായി. പരിസ്ഥിതിയുടെ കാവലാളന്മാർ പല രാജ്യങ്ങളിലും ഔദ്യോഗികതലത്തിൽ തന്നെ നിയമിതരായി. എന്നാൽ ഇതുകൊണ്ട് എവിടെയെങ്കിലും കീടനാശിനികളുടെ ഉല്പാദനവും വിപണനവും കുറഞ്ഞോ എന്നതാണ് ചോദ്യം. ബോധവല്ക്കരണത്തിൽ ഏറെ മുൻപന്തിയിൽനിന്ന അമേരിക്കയുടെ കാര്യം നോക്കൂ. കീടനാശിനികൾ പലതും ആഫ്രിക്കൻ രാജ്യങ്ങളിലേക്ക് ഒഴുകുകയായിരുന്നു. റൂത്ത്നോറിസ് എഡിറ്റുചെയ്ത ന്യൂയോർക്കിലെ നോർത്ത് റിവർ പ്രസ് ഇൻക് പ്രസിദ്ധം ചെയ്ത *Pills, Pesticides and Pills* എന്ന ഗ്രന്ഥത്തിൽ ഇതിന്റെ ചില ചിത്രങ്ങൾ വായിക്കാം. 1962 ൽ നിന്ന് 19984 ൽ എത്തിയപ്പോൾ അമേരിക്കയുടെ കീടനാശിനി കയറ്റുമതി 300 ശതമാനംകണ്ട് ഉയർന്നു. ഗാമാലിൽ 20 ആദ്യം ഘാനയിലെത്തിയപ്പോൾ 'കൈനനയാതെ' മീൻപിടിക്കാനാണ് വ്യാപകമായി ഉപയോഗപ്പെടുത്തിയത്. തുടർന്ന് മത്സ്യങ്ങളിലൂടെയുള്ള വിഷബാധ വൻ പ്രശ്നമായി വളർന്നു. കീടനാശിനികൾ ജീവനാശിനികളാണെന്ന പാഠം പഠിക്കാൻ ഈ നിരക്ഷരസമൂഹം ഏറെ വില കൊടുക്കേണ്ടിവന്നു. എന്നാൽ ഈ മാതിരി ആയിരമായിരം സംഭവങ്ങൾ ബോധപൂർവ്വം അവഗണിക്കപ്പെടുകയാണുണ്ടായത്. കാർഷികോല്പാദനം കുത്തനെ ഉയർത്താൻ 'ആത്മാർത്ഥ'മായി പാടുപെടുന്നവരുടെ മനോവീര്യം കെടുത്താൻ പോന്ന യാതൊന്നും ഒരു കോണിൽനിന്നുമുണ്ടാകരുതെന്നതായിരുന്നു ഔദ്യോഗികമായി നല്കപ്പെട്ട താക്കീത്.

കീടനാശിനി ഉല്പാദനത്തിനിറങ്ങിയ കുത്തകക്കമ്പനികളുടെ എണ്ണം ഇതിനകം പതിന്മടങ്ങു വർദ്ധിച്ചു. എല്ലാ അവികസിതരാജ്യങ്ങളിലും അവയുടെ വലക്കണ്ണികൾ പട മിക്കതും അമേരിക്കൻ കമ്പനികൾ തന്നെയായിരുന്നു. ടെക്സാസിലെ വെൽവിക്കോൾ കെമിക്കൽ കോർപ്പറേഷൻ 1971–76 ൽ തങ്ങളുടെ ലെപ്ടോ ഫോസ് എന്ന ഉല്പന്ന മെത്തിച്ച രാജ്യങ്ങളിലെല്ലാം ദുരന്തങ്ങളുമുണ്ടായി. കൊളമ്പിയയിലും ഇന്തോനേഷ്യയിലും ഈജിപ്തിലും നിരവധി കർഷകർ രോഗബാധിതരായി. ആയിരക്കണക്കിനു നീർപ്പോത്തുകൾ ചത്തുപൊന്തി. ഗ്വാട്ടിമാലയിൽ ഓർഗാനോ ഫോസ്ഫേറ്റുകൾ ഉപയോഗിക്കപ്പെട്ടു. *സയലന്റ് സ്പ്രിങ്ങിന്റെ* സന്ദേശം കണ്ടില്ലെന്നു നടിച്ചാണ് ഇതെല്ലാം അരങ്ങേറിയത്.

ജൈവിക കീടനിയന്ത്രണത്തിന്റെ എത്രയോ മാതൃകകളും കാഴ്

സൺ ഈ പുസ്തകത്തിൽ എടുത്തു ചേർക്കുന്നുണ്ട്. 1960 ൽ ജൈവിക നിയന്ത്രണത്തിൽ ഗവേഷണം നടത്തിയിരുന്ന കീടവിദഗ്ധർ വെറും രണ്ടുശതമാനം മാത്രമായിരുന്നു. ഭൂരിപക്ഷവും രാസികനിയന്ത്രണ ത്തിന്റെ വക്താക്കളായിരുന്നു എന്നുമാത്രമല്ല, ഉല്പാദനക്കമ്പനികളെ ഒളിഞ്ഞും തെളിഞ്ഞും സഹായിച്ചുകൊണ്ടിരുന്നു. ഇംഗ്ലണ്ടിലെ എഫ് എച്ച് ജേക്കബ്, നോവസ്ക്കോട്ടിയയിലെ എ ഡി പിക്കറ്റ് എന്നിവരുടെ കറകളഞ്ഞ പ്രതിബദ്ധതയാണ് ഇതിനു മാറ്റം വരുത്തിയത്. പരാദങ്ങൾ ക്കും പരജീവികൾക്കും ഇടംനൽകുന്ന ഒരു കീടനിയന്ത്രണശൈലി അവർ പ്രയോഗത്തിൽ കൊണ്ടുവന്നു. നോവാ സ്കോട്ടിയയിലെ അന്നാ പൊലിസ് താഴ്വരയിലെ ആപ്പിൾതോട്ടങ്ങളിൽ ഡോ. പിക്കറ്റ് ശ്രദ്ധ കേന്ദ്രീകരിച്ചു. ആദ്യ ശ്രമങ്ങൾ വൻ പരാജയമായിരുന്നു. വീണ്ടും രാസ വിഷങ്ങളെ ആശ്രയിക്കേണ്ടിവന്നു. എന്നാൽ പിക്കറ്റും കൂട്ടരും തളരാതെ പിടിച്ചുനിന്നു. പ്രകൃതിയുടെ രീതികൾക്ക് പരമാവധി ഊന്നൽ കൊടു ക്കുന്ന ഒരു രീതി പ്രാവർത്തികമാക്കി. അത്യാവശ്യഘട്ടങ്ങളിൽമാത്രം പരിചിതമായ അളവിൽ കീടനാശിനികൾ ഉപയോഗിച്ചു. പ്രകൃതിയോട് അക്രമംകാട്ടാത്ത ഒരു നിയന്ത്രണരീതിയായിരുന്നു അത്.

"ഡാർവിൻ ഇന്ന് ജീവിച്ചിരിപ്പുണ്ടായിരുന്നെങ്കിൽ തന്റെ അർഹത യുള്ളതിന്റെ അതിജീവനത്തെക്കുറിച്ചുള്ള സിദ്ധാന്തത്തിനു സംഭവ ത്തിന്റെ അത്യാകർഷകമായ പ്രമാണീകരണം വഴി പ്രാണിലോകം അദ്ദേ ഹത്തെ ആഹ്ലാദപ്പെടുത്തുകയും അതിശയപ്പെടുത്തുകയും ചെയ്യുമായി രുന്നു. കടുത്ത വിഷം തളിയുടെ സമ്മർദ്ദമുളവാക്കുന്ന പ്രഭാവം പ്രാണി ലോകത്തിലെ കൂടുതൽ ദുർബ്ബലരായ അംഗങ്ങളെല്ലാം തുടച്ചു മാറ്റപ്പെട്ടു വരികയാണ്. ഇപ്പോൾ പല മേഖലകളിലും പല സ്പീഷ്യീസുകൾക്കിട യിലും കരുത്തും അർഹതയുള്ളതുമാത്രം ബാക്കിയാവുകയും അവയെ നിയന്ത്രണവിധേയമാക്കാനുള്ള നമ്മുടെ എല്ലാ ശ്രമങ്ങളെയും പരാജയ പ്പെടുത്തുകയും ചെയ്യുന്നു."

ലോകമെങ്ങുമുള്ള കൃഷിക്കാർ സ്വാനുഭവങ്ങളിലൂടെ ഈ സത്യം തിരിച്ചറിയുകയാണ് ഓരോ ദിവസവും. ചില്ലറ ചില ചെറിയ പൊട്ടുവിദ്യ കൾ വഴി നിയന്ത്രണവിധേയമാക്കാൻ കഴിയുമായിരുന്ന പല കീടപ്രാണി കളെയും കൊടുംവിഷങ്ങൾ തന്നെ വേണമെന്നുവന്നു. അവയും ഫലിക്കാ തായി. പരിസ്ഥിതിയിന്മേലുള്ള ആഘാതമാകട്ടെ പതിന്മടങ്ങു വർദ്ധിക്കു കയും ചെയ്തു.

1945 ൽ രാസകീടനാശിനികളുടെ ഉപയോഗം തുടങ്ങിയ കാലത്ത് വിഷത്തെ ചെറുത്തുനിൽക്കാൻ കഴിവുള്ള ഏതാണ്ട് ഒരു ഡസൻ കീട നാശിനികൾ മാത്രമേ അറിയപ്പെടുന്നവയായി ഉണ്ടായിരുന്നുള്ളൂ. കീട നാശിനികളുടെ എണ്ണം കൂടിയതിനനുസരിച്ച് ഇത് ക്രമത്തിൽ വർദ്ധിച്ചു കൊണ്ടിരുന്നു. 1960 ആയപ്പോഴേക്കും പൊടുന്നനവെയത് കുത്തനെ ഉയർന്ന് 137 ഓളം സ്പീഷ്യീസായി മാറി. ഇതിനകം (1962) ആയിരം പ്രബ സ്സങ്ങളെങ്കിലും ആ വിഷയത്തിൽ പുറത്തിറങ്ങിയിട്ടുണ്ടാകും. ലോകാ

രോഗ്യസംഘടന മുന്നൂറോളം ശാസ്ത്രജ്ഞരുടെ സഹായവും സഹകര
ണവും ഇതിനായി ഉപയോഗപ്പെടുത്തിയിട്ടുണ്ടാകും. കീടനിയന്ത്രണപരി
പാടികൾ അഭിമുഖീകരിക്കുന്ന ഏറ്റവും ഗൗരവാവഹമായ ഒറ്റപ്രശ്ന
മായി അതിനെ വിലയിരുത്തുകയും ചെയ്തു. "ഒരു മഹാ ഹിമപ്രവാഹ
ത്തിന്റെ കരുത്തുള്ള അത് താമസിയാതെ മാറുമെന്നതിന്റെ ആരംഭ
സൂചനകളാണ് ഇപ്പോൾ വന്നുകൊണ്ടിരിക്കുന്നത്" എന്ന് ജന്തുജന
സംഖ്യാവിദഗ്ദ്ധനായ ഡോ. ചാൾസ് എൽട്ടൺ ഇതിനെക്കുറിച്ചു
പറഞ്ഞു.

'നിയന്ത്രണം പൂർണവിജയ'മെന്നെഴുതിയതിന്റെ മഷി ഉണങ്ങും
മുമ്പ് ചെറുത്തുനില്പിനെക്കുറിച്ചുള്ള പുതിയ വിവരങ്ങൾ വരികയായി
ചിലപ്പോൾ. തെക്കനാഫ്രിക്കയിൽ ഉണ്ണികളുടെ ഉപദ്രവംമൂലം കൂട്ടംകൂട്ട
മായി ചത്തു. ആർസനിക്ക് ഫലിക്കാതായപ്പോൾ ബി എച്ച് സി ഇറക്കു
മതി ചെയ്തു. ആദ്യം എല്ലാം ഭംഗിയായി നടന്നു. ഉണ്ണികൾ നിയന്ത്രണ
വിധേയമായിക്കഴിഞ്ഞെന്ന് ആശ്വാസംകൊള്ളാൻ തുടങ്ങുമ്പോഴതാ കീട
ങ്ങൾ ക്ലോറിനീകൃത വിഷത്തെ പേടിക്കാതായതായി തെളിവുകൾ വരു
ന്നു. മനുഷ്യാരോഗ്യത്തിനാണ് ഇത്തരം സംഭവങ്ങൾ കൂടുതൽ വലിയ
ഭീഷണിയായി മാറുക. രോഗംപരത്തുന്ന പ്രാണികളും മനുഷ്യനും
തമ്മിൽ സഹസ്രാബ്ധങ്ങളുടെ ബന്ധമാണുള്ളത്. ഇണങ്ങിയും പിണ
ങ്ങിയും പൊരുത്തപ്പെട്ടുജീവിക്കുന്ന ഒരു ജീവിതമാണത്. ചിലതരം
കൊതുകുകൾ മലമ്പനിയുടെ അണുക്കളെ കുത്തിവെക്കും. ചിലത്
മഞ്ഞപ്പനികൊണ്ടുവരും. വേറെ ചിലതു മസ്തിഷ്കവീക്കത്തിന്റെ
ഏജന്റുമാരാകും. ഈച്ചകൾ കടിക്കില്ലെങ്കിലും വയറിളക്കത്തിന്റെ അണു
ക്കൾ പരത്തും. പേനും എലിച്ചെള്ളുമെല്ലാം ഈ രീതിയിൽ രോഗകാരി
കളാകും. രാസകീടനാശിനികളിലൂടെ പ്രതിരോധശേഷി ആർജ്ജിക്കുന്ന
തോടെ നിലവിലുള്ള നിയന്ത്രണമാർഗങ്ങളൊന്നും ഫലിക്കാതാകും. കേര
ളംപോലുള്ള സംസ്ഥാനങ്ങളിൽ ഒരുകാലത്ത് മലമ്പനിപൂർണ്ണമായും
നിയന്ത്രണവിധേയമാവുകയുണ്ടായല്ലോ. എന്നാൽ ഇന്ന് മലമ്പനി മാത്ര
മല്ല, കൊതുകുപരത്തുന്ന, ജീവനു കൂടുതൽ ഭീഷണിയാകാനിടയുള്ള
'പലതരം രോഗങ്ങൾ' മഴക്കാലമാകുമ്പോൾ അരങ്ങുതകർക്കുന്ന കാഴ്ച
യല്ലെ നാം കാണുന്നത്?

ഡി ഡി ടി ഫലിക്കാതായപ്പോൾ ബി എച്ച് സി പോരാതായപ്പോൾ
ഡൈ എൽഡ്രിൻ. ഈ രീതിയിലായിരുന്നു വിഷങ്ങളുടെ മാറിമാറിയുള്ള
ഉപയോഗം. ഡി ഡി ടിയുടെ ഉപയോഗം തുടങ്ങി രണ്ടു മൂന്നുകൊല്ലത്തി
നകം തന്നെ പ്രാണികൾ അവയെ പേടിക്കാതായി. നാൽപ്പതുകളുടെ
അവസാനത്തിൽ ഇതൊക്കെത്തന്നെയാണ് സംഭവിക്കാൻ തുടങ്ങിയത്.
ടെന്നിസിവാലിയിൽ പരക്കെ 1948 ൽ ഇതു സംഭവിച്ചു. പല സ്ഥലങ്ങ
ളിലും കീടനാശിനി തളി തുടങ്ങി വെറും രണ്ടു മാസത്തിനകം പ്രതി
രോധശേഷി കാണാൻ തുടങ്ങിയതായും രേഖപ്പെടുത്തപ്പെട്ടിട്ടുണ്ട്. ഓർഗാ
നോക്ലോറിൻ പരാജയപ്പെടുന്നതായികണ്ട് ഓർഗാനോ ഫോസ്ഫേറ്റി

ലേക്കു മാറിയിട്ടും ഫലമുണ്ടായില്ല. അങ്ങനെ വീട്ടിച്ചകളുടെ നിയന്ത്ര
ണസംരംഭം വൻ പരാജയത്തിൽ കലാശിച്ചു. കീടനാശിനികൾ ഉപേ
ക്ഷിച്ച് പൊതു ശുചിത്വത്തിലൂന്നിയുള്ള നിയന്ത്രണപരിപാടികളിലേക്കു
നീങ്ങാൻ നിർബ്ബന്ധിതരായി ചില മേഖലകളെങ്കിലും.

ഡി ഡി റ്റി കോരിച്ചൊരിഞ്ഞ ഇറ്റലിയിലെ നേപ്പിൾസിലും ഇതു
തന്നെ സംഭവിച്ചു. പേനുകളായിരുന്നു പ്രഖ്യാപിത ശത്രുക്കൾ. 1945–46
ൽ ടൈഫസ്പനിയെ നേരിടാൻ ജപ്പാനും കൊറിയയും നടത്തിയ വൻ
യജ്ഞത്തിനു തുല്യമായ ഒരു സംരംഭമായിരുന്നു. 1948 ൽ സ്പെയി
നിൽ നേരിട്ട പരാജയം നേപ്പിൾസ് തീർത്തും അവഗണിക്കുകയായിരു
ന്നു. ചില പരീക്ഷണങ്ങളൊക്കെ ചെയ്തതിന്റെയടിസ്ഥാനത്തിൽ പേനു
കൾക്ക് പ്രതിരോധം വളർത്തിയെടുക്കാനാകില്ലെന്ന് ചില കീടവിദഗ്ധ
രൊക്കെ കൂടിയങ്ങ് ഉറപ്പിക്കുകയായിരുന്നു. 1950–51 ൽ കൊറിയയിൽ
പടർന്നു ടൈഫസിനെ നേരിടാൻ നടത്തിയ കീടനാശിനി പ്രയോഗം
പേനുകളുടെ എണ്ണത്തിൽ വർദ്ധനവാണുണ്ടാക്കിയത്. തുടർന്ന് സിറിയ
യിലും ജോർദ്ദാനിലും ഈജിപ്തിലും ഉണ്ടായ അനുഭവങ്ങളും ഡി ഡി
ടിയുടെ ശേഷിക്കുറവ് അഥവാ പേനുകളുടെ ശേഷിക്കൂടുതൽ അസന്നി
ഗ്ദ്ധമായി തെളിയിച്ചു. 1957 ആയപ്പോഴേക്കും ഈ പട്ടികയിൽ തെക്ക
നാഫ്രിക്ക, പടിഞ്ഞാറനാഫ്രിക്ക, പെറു, ചിലി, ഫ്രാൻസ്, യുഗോസ്ലാ
വിയ, അഫ്ഗാനിസ്ഥാൻ, ഉഗാണ്ട, മെക്സിക്കോ തുടങ്ങിയുള്ള രാജ്യ
ങ്ങളും ചേർക്കപ്പെട്ടു.

വടക്കെ അമേരിക്കയിൽ ജർമൻ കൂറകളെ കൊല്ലാൻ ക്ലോർഡേൻ
ഉപയോഗിച്ചുപയോഗിച്ച് അതും തീരെ ഫലിക്കാതായി. ഒടുവിൽ ക്ലോർ
ഡേൻ മാറ്റി ഓർഗാനോ ഫോസ്ഫേറ്റുകൾ ഉപയോഗിച്ചുതുടങ്ങിയപ്പോൾ
അതിന്റെ പല്ലും കൊഴിഞ്ഞുപോയി.

ഡി ഡി ടിയോട് ആദ്യം പ്രതിരോധശേഷി കാട്ടിത്തുടങ്ങിയ ആദ്യ
ജീവി അനോഫിലസ് സക്കറോഡി എന്ന കൊതുകാണ്. 1946 ൽ എല്ലാം
ശുഭപര്യവസാനമായിയായിക്കലാശിച്ചു. 1949 ൽ പാതയോരത്തും മറ്റു ഈ
ജാതി അനോഫിലസ് കൊതുകുകൾ കൂട്ടംകൂട്ടമായിരുന്ന് വിശ്രമിക്കു
ന്നതു കാണായി. വീടുകളിൽ കയറിയില്ലെങ്കിലും ഗുഹകളിലും ഓവു
പാലങ്ങളിലും നാരകമരത്തടികളിലും മറ്റും ഇവ പെരുകി. വിഷത്തോട്
കൂടിയ നിലയിൽ സഹനശേഷിയുള്ള കൊതുകുകൾ ഇത്തരം ഇടങ്ങ
ളിൽ വംശവർധന നടത്താൻ ഇടംകണ്ടെത്തുകയായിരുന്നു. അധികം
താമസിയാതെ പാർപ്പിടങ്ങളുടെ ചുവരുകളിലും മറ്റും പഴയപടി പേടിയി
ല്ലാതെ വിഹരിക്കാനും തുടങ്ങി. 1960 ആയപ്പോഴേക്കും ചെറുത്തുനില്പു
ശേഷിയുള്ള കൊതുകു സ്പീഷീസുകളുടെ എണ്ണം പഴയ അഞ്ചിന്റെ
സ്ഥാനത്ത് 28 ആയി ഉയർന്നു. ലോകത്തിന്റെ എല്ലാ ഭാഗങ്ങളിലും
ഇവയെ കണ്ടെത്താനും കഴിഞ്ഞു. മസ്തിഷ്കജ്വരവും മഞ്ഞപ്പനിയും
പരത്തുന്നവയും കൂട്ടത്തിലുണ്ടായിരുന്നു. നിയന്ത്രണവിധേയമായി ഒതു
ങ്ങിക്കഴിഞ്ഞിരുന്ന ഇത്തരം രോഗങ്ങൾ മൂന്നാംലോക രാജ്യങ്ങളിൽ

വീണ്ടും തലപൊക്കാൻ തുടങ്ങി. ഈച്ചനിയന്ത്രണം വഴി നിയന്ത്രണ വിധേയമാക്കിയ വയറിളക്കം, കണ്ണുരോഗങ്ങൾ എന്നിവ ജോർജിയയിലും ഈജിപ്തിലും ശക്തിയായ തിരിച്ചുവരവു നടത്തി.

ഡാർവിന്റെ പ്രകൃതിനിർദ്ധാരണ സിദ്ധാന്തത്തിന് ഇതിലപ്പുറം അനു യോജ്യമായ ഒരു ദൃഷ്ടാന്തം മറ്റെവിടെയാണ് ചൂണ്ടിക്കാണിക്കാനുള്ളത്? ആദ്യമുണ്ടായ ഒരു നിശ്ചിത എണ്ണം അംഗങ്ങളിൽ ഘടനയിലും സ്വഭാവ ത്തിലും ജീവധർമ പ്രവർത്തനങ്ങളിലും വൻതോതിൽ വ്യതിരിക്തിത കാണിക്കുന്നവ രാസിക ആക്രമണങ്ങളെ കൂടുതൽ സമർത്ഥമായി ചെറു ത്തുനിൽക്കും. ദുർബ്ബലരെല്ലാം നാമാവശേഷമാകും. അപകടങ്ങളെ നേരി ടാൻ ജന്മനാ കഴിവുള്ള ഏതാനും ചിലവ ബാക്കിയാകും. പ്രകൃതിയുടെ അലിഖിത നിയമമാണിത്. ഒന്നിനും ഇതിൽനിന്ന് ഒഴിഞ്ഞുനിൽക്കാനാ വില്ല. ഏറ്റവും കടുത്ത വിഷവും അങ്ങനെ ഒരുനാൾ ഫലിക്കാതാകും. എന്നാൽ ജീവികൾ അവയെ അതിജീവിക്കുന്നു എന്നേയുള്ളൂ. പരി സ്ഥിതി ചക്രങ്ങളിലൂടെ അവ ജൈവമണ്ഡലമാകെ നിരന്തരം കറങ്ങി ക്കൊണ്ടിരിക്കും. അത്തരം യാത്രകൾക്കിടയിൽ പരിസ്ഥിതിഘടകങ്ങൾക്ക് അപരിഹാര്യമായ ദോഷങ്ങൾ വരുത്തിവച്ചുകൊണ്ടിരിക്കുന്നു. മനുഷ്യൻ കാട്ടുന്ന ഇത്തരം ഓരോ വിഡ്ഢിത്തം കണ്ട് ഈ പ്രാണികളെല്ലാം ചിരി ക്കുന്നുണ്ടാകണം!

നോക്കണേ, എത്രമാത്രം സമർത്ഥന്മാരാണ് ഈ ചെറുജീവികളെന്ന്. ഇരുത്തം കണ്ടാലറിയാം ചെറുത്തുനിൽപുശേഷി ഉള്ളതോ ഇല്ലാത്തതോ എന്ന്. പ്രതിരോധശേഷിയുള്ളവ മിക്കവാറും വിഷം തളിക്കാത്ത തിര ശ്ശീന പ്രതലങ്ങളിലേ ഇരിക്കൂ. വിഷംപുരണ്ട ചുവരുകളെയും മറ്റും പര മാവധി ഒഴിവാക്കും. പ്രതിരോധശേഷി കൂടിയ ഒരു വീട്ടീച്ച സ്ഥിരമായി ഒരു സ്ഥലത്തുതന്നെ കൂടുതൽ സമയം ഇരിക്കും. വിഷംതളിച്ച ഉൾഭാഗ ങ്ങളിൽനിന്ന് കൊതുകുകൾ പുറത്തിറങ്ങി സുരക്ഷിത സ്ഥാനങ്ങളിൽ അഭയം തേടും. ഇതെല്ലാം രാസവിഷങ്ങളെ അതിജീവിക്കാൻ പറ്റിയ ചില്ലറ ചില 'നമ്പരുകൾ' മാത്രം!

ഒരു കീടം രാസവിഷത്തോട് പ്രതിരോധശേഷി നേടിയെടുക്കാൻ എത്രകാലം വേണം? സാധാരണഗതിയിൽ 1–2 കൊല്ലം. ചിലപ്പോൾ അതിലും കുറവു മതി. പരമാവധി നൂറുകൊല്ലംവരെയെടുക്കാറുണ്ട്. ഒരു വർഷത്തിനകം എത്ര തലമുറകളെയുണ്ടാക്കുമെന്നത് പ്രധാനമത്രെ. കാലാവസ്ഥാഭേദമനുസരിച്ച് പ്രതിരോധശേഷി വ്യത്യാസമുണ്ടാകും. ഉദാ ഹരണമായി ചൂടുകൂടിയ സ്ഥലങ്ങളിലുള്ളവയ്ക്ക് ചെറുത്തുനിൽപു ശേഷി കൂടിയിരിക്കും.

ഇതു കേൾക്കുമ്പോൾ സ്വാഭാവികമായും ഉയർന്നുവരാനിടയുള്ള ഒരു സംശയം. കീടങ്ങൾക്ക് അതിജീവിക്കാമെങ്കിൽ അവയെക്കാൾ കരു ത്തുള്ള മനുഷ്യർക്കും അതു സാദ്ധ്യമാകില്ലെ? ഏത് ഉഗ്രവിഷത്തിനുമെ തിരെ ഒരുനാൾ മനുഷ്യനും പ്രതിരോധശേഷി നേടിയെടുക്കാൻ കഴി യില്ലെ, കഴിയേണ്ടതല്ലേ?

ഇവിടെ ഒന്നിലേറെ പ്രശ്നങ്ങൾ നാം കാണേണ്ടതുണ്ട്. ഒന്നാമതായി, മനുഷ്യന്റെ ഒരു തലമുറയുണ്ടാകാനും കീടങ്ങളുടെ ഒരു തലമുറ യുണ്ടാകാനും വേണ്ടിവരുന്ന സമയം. നൂറ്റാണ്ടുകൾ, സഹസ്രാബ്ധങ്ങൾ തന്നെ വേണ്ടിവരുന്ന ഒരു പ്രക്രിയയയാകും ഈ രീതിയിൽ അതിജീവനം സാധ്യമാകാൻ. കീടങ്ങളുടെ എത്രയെത്ര തലമുറകൾ നശിച്ചുപോയി ട്ടാണ് ചെറുത്തുനിൽപ്പുശേഷിയുള്ള ഒരു തലമുറയുണ്ടാകുന്നത് എന്ന് ഓർമവേണം. പിന്നെ പ്രതിരോധശക്തിയെന്നു പറയുന്നത് ഏതെങ്കിലും ഒരു വ്യക്തിയിൽ വളർന്നുവരുന്ന ഒരു സ്ഥിതിവിശേഷമല്ല. പ്രതിരോധ ശേഷിയുള്ള വ്യക്തികൾ തലമുറകളിലൂടെ എണ്ണത്തിൽ പെരുകി അവ സാനം അതൊരു സ്പീഷീസിന്റെ സ്വഭാവമായി മാറിയാലേ അതിലെ എല്ലാ അംഗങ്ങൾക്കും ഗുണകരമായ ഒരു സ്വഭാവവിശേഷമായി അതു മാറുകയുള്ളൂ. ഒരു നൂറ്റാണ്ടിനിടയിൽ ശരാശരി മൂന്നുതലമുറയെന്ന രീതി യിലാകാൻ മനുഷ്യരുടെ വംശവർദ്ധനവു സംഭവിക്കുന്നത്. കീടങ്ങളി ലോ? ചിലപ്പോൾ ഒരു ദിവസംകൊണ്ട് ഒരു പുതിയ തലമുറയെന്ന രീതി യിൽപ്പോലും പ്രത്യുല്പാദനവും വംശവർദ്ദനവും നടക്കാം.

ഈ രീതിയിൽ വായനക്കാരുടെ സംശയങ്ങൾക്ക് യുക്തിബോധ ത്തോടെ, സമചിത്തതയോടെ ഗ്രന്ഥകർത്രി മറുപടി പറയുന്നു.

12

അധികമാരും നടന്നുപോകാത്ത ആ വഴി

റോബർട്ട് ഫ്രോസ്റ്റിന്റെ പ്രസിദ്ധമായ കവിതയിൽനിന്നും ഒരു രൂപകം കടമെടുത്ത് വിസ്തരിച്ച് കാഴ്സൺ പിന്നീട് ക്ലാസിക്ക് പദവിയി ലേക്കുയർന്ന ഈ പുസ്തകം അവസാനിപ്പിക്കുന്നു.

രണ്ടു പാതകൾ വഴിതിരിയുന്ന ഒരു സന്ധിയിലാണ് നാമിപ്പോൾ നില്ക്കുന്നത്. ഒരുപോലെ ശരിയല്ലെന്നു തോന്നുന്ന രണ്ടുവഴികൾ. ഇതു വരെ പോന്ന വഴിയിൽ കൂടിതുടർന്നും പോകാം. മോഹിപ്പിക്കുംവിധം ആയാസരഹിതമാണത്. ശരിക്കും പൂപോലെ മൃദുലമായ ഒരു സൂപ്പർ ഹൈവേ! പരമാവധി വേഗതയിൽ യാത്ര തുടരാം. എന്നാൽ ആപൽക്കര മായ ഒരവസ്ഥ അവിടെ നിങ്ങളെ കാത്തുനില്ക്കുന്നു. പിന്നെയാ മറ്റേ വഴിയുണ്ടല്ലോ അധികമാരും നടന്നുപോകാത്ത ഒന്നാണത്. ഭൂമിയുടെ പരിരക്ഷണം ഉറപ്പുനൽകുന്ന ഒരു ലക്ഷ്യത്തിലെത്തിച്ചേരാനുള്ള അവ സാനത്തെ ഒരേയൊരവസരമാണത്.

ഏതു വേണമെന്നു തീരുമാനിക്കേണ്ടത് നമ്മൾ തന്നെയാണ്. ഏറെ സഹിച്ചതിനുശേഷം അറിയാനുള്ള നമ്മുടെ അവകാശത്തെ ഉയർത്തി പ്പിടിക്കാനാണു ഭാവമെങ്കിൽ അറിഞ്ഞുകഴിഞ്ഞാൽ അതിനുവേണ്ടി അർത്ഥരഹിതവും ഭീതിജനകവുമായ അപകടങ്ങൾ സഹിക്കാൻ തയ്യാ റാകണമെന്നാണ് നമ്മോടു പറയുന്നതെങ്കിൽ, നമ്മുടെയീ ലോകം മുഴു വൻ വിഷംകൊണ്ടുനിറയ്ക്കാനുദ്യമിക്കുന്നവരുടെ ഉപദേശം നാം കേൾക്ക രുത്. മറ്റേ വഴിയിലൂടെ പോയാൽ എന്താണവിടെ കാത്തുനില്ക്കുന്ന തെന്ന് നാം അന്വേഷിക്കേണ്ടിയിരിക്കുന്നു.

തുടർന്ന് ലോകം മുഴുക്കെ പ്രായോഗികമായിക്കൊണ്ടിരിക്കുന്ന രാസ വിഷമുക്തമായ കീടനിയന്ത്രണരീതികളെക്കുറിച്ച് വിസ്തരിച്ചു ചർച്ച ചെയ്യുന്നു. ഒന്നിനെയും ഒറ്റപ്പെട്ടു കാണാതെ പുല്ലും പുഴുവും വിളവു

കളുമെല്ലാം ഒരേ ജൈവിക വലയുടെ പരസ്പരബന്ധിതമായ കാഴ്ച പ്പാടോടെ പ്രാണികളെ നിയന്ത്രണവിധേയമാക്കുന്ന രീതിയാണിത്. ജീവ ശാസ്ത്രജ്ഞനും കീടശാസ്ത്രജ്ഞനും ജൈവരസതന്ത്രജ്ഞനും പരി സ്ഥിതിവിദഗ്ദ്ധനും ജനിതകശാസ്ത്രജ്ഞനും രോഗപഠനവിദഗ്ധനും ഒന്നിച്ച് ഒറ്റക്കെട്ടായി നിർവഹിക്കേണ്ട മഹത്തായ ഉത്തരവാദിത്വമാണിത്.

ജൈവിക നിയന്ത്രണത്തിന്റെ ഈ ഭിന്നരീതികളിൽ ആദ്യം ആൺ കീടങ്ങളുടെ വന്ധ്യകരണത്തിലേക്കുവരാം. ഈ 2012 ലും ലോകത്തിന്റെ പല ഭാഗങ്ങളിലും വിജയകരമായി നടന്നുവരുന്ന ഒരു കീടനിയന്ത്രണോ പാധിയാണിത്. പഴ ഈച്ചകളെ നിയന്ത്രിക്കാൻ മെക്സിക്കോയിലും നീരു ള്ളിയെ നശിപ്പിക്കുന്ന പുഴുക്കളുടെ വംശവർദ്ധന കുറയ്ക്കാൻ മറ്റുചില ഭാഗങ്ങളിലും ഏതാണ്ട് മൂന്നു ദശകക്കാലമായി ഉപയോഗിച്ചുവരുന്നു. നെറ്റിൽ പരതിയാൽ ഈ മാതിരി ഒട്ടേറെ വിവരങ്ങൾ (Pest Control by Sterilization) ശേഖരിക്കാൻ കഴിയും.

യു എസ് കൃഷിവകുപ്പിൽ കീടശാസ്ത്രഗവേഷണ വിഭാഗത്തിൽ 1930–കളുടെ മധ്യത്തിൽ ഡോ. എസ്വേഡ് നിപ്ളിങ്ങും കൂട്ടാളികളും ഇതിനു തുടക്കം കുറിച്ചു. ആൺകിടാങ്ങളെ വന്ധ്യംകരിച്ച് വൻതോതിൽ ഇറക്കിവിട്ടാൽ സാധാരണ ആൺജീവികൾ ഇവയുമായി മത്സരിച്ച് ഏതാണ്ട് മിക്കവാറും ഒതുങ്ങിപ്പോകുമെന്നും കാലക്രമത്തിൽ പ്രത്യു ല്പാദനശേഷിയില്ലാത്ത മുട്ടകളിടുന്ന കീടങ്ങൾ മാത്രം ബാക്കിയാകു മെന്നും നൂതനമായ ഒരു സിദ്ധാന്തംവഴി സ്ഥാപിക്കുകയായിരുന്നു അവർ. തൊള്ളായിരത്തി അമ്പതുകളിൽ ഇത് പല തോട്ടപരിസരങ്ങളിലും പ്രയോഗത്തിൽ വരുത്തി വിജയമാണെന്നു തെളിയിച്ചു. കന്നുകാലിക ളുടെ ബദ്ധശത്രുവായ സ്ക്രൂവോം ഈച്ചകളെ തുരത്താൻ ഈ മാർഗം ഫലപ്രദമായി ഉപയോഗിച്ചു. ഈ വിജയം മറ്റുപല കീടങ്ങളുടെ കാര്യ ത്തിലും ആവർത്തിച്ചു. റൊഡേഷ്യയിൽ സെറ്റ്സെ ഈച്ചയെ നിയന്ത്ര ണത്തിൽ നിർത്തിയത് ഈ സൂത്രവിദ്യയിലൂടെയായിരുന്നു.

എന്നാൽ വന്ധ്യം കാരണരീതികൾക്ക് അവയുടേതായ ഒരുപാടു പരിമിതികളുണ്ടെന്ന കാര്യം മറന്നുപോകരുത്. വന്ധ്യംകരണം റേഡിയേ ഷൻ വഴിയോ രാസവസ്തുക്കൾ മൂലമോ നടത്തണം. അത് മറ്റു ജീവി കളെ ബാധിക്കുമോ എന്നറിയണം. പരീക്ഷണ പ്രയോഗം പല തവണ നടത്തണം, ഫലം സൂക്ഷ്മപഠനത്തിനു വിധേയമാക്കണം. ഈ രീതി യിൽ ഒരുപാടു രാസവസ്തുക്കൾ മാറിമാറി പരീക്ഷിക്കേണ്ടിവരും. അതേ സമയം വിജയിച്ചാൽ അത്ഭുതകരമായ ഫലം ഉറപ്പുനൽകുകയും ചെയ്യും. അതേസമയം "കീടങ്ങളെ വന്ധ്യംകരിക്കാൻ ഉപയോഗിക്കുന്ന രാസവസ്തുക്കൾ പലതും ശക്തിയുള്ള ഉല്പരിവർത്തന കാരങ്ങളോ അർബ്ബുദജന്യങ്ങളോ ആണ്" എന്ന ഡോ. പീറ്റർ അലക്സാണ്ടറുടെ മുന്നറിയിപ്പ് തലയ്ക്കുമുകളിൽ ഭീഷണിയായി നിലനില്ക്കുന്നു.

ജൈവികനിയന്ത്രണത്തിനുള്ള മറ്റൊരുപാധി, ആകർഷകങ്ങൾ, വികർഷകങ്ങൾ, വിഷങ്ങൾ എന്നിവയുടെ വിവേചനപൂർവകമായ ഉപ

യോഗമാണ്. പ്രാണിലോകംതന്നെ ഉല്പാദിപ്പിക്കുവയയാണ് ഇവയെല്ലാം. ഇവയടങ്ങിയ വലകളും കെണികളുമൊരുക്കി കീടങ്ങളെ കുടുക്കാം.

പെൺശലഭങ്ങളെ ആകർഷിക്കാൻ ആൺശലഭങ്ങൾ ഉല്പാദിപ്പിക്കുന്ന ഫീറോമോണുകൾ ഉപയോഗപ്പെടുത്തി ജിപ്സി ശലഭങ്ങളെ നിയന്ത്രണവിധേയമാക്കിയ സംഭവം നമ്മുടെ മുമ്പിലുണ്ട്. മഹാതടിച്ചികളായ പെൺശലഭങ്ങൾക്ക് വേഗത്തിൽ ചലിക്കാനോ പറക്കാനോ ആകില്ല. ആൺ ശലഭങ്ങളാണെങ്കിൽ ഒന്നാന്തരം പറക്കൽ വിദഗ്ദ്ധരും. പെണ്ണിന്റെ മണം എവിടെനിന്നും പിടിച്ചെടുക്കും. പെണ്ണുങ്ങൾ ഇഴഞ്ഞും മരംകേറിയും കളിക്കുന്ന ആവാസത്തിലേക്ക് ആകർഷിച്ച് എളുപ്പം കെണിയിൽ പ്പെടുത്താം. ഇതിന്റെ കൃത്രിമരൂപവും ഇപ്പോൾ ഇറങ്ങിയിട്ടുണ്ട്. പുരുഷ ജീവികളുടെ ഉന്മൂലനം വഴിയുള്ള 'കീടനിയന്ത്രണം 1960 തൊട്ട് ഇവ്വിധം നടക്കുന്നു. കൃത്രിമ ആകർഷകങ്ങൾ പുരട്ടിയ ബോഡുകളും മറ്റും വളർത്തുമൃഗങ്ങൾക്കും വന്യമൃഗങ്ങൾക്കും സ്പർശിക്കാനാകാത്തവിധം ഉയരത്തിൽ സ്ഥാപിക്കുന്നു.

മറ്റൊരു രീതി ശബ്ദത്തിന്റെ ഉപയോഗമാണ്. വാവലുകൾ ദിശാ നിർണയം ചെയ്ത് ഇരകളെ കുടുക്കാൻ അൾട്രാസോണിക് ശബ്ദമാണല്ലോ ഉപയോഗപ്പെടുത്തുന്നത്. ഇത്തരം 'റഡാർ' സംവിധാനം ചില നിശാശലഭങ്ങൾക്കും മറ്റുമുണ്ട്. പരഭോജികളുടെ ചിറകടിയൊച്ച ശ്രദ്ധിക്കേണ്ടതാമസം, 'സൊ' ഈച്ചയുടെ ലാർവകളെല്ലാം ഒന്നിച്ചുചേർന്ന് 'സുരക്ഷാമതിൽ' തീർത്ത് സ്വയം സംരക്ഷിക്കും. നേരെമറിച്ചും സംഭവിക്കാം. ഉദാഹരണമായി മരത്തടി തുരപ്പന്മാർ പുറപ്പെടുവിക്കുന്ന ശബ്ദ വീചികൾ അവയുടെ പരാദങ്ങൾ എളുപ്പം പിടിച്ചെടുക്കും. ഇത്തരം പ്രതിഭാസങ്ങളിൽ സമർത്ഥമായി ഇടപെട്ട് ഇതിനെയെല്ലാം കീടനിയന്ത്രണത്തിന് അനുകൂലമായി മാറ്റിയെടുക്കാം. ശബ്ദമുപയോഗിച്ച് ശല്യക്കാരിയായ ഒരു പ്രാണിയെ നേരിട്ട് നിയന്ത്രണവിധേയമാക്കിനിർത്താനുള്ള ശ്രമങ്ങളും നടന്നുവരുന്നു. ആൺകൊതുകുകൾ പെൺകൊതുകുകളുടെ ചിറകടിശബ്ദം എത്ര അകലെനിന്നും പിടിച്ചെടുക്കും. വായുവിലൂടെ കടന്നുപോകുന്ന അൾട്രാസോണിക് വീചികൾ മഞ്ഞപ്പനിപരത്തുന്ന കൊതുകുകളെ സെക്കന്റിനകം കൊല്ലും. ബ്ലൊ ഈച്ചകളും 'മീൽ' ഈച്ചകളും ഇതേരീതിയിൽ കൊല്ലപ്പെടും. നാളെ ഇലക്ട്രോണിക്കും കീടനിയന്ത്രണരംഗത്തുകാട്ടാൻ പോകുന്ന അത്ഭുതങ്ങളിൽ ചിലതു മാത്രമാണിതെന്നു കാഴ്സൺ പ്രവചിക്കുന്നു. ഇത്തരം ശാസ്ത്ര മുന്നേറ്റങ്ങളെ ഇരുത്താംവന്ന ഒരു ശാസ്ത്രജ്ഞയ്ക്കുചേർന്ന രീതിയിൽ പ്രതീക്ഷയോടെ നോക്കിക്കാണുന്നു.

ജൈവിക കീടനിയന്ത്രണരീതികളെല്ലാം ആധുനികശാസ്ത്രത്തിന്റെ സംഭാവനകളാണെന്നു തെറ്റിദ്ധരിക്കാനിടയുണ്ട്. പുരാതനകാലംതൊട്ടേ നിലവിലുള്ള ചില രീതികൾ പരിചയമില്ലാത്തതുകൊണ്ടാണത്. പ്രാണികളെ ബാധിക്കുന്ന രോഗങ്ങളെക്കുറിച്ച് പുരാതന ഗ്രീസുകാർ സസൂക്ഷ്മം പഠിച്ചു. മധ്യകാലകവിത പട്ടുനൂൽ പുഴുരോഗങ്ങളെ ആഘോ

ഷിച്ചു. പാസ്ചർ തന്റെ വിഖ്യാതമായ രോഗാണു സിദ്ധാന്തത്തിൽ എത്തി ച്ചേർന്നതും പട്ടുനൂൽ പുഴുക്കളെ ബാധിക്കുന്ന രോഗത്തെക്കുറിച്ചുള്ള നിരീക്ഷണങ്ങൾ വഴിയാണല്ലോ.

അണുജീവികളിൽ ബാക്ടീരിയ, വൈറസ്, ഫംഗസ്, പ്രോട്ടോ സോവ, സൂക്ഷ്മവിരകൾ തുടങ്ങിയവയെല്ലാംപ്പെടും. ഉപകാരികളും ഉപ ദ്രവികളും സഹവസിക്കുന്ന ഒരു ലോകമാണത്. ചിലതെല്ലാം ദോഷം ചെയ്യുമെന്നുവെച്ച് ഭൂരിഭാഗവും നിർവഹിക്കുന്ന ജൈവിക പ്രവർത്തന ങ്ങളെ നിഷേധിക്കാനാകുമോ? ഈ രീതിയിലെല്ലാം ഉപകാരികളാകുന്ന ഈ സൂക്ഷ്മ ശരീരികളിൽ ചിലത് കീടനിയന്ത്രണത്തിനും ഉപകാര പ്പെടുമെന്നതിൽ അത്ഭുതപ്പെടാനില്ല.

19-ാം നൂറ്റാണ്ടിൽ ഇതിനെക്കുറിച്ച് എലീ മെക്നിക്കോഫ് എന്ന ശാസ്ത്രജ്ഞൻ അറിവുനൽകി. നൂറ്റാണ്ടിന്റെ അന്ത്യമായപ്പോഴേക്കും ഇത് ഒരു പ്രയുക്ത ശാസ്ത്രമായി വളർന്നു. തുടർന്നുള്ള വർഷങ്ങളിൽ പരന്ന് പുഷ്ടി പ്രാപിച്ചു. രോഗംകൊണ്ടുള്ള കീടനിയന്ത്രണവിദ്യ 1930 കളിൽ ജാപ്പനീസ് വണ്ടുകളെ കൊല്ലാൻ ആദ്യമായി വൻതോതിൽ ഉപ യോഗിക്കപ്പെട്ടു. 'മിൽക്കി ഡിസീസ്' ഉണ്ടാകുന്ന ബാസിലസ് ബാക്ടീ രിയകളുടെ രേണുക്കൾ ഇതിനുവേണ്ടി ഉപയോഗിച്ചു.

കീടനിയന്ത്രണരംഗത്ത് വൻ പ്രതീക്ഷകളുണർത്തിയ മറ്റൊരു ബാക്ടീരിയാജാതി ബാസിലസ് തുറിൻ ജീൻസിസ് ആണ്. ജർമ്മനി യിലെ തുറിൻജിയ പ്രദേശത്ത് 1911 ൽ ആദ്യമായി കണ്ടെത്തിയതിനെ ത്തുടർന്ന് ആ പേരു വീണു. ചിലതരം നിശാശലഭ ലാർവകളിൽ (flour moth) ഇത് രക്തവിഷബാധ (സെപ്റ്റിസീമിയ) ഉണ്ടാകുമായിരുന്നു. ഇതുല്പാദിപ്പിക്കുന്ന ഒരു പ്രത്യേകതരം പ്രോട്ടീനാണ് വിഷബാധയ്ക്കു കാരണം. ഇലകളിലും മറ്റും ഈ വിഷം പുരട്ടിയാൽ ഭക്ഷണം തേടിയെ ത്തുന്ന പുഴുക്കളെയെല്ലാം കൊല്ലാം. തുടർന്ന് വൻ കമ്പനികൾതന്നെ തുറിൻജീൻസിസിന്റെ രേണുക്കൾ വ്യാപാരാടിസ്ഥാനത്തിൽ നിർമ്മിച്ചു വിതരണം തുടങ്ങി. യുഗോസ്ലാവിയയിലെ ഫാൾവെബ് നിശാശലഭം, ജർമ്മനിയിലെയും ഫ്രാൻസിലെയും മുട്ടക്കൂസു പൂമ്പാറ്റ എന്നീ കീടങ്ങ ളുടെ ശല്യത്തിനെതിരെ പ്രയോഗിച്ച് വിജയംകണ്ടു. പനാമയിലെ വാഴ ത്തോട്ടങ്ങളിലും സോവിയറ്റു യൂണിയനിലും പ്രയോഗിച്ചു ഖ്യാദി സമ്പാ ദിച്ചു. എൻഡ്രിൻ, ഡൈ എൽഡ്രിൻ, എൻഡോ സൾഫാൻ തുടങ്ങിയ വിഷങ്ങളുടെ ഉപയോഗം നിർത്താനോ പരമാവധി കുറയ്ക്കാനോ കഴി ഞ്ഞു. തുറിൻജീൻസിസ് രേണുക്കൾ ജൈവകീടനാശിനികളെന്നനില യിൽ പേരെടുത്തു.

(ഇത്തരം വിജയങ്ങളുടെ ലഹരിയിലായിരിക്കണം, പിന്നീട് ബയോ ടെക്നോളജി സാദ്ധ്യമായപ്പോൾ പരുത്തിയെ ബാധിക്കുന്ന കീടങ്ങൾക്കെ തിരെ പ്രതിരോധത്തിനായി ഇറിൻജീൻസിസ് ജീൻ സന്നിവേശിപ്പിച്ച് *ബി ടി* കോട്ടൺ പ്രചരിപ്പിച്ചത്. എന്നാൽ വെളുക്കാൻ തേച്ച് പാണ്ടായി എന്ന മട്ടിൽ ഇത് വൻ കോലാഹലങ്ങൾക്കു കാരണമായി. കീടനിയന്ത്ര

ണമായാലും കുത്തകകൾ രംഗം കൈയടക്കുന്നതോടെ സദുദ്ദേശ്യ
ത്തോടെ ആരംഭിക്കുന്ന ജൈവിക സമ്പ്രദായങ്ങൾപോലും പ്രകൃതിവിരു
ദ്ധവും പരിസ്ഥിതിക്ക് വിനാശകരവുമായിത്തീരുന്നു. ജൈവിക നിയന്ത്ര
ണരംഗത്ത് ചെറുചെറു കൂട്ടായ്മകൾ വളർന്നുവരേണ്ടതിന്റെ അനിവാര്യ
തയിലേക്കും ഇത്തരം സംഭവങ്ങൾ വിരൽചൂണ്ടുന്നു).

ഇനി വൈറസ് 'മരുന്നു'കളിലേക്കുവരാം. ആൽഫാൽഫാ ചെടിക
ളുടെ രോഗം മാറ്റാൻ ഇവയെ ആദ്യം ഉപയോഗിച്ചു. പയറുവർഗത്തിൽ
പ്പെട്ട ഈ കാലിത്തീറ്റച്ചെടിയിൽ ചത്ത നിലയിൽകണ്ട ചില പുഴുക്കളുടെ
ദേഹത്തുനിന്നു വേർതിരിച്ചവയായിരുന്നു ഈ അണുക്കൾ. രോഗബാധ
യേറ്റ ഇത്തരം അഞ്ചയഞ്ചുപുഴുക്കളെ കിട്ടിയാൽ ഒരേക്കർ കൃഷിയിടത്തി
ലേക്കുവെണ്ട വൈറസുകളായി. ചെക്കോസ്ലാവാക്യയിൽ പ്രോട്ടോസോവ
കളെ ഉപയോഗിച്ചുള്ള കീടനിയന്ത്രണപരീക്ഷണം നടക്കുന്നു. കീടനിയ
ന്ത്രണത്തിനുപയോഗിക്കുന്ന അണുജീവികളുടെ ഏറ്റവും വലിയ പ്രത്യേ
കത ലക്ഷ്യമിടുന്ന അവയുടെ പ്രാകൃതികശത്രുവിനല്ലാതെ മറ്റൊന്നിനും
അതു ദോഷം വരുത്തില്ലെന്നതാണ്. അതാണ് പ്രകൃതിയുടെ തീതി.
അതുകൊണ്ട് ഒരു ജീവശാസ്ത്രയുദ്ധം ഭയപ്പെടേണ്ടതില്ലെന്ന് കാഴ്സൺ
ചൂണ്ടിക്കാട്ടുന്നു. തെളിവായി കീടശാസ്ത്രവിദഗ്ധനായ ഡോ. എഡ്വേഡ്
സ്റ്റീഹാസിനെ ഉദ്ധരിക്കുന്നു. കീടങ്ങളെ ബാധിക്കുന്ന ഒരു രോഗാണു
പ്രകൃതിയിലോ പരീക്ഷണശാലയിലോ മനുഷ്യനടക്കമുള്ള ഏതെങ്കിലും
നട്ടെല്ലുകളിൽ രോഗമുണ്ടാക്കിയ ചരിത്രമില്ലത്രെ. രോഗാണുജീവികൾ
ഏതെങ്കിലും നിശ്ചിത പ്രാണി സ്പീഷിസുകളിൽ മാത്രമായി കേന്ദ്രീക
രിച്ചു കാണപ്പെടുന്നു.

എങ്കിലും കാഴ്സൺ എടുത്തു പറയുന്ന ജൈവികരീതികളിൽ
എന്തുകൊണ്ട് ഇന്ന് ഏറ്റവും പ്രസക്തം ആവാസത്തിലെ ശത്രുപ്രാണി
കളുടെ സന്തുലിതമായ വിന്യാസമാണെന്നു തോന്നുന്നു. ഏത് ആവാ
സവ്യവസ്ഥയിലും കീടങ്ങളുടെ എണ്ണമനുസരിച്ച് അവയുടെ ശത്രുക്കളു
മുണ്ടാകും. കരുതലോടെ കൈകാര്യം ചെയ്യുകയേ വേണ്ടൂ 'ജൈവിക
യുദ്ധം' നിരന്തരമായ ഒരു പ്രക്രിയയായി സംഭവിച്ചുകൊണ്ടേയിരിക്കാം.
വീട്ടുവളപ്പിൽപ്പോലും ചെയ്യാം എന്ന ഒരു മെച്ചംകൂടിയുണ്ട്. വിദഗ്ധരുടെ
വലിയ സഹായമൊന്നും വേണ്ടതാനും. പുരാതന കാലംതൊട്ട് മനുഷ്യൻ
അതു ചെയ്തു പോരുന്നുമുണ്ട്.

ചാൾസ് ഡാർവിന്റെ മുത്തശ്ശനായ ഡോ. എറാസ്മസ് ഡാർവിനാണ്
ശാസ്ത്രരംഗത്ത് ഇതിന്റെ തലതൊട്ടപ്പൻ. മുപ്പർ ചികിത്സകനായിരുന്നു.
ജീവശാസ്ത്രജ്ഞനായിരുന്നു, ദാർശനികനായിരുന്നു. ശത്രുപ്രാണികളെ
തിരിച്ചറിഞ്ഞ് പാടങ്ങളിലും പറമ്പുകളിലും അവയെ വളരാൻ പ്രോത്സാ
ഹിപ്പിക്കുന്ന പ്രായോഗികരീതി 1800 ൽ അദ്ദേഹം നടപ്പിലാക്കി.

ആൽബർട്ട് കീബെലെ ഇത് 1888 ൽ അമേരിക്കയിൽ നടപ്പിലാക്കി.
കാലിഫോർണിയയിൽ നാരകകൃഷി വൻ പ്രതിസന്ധി നേരിടുന്ന കാല
മായിരുന്നു. കീബെലെ നേരിട്ട് ആസ്ത്രേലിയയിൽ ചെന്ന് നാരകച്ചെടി

കളെ ബാധിച്ച രോഗമുണ്ടാക്കുന്ന പരാദജീവിയുടെ പ്രാകൃതിക ശത്രു
ക്കളെ ശേഖരിച്ച് നാട്ടിലെത്തിച്ചു. സംഭവം വൻവിജയത്തിൽ കലാശിച്ച
തോടെ കീടവിദഗ്ദ്ധരെല്ലാം ഈ രീതി പിന്തുടർന്നു. ഓരോ വിളയുടെയും
പ്രാകൃതിക ശത്രുക്കൾ തിരിച്ചറിയപ്പെട്ടു. ജപ്പാനിൽനിന്ന് ഇറക്കുമതി
ചെയ്ത ഒരു കടന്നൽ അമേരിക്കയുടെ ആപ്പിൾ കൃഷിയുടെ രക്ഷക
നായി. ഡോ. പോൾ സിഖാക്കിന്റെ കണക്കനുസരിച്ച് കാലിഫോർണിയ
നാൽപ്പതുലക്ഷം ഡോളർ ചെലവഴിച്ച് പത്തുകോടി ഡോളറിന്റെ നേട്ട
മുണ്ടാക്കി. ലോകവ്യാപകമായി 40 ഓളം രാജ്യങ്ങൾ ഇപ്പോൾ (1962 ൽ)
ശത്രുപ്രാണികളുടെ ഇറക്കുമതിയിൽ ഏർപ്പെട്ടിരിക്കുന്നു. പക്ഷേ (കീട
നാശിനി ലോബികളുടെ സമ്മർദം കൊണ്ടാകാം). ജീവശാസ്ത്രനിയന്ത്ര
ണമുറകൾക്ക് ആവശ്യമായ ഔദ്യോഗിക പിന്തുണകിട്ടുന്നില്ല.

ശത്രുപ്രാണികളുടെ ഇറക്കുമതി ഇല്ലാതെയും ജൈവികകീടനിയ
ന്ത്രണം നടക്കുമല്ലോ, ഇല്ലേ? ഇരയും പരാദവും പരജീവിയും ഒന്നും
ഒറ്റപ്പെട്ട ഒരു പ്രതിഭാസമല്ല. പാരസ്പര്യത്തിന്റെ അദൃശ്യങ്ങളായ കണ്ണി
കൾ എല്ലാറ്റിനെയും ഒരേ ജൈവവലയുടെ ഭാഗമാക്കുന്നു. കാടുകൾ
പോലെ കൂടുതൽ പ്രാകൃതികമായ ആവാസങ്ങളിൽ മനുഷ്യൻ ആവശ്യ
ത്തിലേറെ ഇടപെടാതിരുന്നാൽ മാത്രം മതി. കേടുപാടുകൾ പ്രകൃതി
തന്നെ തീർത്തുകൊള്ളും. തോട്ടംപോലുള്ള കൃത്രിമ ആവാസങ്ങളിൽ
മനുഷ്യൻ കണ്ടും കരുതിയും നിന്നുകൊടുക്കേണ്ടിവരും. കേടുവന്ന
കാടുകൾക്കുവേണ്ടി 'വനശുചിത്വം' നടപ്പിലാക്കി വിജയിച്ച രാഷ്ട്രമാണ്
കനഡ. പക്ഷികളും ഉറുമ്പുകളും എട്ടുകാലികളും ബാക്ടീരിയകളും
വനവ്യവസ്ഥയുടെ ഭാഗമാണെന്ന് ആദ്യം തിരിച്ചറിഞ്ഞു. കുറവായ സ്ഥല
ങ്ങളിലെല്ലാം ഇവയെ ബോധപൂർവ്വം കടത്തിവിട്ടു. തനിമയുള്ള പഴയ
കാടുകളിലേതുപോലെ മരംകൊത്തികൾക്കും മറ്റും പറ്റിയ പൊത്തുകൾ
കുറവായ സ്ഥലങ്ങളിലെല്ലാം കൃത്രിമപ്പൊത്തുകൾ ഉണ്ടാക്കിവച്ചു. ഈ
'നീഡപ്പെട്ടികൾ തേടി' അകലെനിന്നുപോലും പക്ഷികളെത്തി. കൂമനും
കാലൻ കോഴിക്കും വവ്വാലിനുമെല്ലാം പറ്റിയ താവളങ്ങൾ വെവ്വേറെ
ഉണ്ടായിരുന്നു.

ചെമപ്പനുറുമ്പുകളെ പോറ്റി കാടിനെ രക്ഷിച്ച കഥ യൂറോപ്പിൽ
നിന്നും വന്നിട്ടുണ്ട്. വടക്കേ അമേരിക്കക്കാർക്ക് പരിചയമില്ലാത്ത ഒരു
ഉറുമ്പു സ്പീഷീസ് ആണിത്. 1938 ലോ മറ്റോ വുർസ്ബർഗ് സർവ്വകലാ
ശാലയിലെ കാൾഗൊസ്പാൾഡ് എന്ന പ്രൊഫസർ ഉറുമ്പുകൃഷി ആദ്യം
പ്രാവർത്തികമാക്കി. പരീക്ഷണാടിസ്ഥാനത്തിൽ നാടൊട്ടുക്കും പത്താ
യിരത്തോളം ഉറുമ്പുകോളനികൾ സ്ഥാപിച്ച് ഫലം നിരീക്ഷിച്ചു. ഇറ്റലി
യടക്കമുള്ള നിരവധി യൂറോപ്യൻ രാജ്യങ്ങൾ ഈ രീതി അനുകരിച്ചു
വിജയം കൊയ്ത. 'പക്ഷികളും ഉറുമ്പുകളും – കൂടെ മൂങ്ങയും വാവലും
– ഇതു നാലും ചേർന്നാൽ കാടിനെ രക്ഷിക്കാനുള്ള ഒന്നാന്തരം ചേരുവ
യായി. ഏതെങ്കിലും ഒരു പരാദജീവിയെ അഥവാ ഇരപിടിയനെ കൊണ്ടു
വന്നുവിടുന്നതിനേക്കാൾ ഏറെ ഫലപ്രദം വൃക്ഷങ്ങളുടെ ജന്മനാലുള്ള

കൂട്ടുകാരായ ജീവികളുടെ ഒരു സംഘത്തെ നിയോഗിക്കുന്നതാണ്? പ്രകൃ
തിയിൽ മരംകൊത്തികൾ ഉറുമ്പുകൂട്ടങ്ങളുടെ ജന്മശത്രുക്കളാണ്. ഉറുമ്പു
കളുടെ എണ്ണം പരിധിവിട്ടു കുറയാതിരിക്കാൻ അവയെ വലകൾ പാകി
സംരക്ഷിച്ചു. 10 വർഷംകൊണ്ട് മരം കൊത്തികളുടെ എണ്ണം 400 ശത
മാനം വർദ്ധിച്ചു. ജർമ്മനിയിലെ മൊള്ളൻ വനത്തിൽ സ്കൂൾ വിദ്യാർത്ഥി
കളും യുവസന്നദ്ധ സംഘടനങ്ങളും ഈ മാതിരി പ്രവർത്തനങ്ങൾ ഏറ്റെ
ടുത്തുനടത്തി.

മറ്റൊരു വൻ സാദ്ധ്യത ചിലന്തികളുടെ സംരക്ഷണം നൽകുന്നു.
ഡോ. റൂപ്പർ ഷോഫർ നടത്തിയ പഠനങ്ങൾ ഇതിനു വഴി തുറന്നു. അറി
യപ്പെടുന്ന 22,000 ചിലന്തി ജാതികളുള്ളതിൽ 760 ജർമനിയിലാണ്. അമേ
രിക്കയിൽ 2000. 29 കുടുംബങ്ങൾ ജർമൻ വനങ്ങളിൽ താവളമടിച്ചിരി
ക്കുന്നു. ചിലന്തിയുണ്ടാക്കുന്ന വലയുടെ സ്വഭാവവും അതിനു കുടുക്കാൻ
കഴിയുന്ന പ്രാണികളുടെ എണ്ണവും തമ്മിൽ ബന്ധമുണ്ട്. ഇഴയടുപ്പും
പരമാവധി കൂടിയ വലയാണെങ്കിലും ഏറ്റവും ചെറിയ പ്രാണികൾ
പോലും കുടുങ്ങും. പറക്കുന്നവ തീർച്ചയായും പെട്ടുപോകും. 'ക്രോസ്
ഫൈബർ' എന്ന ജാതിയുടെ വലിപ്പം കൂടിയവലയുടെ (14 ഇഞ്ച്) കണ്ണി
കളിൽ അങ്ങോളമിങ്ങോളം പശയുള്ള 120,000 മുഴകളെങ്കിലും കാണും.
18 മാസക്കാലം നീണ്ടുനില്ക്കുന്ന ആയുസിനിടയിൽ ഇത്തരമൊരെട്ടു
കാലി 2000 പ്രാണികളെയെങ്കിലും കുടുക്കും. ആരോഗ്യമുള്ള ഒരു വന
പ്രദേശത്ത് ഒരു ചതുരശ്ര മീറ്ററിനുള്ളിൽ ഇത്തരം 50–150 അംഗങ്ങൾ
താമസമുണ്ടാകും. കുറവുള്ള സ്ഥലത്ത് കുഞ്ഞുങ്ങളെ ശേഖരിച്ച് വള
രാൻ അനുവദിക്കാം. അമേരിക്കയിലെ ഒരു കടന്നൽ ചിലന്തിയുടെ മൂന്നു
പുഴുപ്പൊരികൾ ഉപയോഗിച്ച് ആയിരം ചിലന്തികളെവരെ ഉല്പാദിപ്പി
ക്കാം. പറക്കുന്ന രണ്ടുലക്ഷം കീടങ്ങളെ ഉന്മൂലനം ചെയ്യാൻ ഇതു ധാരാ
ളം. വസന്ത ഋതുവിൽ വൃക്ഷങ്ങളിൽ കൂടുകൂട്ടുന്ന ചക്രവലച്ചിലന്തികൾ
പ്രത്യേക പരാമർശമർഹിക്കുന്നു. വലിയ കുടപോലുള്ള ഒരു വലകൊണ്ട്
അത് മരത്തിന്റെ മുകൾപ്പരപ്പാകെ പൊതിയും. ഇളംതളിരുകളെയും മുകു
ളങ്ങളെയും ആ രീതിയിൽ പ്രാണിശല്യത്തിൽ നിന്നു രക്ഷിക്കും. ഡോ.
റൂപ്പർ ഷ്ടോഫൻ നടത്തിയ പഠനങ്ങൾ വെളിപ്പെടുത്തിയതാണ് ഈ
കാര്യങ്ങൾ.

കനഡക്കാർ വനസംരക്ഷണത്തിന് ചെറുതരം സസ്തനികളെ
പ്രയോജനപ്പെടുത്താറുണ്ട്. വനമണ്ണിന്റെ സ്പോഞ്ചുപോലുള്ള അടരി
നുള്ളിൽ സ്ഥിതിചെയ്യുന്ന രം പ്രാണികളെ നിയന്ത്രണവിധേയമാക്കാൻ
പലതരം കാട്ടെലിജാതികൾ ഒന്നാന്തരമത്രെ. ഈ രീതിയിൽ പ്രകൃതി
യുടെ ആയുധപ്പുരയിൽ എന്തെല്ലാം തരം സജ്ജീകരണങ്ങൾ! പ്രകൃതി
യിലെ സഹജമായ ബന്ധങ്ങളെ പ്രോത്സാഹിപ്പിക്കുന്ന സുസ്ഥിതമായ
പരിഹാരമാർഗ്ഗങ്ങളാണാവശ്യം.

ഭൂമിയെ നമ്മുടെ സഹജീവികൾക്കൊപ്പം പങ്കുവെക്കുന്ന പുതുമ
യുള്ളതും ഭാവനാത്മകവും സർഗ്ഗാത്മകവുമായ ഈ സമീപനരീതികളി

ലെല്ലാം സുസ്ഥിരമായ ഒരു പ്രമേയം അന്തർലീനമായിക്കിടപ്പുണ്ട് – ജീവിതത്തെ, ജീവനെ അതിന്റെ ജീവനുള്ള എല്ലാം അംഗങ്ങളോടും അവയുടെ സമ്മർദ്ദങ്ങളോടും എതിർസമ്മർദ്ദങ്ങളോടും അവയുടെ ഉയർ ച്ചകളോടും താഴ്ചകളോടും കൂടി കൈകാര്യം ചെയ്യുകയാണെന്ന ബോധം. ഈ മാതിരി ജീവശക്തികളെ കണക്കിലെടുക്കാതെ നമുക്കനു കൂലമായ ചാലുകളിലേക്ക് അവയെ തിരിച്ചുവിടാൻ ശ്രമിക്കാതെ പ്രാണി കളും മനുഷ്യരും തമ്മിൽ എന്തൊത്തുതീർപ്പാണ് സാദ്ധ്യമാവുക?

എന്നാൽ വിഷങ്ങൾക്കു പിന്നാലെയുള്ള ഇന്നത്തെ പോക്ക് അടി സ്ഥാനപരമായ പ്രശ്നങ്ങളെയൊന്നു പരിഗണനാവിഷയമാകുന്നില്ലെന്ന താണ് കഷ്ടം. ഗുഹാമനുഷ്യന്റെ പരുക്കൻ ആയുധംകൊണ്ട് ഭൗമജീവി തമാകുന്നു. തുണിയുടെ ഇഴകളെല്ലാം വലിച്ചു പൊഴിക്കാനാണ് നമ്മുടെ ശ്രമം. ഏറെ നേർത്തതും ഒരേസമയം ദുർബ്ബലവുമെങ്കിലും അസാധാര ണമാംവിധം ഉറപ്പേറിയതും ദാർഢ്യം കൂടിയതുമായ ഒരു സംവിധാനമാ ണത്. അപ്രതീക്ഷിതമായ രീതികളിൽ അത് തന്നിൽ വന്നു വീഴുന്ന ആയുധങ്ങളോടു പ്രതികരിച്ചെന്നുവരും. എന്നാൽ രാസികനിയന്ത്രണ രീതികളുടെ അപ്പോസ്തലർക്ക് ഇതൊന്നുമൊരു പ്രശ്നമല്ല. ഞങ്ങൾ കശക്കിയെറിയാൻ ശ്രമിക്കുന്ന അപാരശക്തികളോട് ദയവു കാട്ടാൻ ഇവർക്ക് ഒരിക്കലും തോന്നുകയില്ല.

'പ്രകൃതിയുടെ നിയന്ത്രണം' എന്ന ആശയം തന്നെ മനുഷ്യന്റെ അറിവില്ലായ്മയിൽനിന്നുണ്ടായതാണെന്ന് കാഴ്സൺ വിലയിരുത്തുന്നു. നിയൻഡർത്തൽ കാലഘട്ടത്തിലെ ബയോളജിയും സൈക്കോളജിയു മാണ് അതിനു പിന്നിൽ പ്രവർത്തിക്കുന്നത്. മനുഷ്യനുവേണ്ടിയാണ് പ്രകൃതി നിലനില്ക്കുന്നതെന്നു വിശ്വസിച്ചുപോന്ന ഒരു കാലത്തിന്റെ സൃഷ്ടി. ശാസ്ത്രത്തിന്റെ ആ ശിലായുഗ കാലത്തെ ബോധം ഇന്നെടു ത്തുപയോഗിച്ചാൽ എങ്ങനെയിരിക്കും? അത്രയും പ്രാകൃതമായ ഒരു ചിന്തയുടെ വരുതിയിൽ ഏറ്റവും ആധുനികമായ മാരകായുധങ്ങൾ!

അമ്പതു വർഷങ്ങൾക്കുശേഷവും ഭൂമിയമ്മയുടെ നെഞ്ചിൽ കൂടു തൽ മാരകമായ ആയുധങ്ങൾ പതിച്ചുകൊണ്ടിരിക്കുന്ന കാഴ്ചയാണ് നാമിപ്പോൾ കണ്ടുവരുന്നത്. ജനവിരുദ്ധ വികസനത്തിന്റെ ഭിന്നരൂപങ്ങ ളായി അത് അരങ്ങു തകർക്കുകയാണ്. കുന്നിടിക്കലും പാടം നികത്തി ഷോപ്പിങ് കോംപ്ലക്സുകൾ പണിയാലും അനുദിനമെന്നോണം കുന്നു കൂടുന്ന മാലിന്യങ്ങളും ജൈവവൈവിധ്യനഷ്ടവുമെല്ലാം ഒരേ പ്രശ്ന ത്തിന്റെ ഭിന്നമായ ദൃശ്യപ്പെടലുകൾ മാത്രം.

പ്രാദേശീയ പരിസ്ഥിതി സംഘങ്ങൾ തീർച്ചയായും ശക്തിപ്പെട്ടു. ജനങ്ങളുടെ ഭാഗത്തുനിന്ന് ചെറുത്തുനില്പുകൾ കൂടുതൽ കൂടുതലായി ഉണ്ടായിക്കൊണ്ടിരിക്കുന്നു. സർക്കാരുകൾക്കും സ്വയംഭരണ സ്ഥാപന ങ്ങൾക്കും ദൂരക്കാഴ്ചയോടെ പ്രതികരിക്കാനാകാതെ വരുമ്പോൾ ലാലൂരും വിളപ്പിൽശാലയുമെല്ലാം ആവർത്തിക്കപ്പെടുന്നു. ചെറുത്തു നില്പുകൾ വ്യക്തമായ ദിശാബോധമില്ലാത്ത ആൾക്കൂട്ട കേളികളായി

മാറുന്നതും സാധാരണമായിക്കൊണ്ടിരിക്കുന്നു. വ്യക്തമായ രാഷ്ട്രീയ ബോധത്തിനുപകരം അരാഷ്ട്രീയത നുഴഞ്ഞു കയറി ദീർഘമായ പരിഹാരങ്ങളെ അസാധ്യമാകുന്നു. വികസനവും പരിസ്ഥിതിയും രണ്ട ല്ലെന്നും പരസ്പരപൂരകമായി രണ്ടിനെയും കൊണ്ടുപോകാൻ കഴിയണ മെന്നുമുള്ള വിവേകമാണ് ഇതിനിടയിൽ നഷ്ടമായിക്കൊണ്ടിരിക്കുന്നത്.

ഇനി കീടനാശിനിയുടെ പ്രശ്നം മാത്രം പ്രത്യേകമായെടുത്താൽ എൻഡോ സൾഫാനെതിരെ ഉണ്ടായ അവബോധത്തിനുശേഷവും കേരളമൊട്ടുക്കും അവയുടെ ഉപയോഗം കൂടിവരികയാണ്. വിവേചന രഹിതമായ ഉപയോഗത്തിന് ഒരു നിയന്ത്രണവും ഉണ്ടായിട്ടില്ല. ഇടുക്കി യിൽനിന്നും വന്നുകൊണ്ടിരിക്കുന്ന റിപ്പോർട്ടുകൾ അതാണ് സൂചിപ്പി ക്കുന്നത്. ചായത്തോട്ടങ്ങളിലും റബ്ബർ തോട്ടങ്ങളിലും പൈനാപ്പിൾ തോട്ട ങ്ങളിലും എത്രമാത്രം കീടനാശിനികളാണ് പ്രയോഗിക്കുന്നതെന്തിന് കണക്കില്ല. വൻപരിസ്ഥിതിനാശം തന്നെ സംഭവിച്ചതായി പീച്ചിയിലെ വനഗവേഷണകേന്ദ്രം നടത്തിയ പഠനത്തിൽ തെളിഞ്ഞിട്ടുണ്ടെന്ന കേൾ ക്കുന്നു. മലയിടുക്കുകളിലൂടെ ഒഴുകുന്ന തെളിനീരരുവികളിൽ പരൽ മീൻപോലും ഇല്ലാതായി കഴിഞ്ഞു. പക്ഷികൾ പാടാത്ത, പൂക്കൾ ചിരി ക്കാത്ത ഒരു വിമൂകവസന്തം തീർച്ചയായും അകലെയല്ല.

പ്രകൃതിയിലെ താളപ്പിഴകൾ എത്ര വലിയ ദുരന്തങ്ങളെയാണ് ഒളി ച്ചുവച്ചിരിക്കുന്നതെന്ന് കാലവർഷപ്പിഴകളും ഉരുൾപൊട്ടലുകളും നമ്മെ പഠിപ്പിക്കുന്നില്ലെങ്കിൽ പിന്നെ പറഞ്ഞിട്ടെന്തുകാര്യം?

എങ്കിലും ഈ മാതിരി സംഭവങ്ങൾ ആവർത്തിക്കപ്പെടുവോളം *സൈലന്റ് സ്പ്രിങ്ങിന്റെ* സന്ദേശം നിത്യനൂതനമായിത്തന്നെ നിൽക്കും.

കുറിപ്പ്

1. The Road Note Taken എന്ന കവിത കഴ്സണിന്റെ പ്രിയപ്പെട്ട എഴു ത്തുകാരനായിരുന്നു കർഷക കവിയായിരുന്നു റോബർട്ട് ഫ്രോസ്റ്റ്.